ഇടതുപക്ഷ ബദൽ

Edathupaksha Badal
Politics

Pinarayi Vijayan

CHINTHA PUBLISHERS
Thiruvananthapuram

First Edition
March 2023

Published
Chintha Publishers, Thiruvananthapuram

Printed at
Time Offset Printers, Thiruvananthapuram

Cover Design
Vinod Mangoes

ISBN : 978-93-94753-78-5

CO - 3234 / 6386

Email: chinthapublishers@gmail.com
Website: www.chinthapublishers.com

A version is available at National Libraries
Kolkata, Mumbai, Chennai and Delhi

Distribution
DESHABHIMANI BOOKHOUSE
H O Thiruvananthapuram 695035

Branch
Head Office Kunnukuzhi • Statue Thiruvananthapuram
KSRTC Bus Terminal Thampanoor • Saphalyam Complex Thiruvananthapuram
KSRTC Bus Station Alappuzha • KSRTC Bus Station Ernakulam
Machingal Lane Thrissur • IG Road Kozhikode
Mavoor Road Kozhikode • NGO Union Building Kannur
Central Bus Terminal Complex Thavakkara Kannur

ഇടതുപക്ഷ ബദൽ

പിണറായി വിജയൻ

ചിന്ത പബ്ലിഷേഴ്സ്
തിരുവനന്തപുരം-695 035

പിണറായി വിജയൻ

2016 മുതൽ കേരള സംസ്ഥാനത്തിന്റെ മുഖ്യമന്ത്രി. കണ്ണൂർ ജില്ലയിലെ പിണറായിയിൽ 1944 മാർച്ച് 21 ന് ജനിച്ചു. ബിരുദപഠനത്തിനുശേഷം സജീവ രാഷ്ട്രീയത്തിൽ. കേരള വിദ്യാർഥി ഫെഡറേഷന്റെ സംസ്ഥാന പ്രസിഡന്റ്, സെക്രട്ടറി എന്നീ നിലകളിൽ പ്രവർത്തിച്ചു. തുടർന്ന് കെ എസ് വൈ എഫിന്റെ സംസ്ഥാന പ്രസിഡന്റായി. 1964 ൽ സി പി ഐ (എം) അംഗമായി. കേരള സംസ്ഥാന സഹകരണ ബാങ്കിന്റെ പ്രസിഡന്റായിരുന്നു. 19 വർഷം കേരള നിയമ സഭാംഗം. 1970, 1977, 1991 വർഷങ്ങളിൽ കൂത്തുപറമ്പിൽ നിന്നും 1996 ൽ പയ്യന്നൂരിൽനിന്നും തെരഞ്ഞെടുക്കപ്പെട്ടു. 2016 മുതൽ ധർമ്മടം മണ്ഡലത്തെ പ്രതിനിധീകരിക്കുന്നു. 1996 മുതൽ 1998 വരെ കേരളത്തിലെ വൈദ്യുതി സഹകര ണവകുപ്പു മന്ത്രി. പവർകട്ടും ലോഡ്ഷെഡിങ്ങും നിലവി ലിരുന്ന കാലത്ത് വൈദ്യുതിമന്ത്രിപദമേറ്റെടുക്കുകയും 1083 മെഗാവാട്ട് വൈദ്യുതി പുതുതായി ഉൽപ്പാദിപ്പിച്ച് കേരളത്തെ സ്വയം പര്യാപ്തതയിൽ എത്തിക്കുകയും ചെയ്തു.

1998 മുതൽ 2015 വരെ സി പി ഐ(എം) സംസ്ഥാന സെക്രട്ടറി. 2002 മുതൽ സി പി ഐ (എം) പോളിറ്റ് ബ്യൂറോ അംഗം.

ജനങ്ങൾക്കൊപ്പം, കേരളീയ നവോത്ഥാനം നേരിടുന്ന വെല്ലുവിളി, ഇടതുപക്ഷം ചെയ്യേണ്ടത്, നവകേരളത്തിലേക്ക്, പൗരത്വവും ദേശക്കൂറും, മതം മാധ്യമം മാർക്സിസം, ശബരിമല നവോത്ഥാനം മതനിരപേക്ഷത, കേരളം ചരിത്രവും വർത്തമാനവും, ഇടതുപക്ഷ നിലപാടുകളും തുടരേണ്ട പോരാട്ടങ്ങളും എന്നീ കൃതികളുടെ കർത്താവ്.

ഭാര്യ : കമല

മക്കൾ : വീണ, വിവേക്

ഉള്ളടക്കം

കേരള ബദൽ (നയവും രാഷ്ട്രീയവും വെല്ലുവിളികളും)

അടിസ്ഥാന സൗകര്യ വികസനം

വിദ്യാഭ്യാസം

കൃഷി

വ്യവസായം, വികസനം, സഹകരണ മേഖല

പ്രാഥമിക ജീവിതാവശ്യങ്ങൾ, ദാരിദ്ര്യ നിർമ്മാർജ്ജനം

സ്ത്രീ സുരക്ഷ

ഭരണ നിർവഹണം

പരിസ്ഥിതി, വനം

പ്രസാധകക്കുറിപ്പ്

ലോകത്തിനു മുന്നിൽ എന്നും തലയുയർത്തിപ്പിടിച്ചു നിന്ന ഒരിടമാണ് കേരളം. പ്രതിശീർഷ വരുമാന നിരക്ക് കുറഞ്ഞിരിക്കുമ്പോൾ പോലും ജീവിതനിലവാര സൂചികയിൽ വികസിത രാഷ്ട്രങ്ങളോട് കിടപിടിക്കുന്ന ഏക ഇന്ത്യൻ സംസ്ഥാനമെന്ന നിലയിൽ ഏറെ മുൻപുതന്നെ കേരളം ലോക ശ്രദ്ധയാകർഷിച്ചതാണ്. അതിനും മുൻപ് തന്നെ ബാലറ്റ് പേപ്പറിലൂടെ കമ്യൂണിസ്റ്റ് ഭരണകൂടം നിലവിൽ വന്ന പ്രദേശം എന്ന നിലയിൽ ലോകത്തിന്റെ കണ്ണുകൾ കേരളത്തിനുമേൽ പതിച്ചിരുന്നു. അമർത്യാസെൻ ഉൾപ്പെടെ വിഖ്യാത സാമ്പത്തിക പണ്ഡിതർ ഇതിനെ സംബന്ധിച്ച വിശദമായ പഠനങ്ങൾ തന്നെ നടത്തിയിട്ടുണ്ട്.

വികസന സമീപനത്തിലെ മൗലികമായ ഈ വ്യത്യസ്തത കേരളം പുതിയ നൂറ്റാണ്ടിലും തുടരുകയാണ്. നിയോലിബറൽ തരംഗം ലോകമാകെ ആഞ്ഞു വീശിയപ്പോഴും, കേരളം ആ ഒഴുക്കിനെതിരെ നിലകൊണ്ടു. സാധാരണ ജനങ്ങൾക്ക് സാമൂഹിക സാമ്പത്തിക സുരക്ഷയൊരുക്കി അവരെ കൈപിടിച്ചുയർത്തുന്ന സവിശേഷ സമീപനം കൈവിടാൻ കേരളം തയ്യാറായില്ല. മാത്രമല്ല, ലോകം മുഴുവൻ പൊതുമേഖല തകർക്കപ്പെട്ടപ്പോൾ വിദ്യാഭ്യാസ രംഗത്തും ആരോഗ്യമേഖലയിലുമൊക്കെ പൊതുമേഖലയെ ശക്തിപ്പെടുത്തുകയും അതുവഴി പൊതുജനങ്ങൾക്ക് കിട്ടുന്ന സേവനങ്ങളെ കാര്യക്ഷമമാക്കുകയും ചെയ്യുക വഴി കേരളം നമ്മുടെ രാജ്യത്തിനകത്തും പുറത്തും വീണ്ടും അത്ഭുതങ്ങൾ സൃഷ്ടിക്കുകയാണ്.

വിവിധ മേഖലകളിൽ നടന്നുകൊണ്ടിരിക്കുന്ന ഈ കേരള പരീക്ഷണങ്ങളുടെ കഥയാണ് *ഇടതുപക്ഷ ബദൽ*. മുഖ്യമന്ത്രി എന്ന നിലയിലും സി പി ഐ (എം) പോളിറ്റ് ബ്യൂറോ അംഗം എന്ന നിലയിലും പിണറായി വിജയൻ വിവിധ ഘട്ടങ്ങളിലായി എഴുതിയ ലേഖനങ്ങളാണ് ഈ പുസ്തകത്തിൽ സമാഹരിച്ചിട്ടുള്ളത്. പൊതുജന നന്മയ്ക്കുതകുന്ന വികസന പരിപ്രേക്ഷ്യങ്ങൾ തിരയുന്ന ഏതൊരു സമൂഹത്തിനും ഇതൊരു വഴികാട്ടിയായിരിക്കും.

ചിന്ത പബ്ലിഷേഴ്സ്

കേരള ബദൽ
(നയവും രാഷ്ട്രീയവും വെല്ലുവിളികളും)

ബദൽ രാഷ്ട്രീയത്തിന്റെ മാതൃകയായി കേരളം

ഇന്ത്യൻ രാഷ്ട്രീയത്തിലെ വ്യതിരിക്തതയാർന്ന മുഖമായി ഇന്ത്യൻ ജനത കാണുന്നത് ഇടതുപക്ഷത്തെയാണ്. എല്ലാവർക്കുമറിയാവുന്നതുപോലെ ആ ഇടതുപക്ഷത്ത് നെടുംതൂണായി നിലകൊള്ളുന്ന പാർടിയാണ് സി പി ഐ (എം). പ്രത്യാശയോടെ രാഷ്ട്രവും ജനതയും ഉറ്റുനോക്കുന്ന ഈ മഹാപ്രസ്ഥാനം ഇരുപത്തി മൂന്നാം പാർടി കോൺഗ്രസിലേക്കു കടക്കുകയാണ്. ആഗോളവത്കരണ കാലത്ത്, 'ഇതിനു ബദലില്ല' എന്ന മുദ്രാവാക്യം ശക്തിപ്പെട്ടിരുന്ന ഘട്ടത്തിൽ, ബദലുണ്ട് എന്നു പ്രത്യയശാസ്ത്രപരമായും പ്രായോഗികമായും ജനങ്ങൾക്കു മുന്നിൽ തെളിയിച്ചുകൊടുത്ത പ്രസ്ഥാനമാണിത്. സാമ്രാജ്യത്വത്തിനെതിരായ സോഷ്യലിസ്റ്റ് ജനകീയ മുന്നേറ്റങ്ങളാലും, ആഗോളവത്കരണ - ഉദാരവത്കരണ - സ്വകാര്യവത്കരണ നയങ്ങൾക്കെതിരെ സ്വാശ്രയത്വത്തിലൂന്നി നിൽക്കുന്ന സോഷ്യലിസ്റ്റ് തത്ത്വങ്ങളെ പിന്തുടരുന്ന കർമ്മപരിപാടികളാലും, വർഗീയ ശിഥിലീകരണത്തിന്റെ ഗൂഢതന്ത്രങ്ങൾക്കെതിരായി ജനമനസ്സുകളുടെ ഐക്യമൂട്ടിയുറപ്പിക്കുന്ന, ഭേദചിന്തകൾക്കതീതമായ മുന്നേറ്റങ്ങളാലും, ബദൽ ഉണ്ട് എന്ന മുദ്രാവാക്യത്തെ ആവർത്തിച്ചുറപ്പിക്കുകയാണ് ഈ ഘട്ടത്തിൽ സി പി ഐ (എം).

സാമ്പത്തിക നയരംഗം മുതൽ വിദേശ നയരംഗംവരെ, മതനിരപേക്ഷതയിലെ വിട്ടുവീഴ്ച മുതൽ സാമ്രാജ്യത്വാനുകൂല വ്യഗ്രതകളിൽ വരെ ഒരേ നയങ്ങൾ തന്നെ പിന്തുടരുകയാണ് കോൺഗ്രസും ബി ജെ പിയും. ഈ നയങ്ങളുടെ ദുരന്തഫലമെന്ന വണ്ണം രാഷ്ട്രത്തിന്റെ സാമ്പത്തിക പരമാധികാരം മുതൽ രാഷ്ട്രീയ പരമാധികാരം വരെ അപകടത്തിലാവുകയാണ്. ഒരുകാലത്ത് ചേരിചേരാ പ്രസ്ഥാനത്തിന്റെ നായക

സ്ഥാനത്തുനിന്ന ഇന്ത്യ ഇന്ന് അമേരിക്കയുടെ സൈനികസഖ്യത്തിലെ ജൂനിയർ പങ്കാളിയായി മാറിയിരിക്കുന്നു.

പലസ്തീനിൻകാരുടെ നേർക്കുള്ള നിഷ്ഠൂരമായ കടന്നാക്രമണങ്ങളെ ഒരിക്കൽ ധൈര്യപൂർവ്വം അപലപിച്ചിരുന്ന ഇന്ത്യ ഇന്ന് ക്രൂരതകളുടെ ഉത്ഭവസ്ഥാനമായ ഇസ്രായേലുമായി നയതന്ത്ര ബന്ധം ശക്തിപ്പെടുത്തുകയും ചാരനിരീക്ഷണ കാര്യത്തിലടക്കം അവരുടെ സഹായം തേടുകയുമാണ്. അന്താരാഷ്ട്ര സാമ്പത്തിക സ്ഥാപനങ്ങളുടെ ചൊൽപ്പടിക്കു നിന്നുകൊണ്ട്, ജനവിരുദ്ധ സാമ്പത്തിക നയങ്ങൾ നടപ്പാക്കുകയും, പൊതുമേഖലാ സ്ഥാപനങ്ങൾ വിറ്റുതുലയ്ക്കുകയും കോർപ്പറേറ്റ് പ്രീണനത്തിന്റെ വഴിയേ ജനതാൽപര്യങ്ങളെ ബലികൊടുക്കുകയും ചെയ്ത് അതിവേഗത്തിൽ തകർച്ചയിലേക്കു നീങ്ങുകയാണ്. പൗരത്വ നിയമഭേദഗതി മുതൽ ഭരണഘടനയുടെ 370–ാം വകുപ്പ് റദ്ദാക്കൽ വരെയായി, ജനങ്ങളുടെ ഒരുമയെ അസ്ഥിരമാക്കുന്നതും, പൗരരിൽ വലിയൊരു വിഭാഗത്തെ അന്യവത്കരിക്കുന്നതുമായ വിപൽക്കരമായ വഴികളിലൂടെ നീങ്ങുകയാണ്. അവിശ്വാസത്തിന്റെയും പരസ്പര നിരാകരണത്തിന്റെയും അന്ധകാരം ഇന്ത്യൻ ചക്രവാളത്തിൽ പടരുകയാണ്. അവിടെ പ്രത്യാശയുടെ രജതരേഖയായി തെളിഞ്ഞു നിൽക്കുകയാണ് സി പി ഐ (എം). ജനജീവിതത്തെ ദുരിതമയമാക്കുന്ന സാമ്പത്തിക നയങ്ങൾ മുതൽ രാജ്യത്തിന്റെ സാമ്പത്തികാധികാരത്തിനു മേലുള്ള വിദേശ നയ നിലപാടുകൾ വരെ ജനങ്ങളെയും രാഷ്ട്രത്തെയും ഞെരുക്കുമ്പോൾ ബദൽ നയങ്ങളിലൂടെയുള്ള, ബദൽ രാഷ്ട്രീയ വ്യക്തിത്വം എന്ന നിലയ്ക്കുള്ള സി പി ഐ എമ്മിന്റെ ശക്തി വർദ്ധിക്കുകയാണ്. ഇതു തിരിച്ചറിഞ്ഞ് വർഗീയ ശക്തികളും മറ്റു സാമ്രാജ്യത്വ ശക്തികളും ഇടതുപക്ഷത്തിന്, പ്രത്യേകിച്ചും സി പി ഐ എമ്മിന് നിർണായക ഇടപെടൽ ശേഷിയുള്ള രാഷ്ട്രീയ അന്തരീക്ഷം ഇന്ത്യയിൽ രൂപപ്പെടുന്നില്ല എന്നുറപ്പുവരുത്താൻ തിരഞ്ഞെടുപ്പ് ഘട്ടങ്ങളിലടക്കം ആളും അർത്ഥവും കൊണ്ട് യത്നിക്കുകയാണ്. ഇതും സി പി ഐ എമ്മിന്റെ വേറിട്ട വ്യക്തിത്വത്തെയും അതിന്റെ രാഷ്ട്രീയ സാംഗത്യത്തെയുമാണ് തെളിയിച്ചുകൊണ്ടിരിക്കുന്നത്. ഇങ്ങനെ വർദ്ധിച്ച പ്രസക്തിയുള്ള സാർവദേശീയ ദേശീയ രാഷ്ട്രീയ സാഹചര്യത്തിലാണ് 23–ാം പാർടി കോൺഗ്രസും അതിനു മുന്നോടിയായുള്ള പാർടി സംസ്ഥാന സമ്മേളനവും നടക്കുന്നത്. ഇടതുപക്ഷത്തിനെതിരായ അവസരവാദപരമായ സൗഹൃദംകൊണ്ട് പരസ്പര സഹായ സഹകരണ സംഘമായി നിൽക്കുകയാണ് കേരളത്തിലും കോൺഗ്രസ്, ബി ജെ പി പാർട്ടികൾ. വികസന സംരംഭങ്ങളെ എതിർക്കുന്നതിലടക്കം ഇവർ പ്രകടിപ്പിക്കുന്ന ഒരുമ സമൂഹത്തിനു പകൽ വെളിച്ചംപോലെ വ്യക്തമാണ്.

കേരളത്തിൽ അധികാരത്തിലിരിക്കുന്ന ഇടതുപക്ഷ ജനാധിപത്യ മുന്നണി സർക്കാരിനെ അസ്ഥിരപ്പെടുത്താനും ഇവിടുത്തെ ശാന്തമായ

അന്തരീക്ഷത്തെ ഇല്ലായ്മ ചെയ്യാനുമാണ് പ്രതിപക്ഷവും വർഗീയ ശക്തികളും ശ്രമിക്കുന്നത്. അങ്ങനെ നാടിന്റെ പൊതുവായ വികസനപദ്ധതികളും ക്ഷേമ പരിപാടികളും തുടർന്നുകൊണ്ടു പോകാൻ കഴിയാത്ത സാഹചര്യം സൃഷ്ടിക്കുകയാണ് അവരുടെ ലക്ഷ്യം. അത്തരം ശ്രമങ്ങൾ കഴിഞ്ഞ സർക്കാരിന്റെ കാലത്തുതന്നെ ആരംഭിച്ചിരുന്നു. അവ പൂർവാധികം ശക്തിയോടെ ഈ ഘട്ടത്തിൽ തുടരുകയാണ്. ഇവിടുത്തെ ശാന്തമായ മതനിരപേക്ഷ സമൂഹത്തെ അസ്വസ്ഥപ്പെടുത്തി, ഇവിടെ നടപ്പാക്കുന്ന ബദൽ നയങ്ങളെയാകെ അട്ടിമറിക്കാമെന്നാണ് അവർ കരുതുന്നത്. അത് അനുവദിച്ചുകൂടാ. അത്തരം ശ്രമങ്ങൾ കേരളത്തിന്റെ മാത്രമല്ല രാജ്യത്തിന്റെയാകെ ഭാവിയെയാണ് ആത്യന്തികമായി ബാധിക്കുക. അതുകൊണ്ടുതന്നെ ഇന്ത്യയുടെ ചരിത്രത്തിലെതന്നെ വളരെ പ്രാധാന്യമുള്ള സന്ദിഗ്ദ്ധ ഘട്ടത്തിലാണ് സി പി ഐ എമ്മിന്റെ 23 – ാം പാർട്ടി കോൺഗ്രസ് നടക്കുന്നത്. ആ പ്രാധാന്യം ഉൾക്കൊണ്ട് അതിന്റെ ഭാഗമായ ഈ സംസ്ഥാന സമ്മേളനത്തെയും കാണേണ്ടതുണ്ട്.

സംസ്ഥാന സർക്കാരുകൾക്കുള്ള പരിമിതികൾക്കുള്ളിൽ നിന്നുകൊണ്ട് എപ്രകാരമാണ് പ്രവർത്തിക്കേണ്ടത് എന്നതിനെക്കുറിച്ച് 1957 ൽ കേരളത്തിൽ അധികാരത്തിൽ വന്ന ഘട്ടത്തിൽത്തന്നെ സി പി ഐ (എം) വ്യക്തമാക്കിയിട്ടുണ്ട്. ഒരു കമ്യൂണിസ്റ്റ് സമൂഹം കെട്ടിപ്പടുക്കാനല്ല തങ്ങൾ ശ്രമിക്കുകയെന്നും, അതല്ല തങ്ങളുടെ ഉദ്ദേശ്യമെന്നും ഇ എം എസ് അന്നു വ്യക്തമാക്കിയിരുന്നു. പരിമിതമായ അധികാരങ്ങൾ ഉപയോഗിച്ചുകൊണ്ട് ഭൂരിഭാഗം വരുന്ന സാധാരണക്കാരും പാവപ്പെട്ടവരുമായ ജനങ്ങൾക്ക് എങ്ങനെ ആശ്വാസം നൽകാം എന്നതായിരുന്നു ആ സർക്കാരിന്റെ പരിഗണന. കമ്യൂണിസ്റ്റ് പാർടി മുന്നോട്ടുവെച്ച ആ കാഴ്ചപ്പാടിന്റെ അടിസ്ഥാനത്തിലാണ് കുടിയൊഴിപ്പിക്കൽ നിരോധന നിയമവും മറ്റും പ്രാബല്യത്തിൽ വന്നത്. ഭൂപരിഷ്കരണത്തിനും വിദ്യാഭ്യാസ പരിഷ്ക്കരണത്തിനുമുള്ള ബില്ലുകൾ മുന്നോട്ടുവെച്ചതും ദുരിതത്തിലായ ജനങ്ങൾക്കാശ്വാസം നൽകാനായാണ്.

1957–ലെ ഇ എം എസ് ഗവൺമെന്റ് ആരംഭിച്ച, കേരളത്തെ പുതുക്കിപ്പണിയാനുള്ള ശ്രമങ്ങളെ കൂടുതൽ മികവോടെ മുന്നോട്ടു കൊണ്ടുപോകാനുള്ള നടപടികളാണ് 2016–21 ലെ എൽ ഡി എഫ് ഗവൺമെന്റും സ്വീകരിച്ചത്. നിപ്പ, ഓഖി, രണ്ടു പ്രളയങ്ങൾ, ചരിത്രത്തെ തന്നെ കീഴ്മേൽ മറിക്കുന്ന തരത്തിൽ ആക്രമിച്ച കോവിഡ്–19 എന്നിവയാൽ സാധാരണ നിലയിൽ തകർന്നു പോകുമായിരുന്ന അഞ്ചുവർഷമാണ് ആ കാലത്ത് എൽ ഡി എഫ് ഗവൺമെന്റിന് മുന്നോട്ടു കൊണ്ടുപോകേണ്ടിവന്നത്. ജനങ്ങൾക്ക് അവരുടെ ജീവനും സ്വത്തിനും നിലനിൽപ്പിനും ശക്തിയും ധൈര്യവും പകർന്ന് എങ്ങനെ ഒരു സർക്കാരിനു പ്രവർത്തിക്കാൻ കഴിയുമെന്ന് ആ ഗവൺമെന്റ് കാണിച്ചുകൊടുത്തു. ഭൂമിയും വീടും ഇല്ലാത്തവർ കേരളത്തിൽ ഉണ്ടാകാൻ പാടില്ല, പട്ടിണി മൂലം

ആരും ദുരിതം അനുഭവിക്കരുത്, മരുന്നും ചികിത്സയും കിട്ടാതെ ആർക്കും അലഞ്ഞു നടക്കേണ്ടി വരരുത് എന്നിങ്ങനെ അടിസ്ഥാന ജീവിതാവശ്യങ്ങൾ എല്ലാം കണ്ടറിഞ്ഞു നിവർത്തിച്ചുകൊടുക്കുകയാണ് ആ ഗവൺമെന്റ് ചെയ്തത്. അതിലൂടെ ജനങ്ങൾക്കൊപ്പം തന്നെയാണ് ഗവൺമെന്റ് എന്ന ബോധ്യം ആളുകൾക്ക് ഉണ്ടായി.

ജനങ്ങൾക്കൊപ്പം നിന്നുകൊണ്ട് എൽഡിഎഫ് ഗവൺമെന്റ് മുന്നോട്ടു പോയപ്പോൾ, ആരോപണങ്ങളുടെയും ആക്ഷേപങ്ങളുടെയും കെട്ടുകഥകളിൽ കടിച്ചു തൂങ്ങിക്കിടക്കുകയാണ് കേരളത്തിലെ യു ഡി എഫും ബി ജെ പിയും ചെയ്തത്. അവർക്ക് ഓശാന പാടുവാനും വെള്ളവും വളവും നൽകുവാനും ഇവിടത്തെ പ്രധാനപ്പെട്ട മാധ്യമങ്ങളും 'ഞാൻ മുമ്പിൽ ഞാൻ മുമ്പിൽ' എന്ന ഭാവത്തിൽ തകർത്താടിക്കൊണ്ടിരുന്നു. അടിസ്ഥാനമൊന്നും ഇല്ലാത്ത കെട്ടുകഥകളെ അവർ മാസങ്ങളോളം പ്രൈംടൈം ചർച്ചകളാക്കി അവതരിപ്പിച്ചു. പക്ഷേ, പൊയ്ക്കാലുകളിൽ നടത്തിയ ഈ ചർച്ചകളെയെല്ലാം ജനങ്ങൾ അർഹിക്കുന്ന അവജ്ഞയോടെ തള്ളിക്കളഞ്ഞു.

ചില കേന്ദ്ര ഏജൻസികളുടെ അന്വേഷണത്തിന്റെ മറവിൽ, കേരളത്തിലെ എൽഡിഎഫ് ഭരണത്തെ മോശമാക്കാനുള്ള ശ്രമമുണ്ടായി. ഇക്കാര്യത്തിൽ യു ഡി എഫിനും കോൺഗ്രസ്സിനും കരുത്തു പകർന്നുകൊണ്ട് ബി ജെ പി രംഗത്തെത്തിയത് നാം കണ്ടതാണ്. ഒരമ്മ പെറ്റ സഹോദരങ്ങളെക്കാൾ സ്നേഹവായ്പ്പോടെയും പരസ്പരധാരണയോടെയും ആണ് അവർ ആക്ഷേപങ്ങളുടെ പെരുമഴ പെയ്യിച്ചുകൊണ്ടിരുന്നത്. എന്തെല്ലാം കോലാഹലങ്ങളായിരുന്നു ഇക്കൂട്ടർ കേരളത്തിലെ പ്രബുദ്ധരായ ജനങ്ങളെ ആക്ഷേപിക്കാൻ നടത്തിയിരുന്നത്?

എന്നാൽ, ഇതിനെയെല്ലാം അതിജീവിക്കുമെന്ന് സർക്കാരിനു നല്ല വിശ്വാസമുണ്ടായിരുന്നു. കാരണം ഇടതുപക്ഷ ജനാധിപത്യ മുന്നണി സർക്കാർ ജനങ്ങൾക്കു വേണ്ടിയാണ് ഓരോ കാര്യവും ചെയ്യുന്നത്. നവകേരളം സൃഷ്ടിക്കുക എന്ന മുദ്രാവാക്യത്തെ ജനങ്ങൾ ഹൃദയപൂർവം സ്വീകരിച്ചു. അതുകൊണ്ടാണ് പ്രളയദുരന്തത്തിൽപ്പെട്ട് വിറങ്ങലിച്ചു പോയ കേരളത്തിനു സഹായഹസ്തവുമായി നാടിന്റെ നാനാഭാഗത്തു നിന്നും സംഭാവനകൾ എത്തിയത്. സ്കൂൾ കുട്ടികൾ പോലും സ്വന്തം കുടുക്കയിലെ സമ്പാദ്യം സർക്കാരിന് ദാനം ചെയ്തു. ഇതൊക്കെ ഉണ്ടായിട്ടും ജനവിരുദ്ധരായ യുഡിഎഫും ബി ജെ പിയും പാഠം പഠിച്ചില്ല.

ജനങ്ങളിൽ വിശ്വാസം അർപ്പിച്ചുകൊണ്ടാണ് 2021 ലെ നിയമസഭാ തിരഞ്ഞെടുപ്പിലും എൽഡിഎഫ് നിലയുറപ്പിച്ചത്. 'ഉറപ്പാണ് എൽഡിഎഫ്' എന്ന മുദ്രാവാക്യത്തിന്റെ അർത്ഥവും ആഴവും 2016–21 ലെ എൽഡിഎഫ് ഗവൺമെന്റിന്റെ പ്രവർത്തന അനുഭവങ്ങളിൽ നിന്ന് ജനങ്ങൾക്കു ബോധ്യപ്പെട്ടു. അതുകൊണ്ടാണ് 2016 ലേതിനെക്കാൾ മികച്ച ഭൂരി

പക്ഷത്തിൽ 2021 ൽ ജനങ്ങൾ എൽഡിഎഫിനെ അധികാരത്തിലേറ്റിയത്. കഴിഞ്ഞ സർക്കാരിനെ പോലെ ഈ സർക്കാരും വരുന്ന രണ്ടു മൂന്ന് ദശകങ്ങളിലെ കേരളത്തിന്റെ ഭാവി മുന്നിൽ കണ്ടുള്ള വികസന പ്രവർത്തനങ്ങൾക്കാണ് തുടക്കം കുറിച്ചിരിക്കുന്നത്. യു ഡിഎഫും ബി ജെ പിയും തങ്ങളുടെ ജനവിരുദ്ധതയുടെ മുഖം ജനം തിരിച്ചറിയില്ലെന്നാവണം കരുതുന്നത്. അതുകൊണ്ടാണ് 'കെ-ഫോൺ', 'കെ-റെയിൽ' തുടങ്ങിയ എൽ ഡി എഫ് ഗവൺമെന്റിന്റെ അഭിമാന പദ്ധതികളെ തകർക്കാൻ ഇക്കൂട്ടർ കച്ചകെട്ടിയിറങ്ങിയിരിക്കുന്നത്.

കെ-റെയിലിന്റെ കാര്യത്തിലും നേരത്തെ പറഞ്ഞതു പോലെ ജ്യേഷ്ഠാനുജന്മാരുടെ ഒത്തൊരുമയോടെയാണ് കോൺഗ്രസ്സും ബി ജെ പിയും നീങ്ങുന്നത്. രണ്ടുകൂട്ടരും പറയുന്നത് ഒന്നാണ്. കേരളത്തെ ഒരടി മുന്നോട്ടു കൊണ്ടുപോകരുത്. കേരളത്തിനു പ്രയോജനം ചെയ്യുന്ന എന്തെങ്കിലും ഉണ്ടെങ്കിൽ അതൊന്നും നൽകിപ്പോകരുത്. അതുകൊണ്ടല്ലേ രണ്ടുകൂട്ടരും കെ-റെയിലിനെതിരെ നിവേദനങ്ങളുമായി ഒരുപോലെ കേന്ദ്രത്തെ സമീപിച്ചത്. ഇവിടുത്തെ വികസന-ക്ഷേമ പ്രവർത്തനങ്ങളെ അട്ടിമറിക്കാൻ ശ്രമിക്കുന്നതിനു പുറമെ കേരളത്തെ അപമാനിക്കുകയുമാണ് അവർ.

സാക്ഷരതയുടെയും വിദ്യാഭ്യാസത്തിന്റെയും ആരോഗ്യപരിപാലന സംവിധാനത്തിന്റെയും കുറഞ്ഞ ശിശുമരണനിരക്കിന്റെയും എല്ലാ കാര്യങ്ങളിലും കേന്ദ്ര സർക്കാരിന്റെ ഔദ്യോഗിക ഏജൻസികളും നിതി ആയോഗും മറ്റും ശാസ്ത്രീയവും വസ്തുതാപരവുമായ വിശകലനത്തിന്റെ അടിസ്ഥാനത്തിൽ കേരളത്തിന് ഒന്നാം സ്ഥാനം നല്കിയിട്ടും യു ഡി എഫും ബി ജെ പിയും കൂപമണ്ഡൂകങ്ങളെപ്പോലെ എന്തൊക്കെയോ പറഞ്ഞുകൊണ്ടിരിക്കുകയാണ്. ഇതെല്ലാം കേരളത്തിലെ പ്രബുദ്ധരായ ജനങ്ങൾ കാണുന്നുമുണ്ട്.

ഗോവ, മണിപ്പൂർ, പഞ്ചാബ്, ഉത്തർ പ്രദേശ്, ഉത്തരാഖണ്ഡ് എന്നിങ്ങനെ 5 സംസ്ഥാനങ്ങളുടെ നിയമസഭകളിലേക്കു തിരഞ്ഞെടുപ്പ് നടക്കുന്ന ഘട്ടമാണിത്. കഴിഞ്ഞ തവണ ഗോവയിലും മണിപ്പൂരിലും ഉണ്ടായ അനുഭവം മുൻനിർത്തി ആയിരിക്കണം, ഇത്തവണത്തെ തങ്ങളുടെ സ്ഥാനാർത്ഥികളെ കൊണ്ട് കൂറുമാറില്ലെന്ന് പ്രതിജ്ഞയെടുപ്പിച്ചിരിക്കുകയാണ് കോൺഗ്രസ്. മതപരമായ ചടങ്ങു നടത്തിയും, ഭരണഘടനയിൽ കൈവെപ്പിച്ചും ഒക്കെയാണ് പ്രതിജ്ഞയെടുപ്പിക്കുന്നത്. ഇതാണ് വർഗീയതയെ എതിർക്കും എന്നും ദേശീയ തലത്തിലെ ബദലാണ് എന്നും പറയുന്നവരുടെ ദാരുണമായ അവസ്ഥ. മുൻപ് ഇങ്ങനെയൊക്കെത്തന്നെ ആണയിട്ടിട്ടുള്ളവരാണ് കോൺഗ്രസിൽ നിന്ന് ബി ജെ പിയിലേക്കു ചേക്കേറി സംസ്ഥാന മുഖ്യമന്ത്രിമാരും കേന്ദ്ര മന്ത്രിമാരും ഒക്കെ ആയിട്ടുള്ളവരിൽ പലരും. അത്രത്തോളം അപഹാസ്യരാ

യിരിക്കുകയാണ് ഇന്ന് കോൺഗ്രസ്.

ഇതേ കോൺഗ്രസിലെ ഏറ്റവുമുയർന്ന നേതാവാണ് 'ഹിന്ദുക്കൾ ഹിന്ദുത്വത്തെ തോൽപിക്കും' എന്നു പറയുന്നത്. അപ്പോൾ ഇവിടുത്തെ മുസ്ലീങ്ങൾക്കും ക്രിസ്ത്യാനികൾക്കും ഇതര മതസ്ഥർക്കും മതനിരപേക്ഷമായി ചിന്തിക്കുന്നവർക്കും രാജ്യത്തിന്റെ രാഷ്ട്രീയ ഭാവി നിർണ്ണയിക്കുന്നതിൽ ഒരു സ്ഥാനവും ഇല്ലെന്നല്ലേ അദ്ദേഹം പറയുന്നത്. ഇതാണ് മതനിരപേക്ഷതയുടെ സംരക്ഷകർ എന്നു പറഞ്ഞു നടക്കുന്നവരുടെ യഥാർത്ഥ മുഖം. ഗോവധം, മതപരിവർത്തനം, ബാബ്റി മസ്ജിദ്, അയോധ്യ രാമക്ഷേത്രം തുടങ്ങി അവരുടെ പൊയ്മുഖം അനാവരണം ചെയ്യുന്ന നിരവധി സംഭവങ്ങൾ സ്വതന്ത്ര ഇന്ത്യയുടെ ചരിത്രത്തിലുണ്ട്.

രാജ്യം ഭരിക്കുന്ന ബി ജെ പിക്ക് ആകട്ടെ രാജ്യത്തെ ഏറ്റവും വലിയ സംസ്ഥാനത്തു നടക്കുന്ന നിയമസഭാ തിരഞ്ഞെടുപ്പിൽ ജനങ്ങളോടു പറയാൻ തങ്ങളുടെ ഭരണ നേട്ടമായോ പ്രകടനപത്രികയിലെ വാഗ്ദാനമായോ ഒന്നും തന്നെയില്ല. അതുകൊണ്ട് ഭരണഘടന വിഭാവനം ചെയ്യുന്ന ഫെഡറൽ തത്വങ്ങളെ വെല്ലുവിളിച്ചുകൊണ്ട് അവിടുത്തെ മുഖ്യമന്ത്രി തന്നെ മറ്റ് സംസ്ഥാനങ്ങളെ കരിവാരി തേക്കുകയാണ്. വർഗീയ പരാമർശങ്ങൾ നടത്തുകയുമാണ്. യു പി യിലെ പോരാട്ടം 80 ശതമാനവും 20 ശതമാനവും തമ്മിൽ എന്നാണ് ഉത്തർപ്രദേശ് മുഖ്യമന്ത്രി പറഞ്ഞത്. അതായത്, 80 ശതമാനം വരുന്ന ഭൂരിപക്ഷ മതവിഭാഗവും 20 ശതമാനം വരുന്ന ന്യൂനപക്ഷ മതവിഭാഗങ്ങളും തമ്മിൽ.

പ്രകടനപത്രികയിലെ വിഷയങ്ങളുടെ പൂർത്തീകരണം സംബന്ധിച്ചും ഭരണ നേട്ടങ്ങളെ സംബന്ധിച്ചും ഒന്നുംതന്നെ ചൂണ്ടിക്കാട്ടാൻ കഴിയാത്തതിനാലാണ് അവർ ഇത്തരത്തിൽ വർഗീയ ചേരിതിരിവുണ്ടാക്കുന്നത്. ഇതേ രീതിയിൽത്തന്നെ 2019 ലെ പൊതു തിരഞ്ഞെടുപ്പിലും 2014 മുതലുള്ള അഞ്ചു വർഷത്തെ ഭരണനേട്ടങ്ങളെക്കുറിച്ചൊന്നും തന്നെ പറയാൻ അവർക്ക് ഇല്ലായിരുന്നു. അതുകൊണ്ട് വിദേശ ശത്രുക്കളെക്കുറിച്ചും ആഭ്യന്തര ശത്രുക്കളെക്കുറിച്ചും ഒക്കെയാണ് അന്നവർ സംസാരിച്ചത്. ഇത് ബി ജെ പിയുടെ സ്ഥിരം തിരഞ്ഞെടുപ്പു തന്ത്രമായി മാറിയിരിക്കുകയാണ്.

ഉത്തർപ്രദേശ് മുഖ്യമന്ത്രി കടന്നാക്രമിച്ചത് കേരളത്തെയാണ്. ഒന്നല്ല, രണ്ടു തവണ. എന്നാൽ സംഘപരിവാർ രാഷ്ട്രീയമായി ആക്രമിക്കുന്ന കേരളത്തിന്റെ ചില മാതൃകകൾ അവർ ദേശീയ തലത്തിൽ ഏറ്റെടുത്ത് നടപ്പാക്കുകയാണ്. അത് ഇത്തവണത്തെ കേന്ദ്ര ബജറ്റിൽ നിന്നു തന്നെ വ്യക്തമാണ്. കംപ്ലയൻസ് ബർഡൻ കുറയ്ക്കാനായി നടപടികൾ സ്വീകരിക്കുമെന്നും ഡിജിറ്റലൈസേഷൻ നടപ്പാക്കുമെന്നും ബജറ്റിൽ പറഞ്ഞു. സർട്ടിഫിക്കറ്റുകൾ ഒഴിവാക്കിയും എം-സേവനം നടപ്പാക്കിയും ഈ നടപടികൾ നേരത്തെതന്നെ കേരള സർക്കാർ ആരംഭിച്ചു കഴിഞ്ഞവയാണ്. അതുപോലെതന്നെ, ഗ്രാമങ്ങൾക്ക് ഇന്റർനെറ്റ് ലഭ്യ

മാക്കാൻ ഒപ്റ്റിക്കൽ ഫൈബർ നെറ്റ്‌വർക്ക് കേന്ദ്ര ബജറ്റിൽ പ്രഖ്യാപിച്ചു. ഇന്റർനെറ്റ് അവകാശമായി പ്രഖ്യാപിച്ച കേരള സർക്കാരിന്റെ കെ-ഫോൺ പദ്ധതിയാണ് ഇതിന്റെ മാതൃക എന്നത് എല്ലാവരും അംഗീകരിക്കുന്ന വസ്തുതയാണ്. ഡിജിറ്റൽ വിദ്യാഭ്യാസ രംഗത്തും കേരളം തന്നെയാണ് കേന്ദ്ര സർക്കാരിനു മാതൃകയായത്.

നാഷണൽ ഇൻഫ്രാസ്ട്രക്ചർ ബാങ്ക് പ്രവർത്തനമാരംഭിച്ചിട്ടുണ്ടെന്ന് ബജറ്റിൽ പ്രഖ്യാപിച്ചു. ബജറ്റിലെ വിഭവങ്ങൾക്കു പുറമെ പശ്ചാത്തല സൗകര്യ വികസനത്തിനുള്ള ധനസമാഹരണമാണ് ഇതിലൂടെ ലക്ഷ്യമിടുന്നത്. കേരള സർക്കാർ 2016 ൽ തന്നെ ഈ ലക്ഷ്യത്തോടെയാണ് കിഫ്ബി പുനഃസംഘടിപ്പിച്ചത്. അതിന്റെ ഫലമായാണ് കഴിഞ്ഞ സർക്കാരിന്റെ കാലത്ത് 62,500 കോടി രൂപയുടെ വികസന പദ്ധതികൾ ഏറ്റെടുക്കാൻ കഴിഞ്ഞത്. കേരളം മുന്നോട്ടുവെച്ച് നടപ്പാക്കിവരുന്ന കാര്യങ്ങൾ കേന്ദ്ര ബജറ്റിൽ പ്രഖ്യാപിച്ചു എന്നത് കേരളം പിന്തുടരുന്ന ബദൽ നയങ്ങൾക്കുള്ള അംഗീകാരമാണ്. കേരളത്തിലെ ഇടതുപക്ഷ ജനാധിപത്യ മുന്നണി സർക്കാരിന്റെ നയങ്ങളെ അന്ധമായി എതിർക്കുന്നവർ ഇതുകൂടി കാണേണ്ടതുണ്ട്.

എന്നാൽ, ഇതേ ബജറ്റിൽ തന്നെ തങ്ങൾ എത്രമാത്രം ജനവിരുദ്ധരാണ് എന്നുകൂടി ബി ജെ പി സർക്കാർ തെളിയിച്ചിട്ടുണ്ട്. അതുകൊണ്ടാണ് ജനങ്ങളുടെ ദുരിതത്തിനിടയാക്കിയ ആഗോളവൽക്കരണ സാമ്പത്തിക നയങ്ങൾ കൂടുതൽ ശക്തിപ്പെടുത്തിക്കൊണ്ട് മുമ്പോട്ടുപോകുമെന്നതിന്റെ സൂചനകൾ ബജറ്റിൽ ഉള്ളത്. റെയിൽവേ, വ്യോമഗതാഗതം എന്നിവ അടക്കമുള്ള മേഖലകളിലെ ഡിസ്ഇൻവെസ്റ്റ്മെന്റ് നവ ഉദാരവൽക്കരണ നയം കൂടുതൽ ശക്തമായി തുടരുമെന്നതിന്റെ വ്യക്തമാക്കലാണ്. സാധാരണക്കാരുടെയും അടിസ്ഥാന ജനവിഭാഗങ്ങളുടെയും പ്രശ്നങ്ങൾക്കു നേർക്ക് തീർത്തും നിഷേധാത്മകമായ സമീപനമാണ് ബജറ്റിൽ സ്വീകരിച്ചത്. ഇ.പി.എഫ് മിനിമം പെൻഷൻ വർദ്ധിപ്പിക്കണമെന്ന ആവശ്യം അംഗീകരിക്കാത്തതിലും ഗ്രാമീണ തൊഴിലുറപ്പു പദ്ധതി കാലത്തിനൊത്ത് നവീകരിച്ച് ശക്തിപ്പെടുത്താത്തതിലും അവശ വിഭാഗ പെൻഷൻ വർദ്ധിപ്പിക്കുകയോ വ്യാപിപ്പിക്കുകയോ ചെയ്യാത്തതിലും എല്ലാം കേന്ദ്രത്തിന്റെ മനുഷ്യത്വരഹിതമായ മനോഭാവമാണ് പ്രകടമാകുന്നത്.

സാമ്പത്തിക സർവേയിലൂടെ വ്യക്തമായത് മൂന്ന് പതിറ്റാണ്ടുകാലത്തെ ഏറ്റവും വലിയ വിലക്കയറ്റം ഉണ്ടാവുകയാണ് രാജ്യത്ത് എന്നാണ്. ജനങ്ങളുടെ കൈവശം പണം എത്തിച്ചാൽ മാത്രമേ ഇതിനെ നേരിടാനാകൂ എന്നു വ്യത്യസ്ത ചിന്താഗതികൾ ഉള്ള സാമ്പത്തിക വിദഗ്ധർ വരെ അഭിപ്രായപ്പെട്ടതാണ്. എന്നാൽ ആ വഴിക്കുള്ള ഒരു നീക്കവും കേന്ദ്ര ബജറ്റിൽ ഉണ്ടായില്ല. കോവിഡ് കാലത്ത്, അസമത്വം വലി

യ തോതിൽ വർദ്ധിച്ചു. ആ വിടവ് നികത്തണമെങ്കിൽ ദുർബല – നിസ്വ ജനവിഭാഗങ്ങളിൽ സാമ്പത്തിക സഹായം എത്തണം. എന്നാൽ ആ വഴിക്കുള്ള നീക്കവുമുണ്ടായില്ല. കാർഷികമേഖല, ഭക്ഷ്യസബ്സിഡി, ഗ്രാമീണ തൊഴിൽ പദ്ധതി, കോവിഡ് പ്രതിരോധം എന്നിവയ്ക്കൊക്കെ പോയവർഷത്തെ കേന്ദ്ര ബജറ്റിൽ ഉണ്ടായിരുന്ന വിഹിതം പോലും ഇല്ല എന്നതിൽ നിന്നുതന്നെ വ്യക്തമാണ് എത്രത്തോളം ജനദ്രോഹപരമാണ് ബി ജെ പി സർക്കാർ എന്നത്.

വിദ്യാഭ്യാസ സമ്പ്രദായത്തെ വർഗീയവൽക്കരിക്കുക എന്നതാണ് ബി ജെ പിയുടെ നയം. അതിനായി പാഠപുസ്തകങ്ങളെ അടക്കം വിദ്വേഷപ്രചാരണത്തിനുള്ള ഉപാധിയായി ഉപയോഗിക്കുന്നു. ജെ എൻ യു പോലെയുള്ള സർവകലാശാലകളുടെ തലപ്പത്ത് ഗോഡ്സെയെ ആരാധിക്കുന്ന ഒരാളെ നിയമിക്കുക വഴി നൽകുന്ന സന്ദേശം സുവ്യക്തമാണ്. പൊതുവിദ്യാഭ്യാസ രംഗത്തുനിന്നുള്ള കേന്ദ്ര സർക്കാരിന്റെ പിന്മാറ്റം ഗൗരവത്തോടെ കാണേണ്ട ഒന്നാണ്. വിവിധ വിദ്യാഭ്യാസ കമ്മീഷനുകൾ ആവശ്യപ്പെട്ട പ്രകാരം വിദ്യാഭ്യാസത്തിനുള്ള വിഹിതം വർദ്ധിപ്പിക്കുകയല്ല, മറിച്ച്, വെട്ടിച്ചുരുക്കുകയാണ് കേന്ദ്ര സർക്കാർ ചെയ്തത്.

ഉച്ച ഭക്ഷണ പദ്ധതിക്കുള്ള വിഹിതമടക്കം വെട്ടിച്ചുരുക്കിയിരിക്കുന്നു. അതുവഴി പോഷകാഹാരക്കുറവ് ഏറ്റവുമധികമുള്ള രാജ്യത്തെ കുട്ടികളോടു പോലും നിഷേധാത്മക സമീപനം സ്വീകരിച്ചിരിക്കുന്നു. പൊതുവിദ്യാഭ്യാസത്തെയും ഉന്നതവിദ്യാഭ്യാസത്തെയും കോർപ്പറേറ്റ് താൽപര്യങ്ങൾക്ക് തീറെഴുതുകയാണ്. വിപണിയുടെ ആവശ്യത്തിനനുസരിച്ച് മാത്രം വിദ്യാഭ്യാസം നൽകുക എന്ന കാഴ്ചപ്പാട് പിന്തുടരുന്നതു വഴി പൊതുവിദ്യാഭ്യാസത്തിന്റെ അന്തഃസത്തയെ തന്നെ ചോർത്തിക്കളയുകയാണ് ചെയ്യുന്നത്.

ഇന്ത്യൻ സമ്പദ്വ്യവസ്ഥയുടെ ഏറ്റവും വലിയ ഭാഗം കയ്യാളുന്ന ഒന്നാണ് കാർഷിക മേഖല. കർഷകരുടെ കൂട്ടായ ചെറുത്തുനിൽപ്പുകളുടെയും ചില സംസ്ഥാനങ്ങളുടെ സംയുക്തമായ നിലപാടുകളുടെയും ഫലമായി കാർഷിക മേഖലയിലേക്ക് കോർപ്പറേറ്റുകളെ ആനയിക്കാനുള്ള ശ്രമങ്ങൾ ഒരു പരിധിവരെ പ്രതിരോധിക്കാനായിട്ടുണ്ട്. എന്നാൽ, അതേത്തുടർന്ന് കാർഷിക രംഗത്തെ സാമ്പത്തിക ക്രയവിക്രയങ്ങൾ ദേശസാത്കൃത ബാങ്കുകളുടെ പക്കൽനിന്നും എടുത്തുമാറ്റി കോർപ്പറേറ്റുകൾക്കു യാതൊരു മാനദണ്ഡവുമില്ലാതെ തീറെഴുതുകയാണ് കേന്ദ്ര സർക്കാർ ചെയ്തത്.

സഹകരണമേഖലയോടുള്ള കേന്ദ്രത്തിന്റെ സമീപനവും പ്രതിലോമകരമാണ്. കൂണുപോലെ മുളച്ചുപൊന്തുന്ന സ്വകാര്യ ഫിനാൻസ് കമ്പനികൾക്കുപോലും വലിയ പ്രചാരണം നൽകുന്ന കേന്ദ്ര സർക്കാർ സഹകരണ മേഖലയെ തകർക്കുക വഴി സാധാരണക്കാരന്റെ സാമ്പ

ത്തിക അടിത്തറ ഇളക്കുവാനാണ് ശ്രമിക്കുന്നത്. സംസ്ഥാനത്തിന്റെ അധികാരപരിധിയിൽ വരുന്ന സഹകരണ മേഖലയിലേക്കു കൈകടത്താനായി കേന്ദ്ര തലത്തിൽ സഹകരണ മന്ത്രാലയം രൂപീകരിച്ചിരിക്കുകയാണ്. ദേശസാൽകൃത ബാങ്കുകളുടെ പണം സ്വന്തം കീശയിലാക്കാൻ സ്വകാര്യ കുത്തകകൾക്കു സൗകര്യമൊരുക്കിയവർ, സമാനമായ ഉദ്ദേശ്യത്തോടെ നമ്മുടെ സഹകരണ മേഖലയിലുള്ള സാധാരണക്കാരുടെയും പാവപ്പെട്ടവരുടെയും പണം അപഹരിക്കാൻ ശ്രമിക്കുകയാണ് എന്നതാണ് രാജ്യത്തെ ജനങ്ങളുടെ പൊതുവായ ആശങ്ക.

ജനാധിപത്യ സങ്കൽപത്തിന്റെ ഒരു പ്രധാന ഭാഗമായാണ് മാധ്യമങ്ങൾ വിലയിരുത്തപ്പെടുന്നത്. എന്നാൽ, മാധ്യമങ്ങളുടെ നാവടപ്പിക്കുവാൻ ഉരുക്കു മുഷ്ടി പ്രയോഗിക്കുകയാണ് കേന്ദ്രം. മാധ്യമങ്ങളുടെ ഓഫീസുകൾ അടച്ചുപൂട്ടിയും കേന്ദ്ര ഏജൻസികളെ കൊണ്ട് ഭീഷണിപ്പെടുത്തിയും മാധ്യമ പ്രവർത്തകരെ രാജ്യദ്രോഹ കുറ്റം ചുമത്തി ജയിലുകളിലടച്ചും മാധ്യമങ്ങളെ നിശബ്ദരാക്കുന്നു. ഇതിനെതിരെ വലിയ പ്രതിഷേധം ഉയർന്നുവരേണ്ടത് മാധ്യമ രംഗത്തു നിന്നുതന്നെയാണ്. എന്നാൽ, ബി ജെ പിയെ വിമർശിക്കാൻ പല മാധ്യമങ്ങളും മാധ്യമ പ്രവർത്തകരും ഭയക്കുന്നു. അടിയന്തരാവസ്ഥയുടെ കാലത്ത് വെട്ടുകിളി ശല്യത്തെക്കുറിച്ച് ലേഖനമെഴുതി പ്രസിദ്ധീകരിച്ച മാധ്യമ സംസ്കാരത്തെയാണ് ഇന്നത്തെ മിക്ക മാധ്യമങ്ങളും ഓർമ്മിപ്പിക്കുന്നത്.

മാധ്യമങ്ങളെ ചൊൽപ്പടിക്ക് നിർത്തുന്നതിൽ ബി ജെ പിക്കു വഴികാട്ടിയായി കോൺഗ്രസ് വർത്തിച്ചതുപോലെ തന്നെയാണ്, നവ ഉദാരവൽക്കരണ നയങ്ങളുടെ കാര്യത്തിലായാലും വർഗീയതയെ പ്രോത്സാഹിപ്പിക്കുന്നതിലായാലും അവർ നിലകൊണ്ടിട്ടുള്ളത്. പൊതുസംരംഭങ്ങളെ ക്ഷയിപ്പിക്കുന്ന നയം ആരംഭിച്ചത് കോൺഗ്രസാണ്. ബി ജെ പി ഇപ്പോൾ അവയെയാകെ വിൽക്കുന്നു. ബാബ്റി മസ്ജിദിൽ ശിലാന്യാസ് നടത്താൻ അനുവദിച്ചതും മസ്ജിദ് പൊളിക്കാൻ വേണ്ട സാഹചര്യമൊരുക്കിയതും കോൺഗ്രസാണ്. അവിടെയാണ് ഇപ്പോൾ ബി ജെ പി ക്ഷേത്രം പണിയുന്നത്. സാമൂഹിക മേഖലകളിൽ നിന്നുള്ള സർക്കാർ പിന്മാറ്റം ആരംഭിച്ചത് കോൺഗ്രസാണ്. ഇപ്പോൾ ബി ജെ പി അവയിൽ സർക്കാർ ഇടപെടേണ്ടതേയില്ല എന്ന നില സ്വീകരിക്കുന്നു. ദേശവിരുദ്ധ വ്യാപാര കരാറുകളിൽ ഏർപ്പെട്ടു തുടങ്ങിയത് കോൺഗ്രസാണ്. ഇപ്പോൾ ബി ജെ പി എല്ലാ മേഖലകളെയും കുത്തകകൾക്കായി വിട്ടുകൊടുക്കുന്നു.

ഈ വിധത്തിൽ കോൺഗ്രസും ബി ജെ പിയും ഒരേ നാണയത്തിന്റെ രണ്ടു വശങ്ങളായി നിലകൊള്ളുന്നു. അതുകൊണ്ടാണ് കോൺഗ്രസ് ബി ജെ പിക്ക് ബദലല്ല എന്ന് സി പി ഐ (എം) പറയുന്നത്. ഇവ രണ്ടിനോടും എതിർത്തുനിന്ന് സംസ്ഥാനങ്ങളെ ശാക്തീകരിക്കാനും കർഷകരുടെയും തൊഴിലാളികളുടെയും അവകാശങ്ങളെ പരിമിതമായാണെ

ങ്കിൽ പോലും സംരക്ഷിക്കാനും നിലകൊള്ളുന്നത് പ്രാദേശിക കക്ഷി കളാണ്. പലയിടത്തും മതനിരപേക്ഷ കക്ഷികളുടെ വളർച്ച ഉണ്ടാവു ന്നുമുണ്ട്. ഇതൊക്കെ ശുഭോദർക്കമാണ്. മാറ്റത്തിന്റെ ചാലക ശക്തിക ളാണ്.

പൗരത്വ നിയമഭേദഗതി മുതൽ ദേശീയ പൗരത്വ രജിസ്റ്റർ വരെ, കർഷക നിയമങ്ങൾ മുതൽ തൊഴിൽ നിയമങ്ങൾ വരെ, സഹകരണ മന്ത്രാലയം മുതൽ കേന്ദ്ര വൈദ്യുതി ബില്ലുകൾ വരെ ഇന്ത്യയിലെ ജനതയുടെയും സംസ്ഥാനങ്ങളുടെയും അവകാശങ്ങൾക്കുമേൽ ഒന്നി നുപുറകെ ഒന്നായി കൈകടത്തലുകൾ നടത്തുകയാണ് ബി ജെ പിയും ആർ എസ് എസും. സ്ത്രീകളുടെ സ്വാതന്ത്ര്യത്തെ ഹനിക്കുകയുമാണ്. അവയെ പ്രതിരോധിക്കാൻ കഴിയണം. കർഷകരുടെയും തൊഴിലാളി കളുടെയും നിസ്വവിഭാഗങ്ങളുടെയും സംസ്ഥാനങ്ങളുടെയുമൊക്കെ അ വകാശങ്ങൾ സംരക്ഷിക്കാൻ കഴിയണം. ഇന്ത്യൻ ഭരണഘടനയെയും അതിലെ ഫെഡറൽ സത്തകളെയും നമ്മുടെ മതനിരപേക്ഷതയെയും ഉയർത്തിപ്പിടിക്കണം. അതിനുള്ള കരുത്തു പകരുന്ന ഒന്നായി ഈ സമ്മേ ളനം മാറണം.

നവകേരള നിർമിതിക്കായി നൂതനമായ കാഴ്ചപ്പാട്

ഇരുപത്തഞ്ച് വർഷം കൊണ്ട് കേരളത്തിന്റെ മുഖച്ഛായ മാറ്റാനുതകുന്ന വിധത്തിൽ നവകേരള നിർമ്മിതിക്കുള്ള അടിസ്ഥാന രേഖ ചർച്ച ചെയ്ത് അംഗീകരിച്ച സി പി ഐ എമ്മിന്റെ സംസ്ഥാന സമ്മേളനമാണ് കഴിഞ്ഞ ആഴ്ച സമാപിച്ചത്. ഇത് 1956 ലെ തൃശൂർ സമ്മേളനത്തിൽ വച്ച് അംഗീകരിച്ച രേഖയെപ്പോലെ നിർണ്ണായകമായ ഒന്നാണ്. 66 വർഷത്തിനു ശേഷം ആദ്യമായാണ് പാർട്ടി കേരളത്തിന്റെ ഭാവി നിർണ്ണയിക്കാനുതകുന്ന വിധത്തിൽ ഇത്തരത്തിലൊരു രേഖ മുന്നോട്ടുവെക്കുന്നത്. അത് ഇടതുപക്ഷ ജനാധിപത്യ മുന്നണിയിലും പൊതുസമൂഹത്തിലും അവതരിപ്പിക്കുകയും ചർച്ച ചെയ്യുകയുകയും ചെയ്യും.

നവ ഉദാരവത്ക്കരണ സാമ്പത്തിക നയങ്ങൾ കൂടുതൽ കരുത്തോടെ ജീവിതത്തിന്റെ സമസ്ത മേഖലകളെയും വരിഞ്ഞു മുറുക്കുന്ന ഒരു കാലഘട്ടത്തിലാണ് നാം ജീവിക്കുന്നത്. ഈ കാലഘട്ടത്തിൽ സോഷ്യലിസ്റ്റ് വ്യവസ്ഥയ്ക്കു പുറത്ത് നിലനിൽക്കുന്ന ജനാധിപത്യ സംവിധാനത്തിൽ പ്രവർത്തിക്കുന്ന ഒരു ഇടതുപക്ഷ സർക്കാരിന് എന്ത് ബദൽ നയമാണ് അവതരിപ്പിക്കാനുള്ളത് എന്ന ചർച്ചകളുണ്ടാകുന്നുണ്ട്. കഴിഞ്ഞ എൽ ഡി എഫ് സർക്കാരിന്റെ കാലത്ത് വ്യക്തമായ ഒരു ബദൽ കാഴ്ചപ്പാട് ഉയർത്തിക്കാട്ടാൻ നമുക്കായി. ഒരേസമയം വൻകിട പദ്ധതികളും സാമൂഹ്യക്ഷേമ പദ്ധതികളും നമ്മൾ നടപ്പാക്കി. അതിൽനിന്നും ഇടതുപക്ഷം ആർജ്ജിച്ച വിശ്വാസം തുടർഭരണം നൽകാൻ പൊതുജനങ്ങളെ പ്രേരിപ്പിച്ചു. ഈയവസരത്തിൽ വരുംകാലത്തെ കേരളത്തെ എങ്ങനെയാണ് കമ്യൂണിസ്റ്റ് പാർടി വിഭാവനം ചെയ്യുന്നതെന്ന ആകാംക്ഷ പല കോണുകളിലുമുണ്ട്. ഈ ആകാംക്ഷകൾക്ക് മറുപടിയായി മാറുകയാണ് സി പി ഐ എമ്മിന്റെ സംസ്ഥാന സമ്മേളനത്തിന്റെ ഭാഗ

മായി അവതരിപ്പിക്കപ്പെട്ട നവകേരളത്തിനായുള്ള കാഴ്ചപ്പാട് ഉയർത്തുന്ന പ്രമേയം.

വികസനരംഗത്തെ ദൗർബല്യങ്ങളെ മറികടന്നുകൊണ്ട് സാമ്പത്തിക വളർച്ചയിലും സാമൂഹ്യനീതിയിലും ഒരേസമയം രാജ്യത്തെ ഏറ്റവും മികച്ച സംസ്ഥാനമാക്കുക എന്ന ലക്ഷ്യമാണ് ഈ പ്രമേയം മുന്നോട്ടു വയ്ക്കുന്നത്. അതോടൊപ്പം ദേശീയതലത്തിലും സാർവദേശീയ തലത്തിലും ജനങ്ങൾക്കു മുമ്പാകെ ഒരു ബദൽ വികസന മാതൃക അവതരിപ്പിക്കുന്നതിന് ഇടതുപക്ഷത്തെയും അത് നേതൃത്വം നൽകുന്ന സർക്കാരുകളെയും പ്രാപ്തമാക്കുക എന്ന ലക്ഷ്യവും ഈ കാഴ്ചപ്പാടിനുണ്ട്.

പ്രധാനമായും നാല് ഭാഗങ്ങളായാണ് രേഖ തയ്യാറാക്കിയിരിക്കുന്നത്. ഒന്നാം ഭാഗത്തിൽ കേരള വികസനത്തിനായി അവിഭക്ത കമ്യൂണിസ്റ്റ് പാർട്ടിയും സി പി ഐ എമ്മും നടത്തിയ ഇടപെടലുകളാണ് സൂചിപ്പിച്ചിരിക്കുന്നത്. മാറുന്ന കാലത്തിനനുസരിച്ച് രൂപപ്പെടുത്തിയ കാഴ്ചപ്പാടുകൾ കേരള വികസനത്തിൽ ഉൾച്ചേർക്കുന്നതിനായി കഴിഞ്ഞ സർക്കാർ നടത്തിയ ഇടപെടലുകളാണ് രണ്ടാം ഭാഗത്തിലെ പ്രതിപാദ്യം. കമ്യൂണിസ്റ്റ് പാർട്ടി വിഭാവനം ചെയ്യുന്ന തരത്തിലുള്ള നവകേരള സൃഷ്ടിക്കായി ഇനിയും നാം ഏറ്റെടുക്കേണ്ട പ്രവർത്തനങ്ങളും മറികടക്കേണ്ട വെല്ലുവിളികളുമാണ് മൂന്നാം ഭാഗത്തിൽ ഉൾപ്പെടുത്തിയിരിക്കുന്നത്. ഈ വികസന പരിപ്രേക്ഷ്യം യാഥാർത്ഥ്യമാക്കുന്നതിൽ സി പി ഐ എമ്മിന് നിർവ്വഹിക്കാനുള്ള കടമകളെക്കുറിച്ചാണ് നാലാം ഭാഗം സൂചിപ്പിക്കുന്നത്.

കേരള വികസനവും കമ്യൂണിസ്റ്റ് പാർടിയും

കേരളത്തിലെ ആദ്യ പാർടി ഘടകം രൂപീകരിച്ച ശേഷം 85 വർഷങ്ങൾ പിന്നിട്ടിരിക്കുന്നു. ഈ എട്ടര പതിറ്റാണ്ടു കാലം കേരളത്തിന്റെ വികസനം ലക്ഷ്യംവച്ചുകൊണ്ട് പാർട്ടി നടത്തിയ ഇടപെടലുകളാണ് ഇന്ന് നാം പല മേഖലകളിലും കാണുന്ന മുന്നേറ്റത്തിനും വളർച്ചയ്ക്കും ഹേതുവായത്. ഐക്യകേരളത്തിന്റെ പിറവിക്കു മുമ്പുതന്നെ മലബാർ ടെനൻസി എൻക്വയറി കമ്മിറ്റിയുടെ നിഗമനങ്ങളോട് ഇ എം എസ് എഴുതിയ വിയോജനക്കുറിപ്പ് കേരള വികസനത്തിൽ കമ്യൂണിസ്റ്റ് പാർട്ടിയുടെ കാഴ്ചപ്പാട് വ്യക്തമാക്കുന്ന ഒന്നായിരുന്നു. ചൂഷണം അവസാനിപ്പിച്ചുകൊണ്ട് കൃഷിഭൂമിയുടെ സമതുലിതമായ വിതരണം ഉണ്ടാകണമെന്ന് ഈ വിയോജനക്കുറിപ്പിൽ ഇ എം എസ് രേഖപ്പെടുത്തി. ഭൂപരിഷ്ക്കരണം നടപ്പാക്കിയതിന്റെ അടിസ്ഥാനമായത് ഈ നയം തന്നെയായിരുന്നു.

1956 ജൂൺ 22, 23, 24 തീയതികളിൽ തൃശ്ശൂരിൽ വച്ചുനടന്ന കമ്യൂണിസ്റ്റ് പാർടിയുടെ സമ്മേളനത്തിൽ പുതിയ കേരളം പടുത്തുയർത്താൻ കമ്യൂണിസ്റ്റ് പാർടിയുടെ നിർദ്ദേശം എന്ന പ്രമേയം അംഗീകരിക്കപ്പെട്ടിരുന്നു. ഔദ്യോഗികമായി കേരള സംസ്ഥാനം രൂപപ്പെടുന്നതിനു മുമ്പാ

യിരുന്നു ഇത്. പാർടി അംഗീകരിച്ച ഈ രേഖയാണ് 1957 ലെ ഒന്നാമത്തെ തിരഞ്ഞെടുപ്പിൽ കമ്യൂണിസ്റ്റ് പാർടിയുടെ പ്രകടന പത്രികയായി മാറിയത്. ആ തിരഞ്ഞെടുപ്പിൽ പാർടിക്കുണ്ടായ വിജയം ഈ പ്രകടന പത്രികയ്ക്കുള്ള അംഗീകാരം കൂടിയായിരുന്നു. പൊതുവിദ്യാഭ്യാസം, ആരോഗ്യരക്ഷാ സൗകര്യങ്ങൾ എന്നിവ വികസിപ്പിക്കുന്നതിനും കൂലിയും കൃഷിഭൂമിയും ഉറപ്പാക്കുന്നതിനുമുള്ള കാഴ്ചപ്പാട് ഈ പ്രകടന പത്രിക ഉയർത്തിപ്പിടിച്ചു. കമ്യൂണിസ്റ്റ് വ്യവസ്ഥ കെട്ടിപ്പടുക്കുക എന്നതല്ല ഈ സർക്കാരിന്റെ ലക്ഷ്യമെന്ന് അന്നുതന്നെ ഇ എം എസ് ജനങ്ങളോട് പറഞ്ഞു. മറിച്ച്, ജനോപകാരപ്രദമായ പദ്ധതികൾ ആവിഷ്ക്കരിക്കുന്നതിനാണ് ആ സർക്കാർ പ്രാധാന്യം നൽകിയത്. ഇത്തരത്തിൽ അടിസ്ഥാന ജനവിഭാഗങ്ങളുടെ ഉയർച്ച പ്രമാണിവർഗത്തെ അസ്വസ്ഥരാക്കുകയും അവർ ആ സർക്കാരിനെ അട്ടിമറിക്കുകയും ചെയ്തു. പിന്നീട്, പാർടി അധികാരത്തിൽ എത്തുന്നത് 1967 ലാണ്.

1967 ലെ 'പുതിയ പരിതഃസ്ഥിതികളും കടമകളും' എന്ന കേന്ദ്രകമ്മിറ്റി പ്രമേയം സംസ്ഥാന സർക്കാരുകളെ ജനങ്ങൾക്ക് സമാശ്വാസം നൽകുന്നതിനുള്ള ഉപാധിയായി മുന്നോട്ടുവച്ചു. ആസൂത്രണത്തിനു അവധികൊടുത്ത കേന്ദ്രസർക്കാരിന്റെ നയങ്ങൾക്കു പകരമായി ബദൽ ആസൂത്രണ രേഖ അവതരിപ്പിക്കുന്ന സാഹചര്യവും ഉണ്ടായി. 1967 ൽ സർക്കാർ കൊണ്ടുവന്ന ഭൂപരിഷ്ക്കരണ നിയമവും പാർടിയുടെ നേതൃത്വത്തിൽ നടത്തിയ മിച്ചഭൂമി സമരവും കാർഷികരംഗത്തെ ഇടപെടലിന്റെ ദൃഷ്ടാന്തമായിരുന്നു.

1980 ൽ അധികാരത്തിൽ വന്ന എൽഡിഎഫ് സർക്കാരിന്റെ കാലത്താണ് ക്ഷേമപദ്ധതികളുടെ കാര്യത്തിൽ വലിയൊരു കാൽവെയ്പ്പ് നടത്താൻ നമുക്കായത്. കർഷക തൊഴിലാളികൾക്ക് പെൻഷൻ ഏർപ്പെടുത്തിയത് ഈ കാലത്താണ്. ഇതിന്റെ ചുവടുപിടിച്ച് തുടർന്നുവന്ന ഇടതുപക്ഷ സർക്കാരുകൾ എല്ലാ വിഭാഗങ്ങൾക്കും ക്ഷേമനിധിയും പെൻഷനും ഏർപ്പെടുത്താനുള്ള നടപടികൾ കൈക്കൊണ്ടു. ക്ഷേമപ്രവർത്തനങ്ങളിലൂടെ പാവപ്പെട്ടവന്റെ ജീവിതത്തെ മുന്നോട്ടു കൊണ്ടുപോകുന്നതിനുള്ള ഇടപെടലായിരുന്നു 1980 കൾക്കുശേഷം ഭരണത്തിൽ വന്ന ഇടതുപക്ഷ സർക്കാരുകൾ നടത്തിയത്.

ആഗോളവത്ക്കരണത്തിന്റെ കാലത്ത് പാർട്ടി പരിപാടികൾ കാലോചിതമായി പരിഷ്ക്കരിക്കപ്പെട്ടു. 2005 ൽ ഡൽഹിയിൽ ചേർന്ന 18-ാം പാർടി കോൺഗ്രസ്സിലാണ് ഇതു സംബന്ധിച്ച സുപ്രധാനമായ ചർച്ചകൾ ഉണ്ടായത്. ഉദാരവത്ക്കരണ ഘട്ടം ആരംഭിച്ചശേഷം ഇടതുപക്ഷ നേതൃത്വത്തിലുള്ള സർക്കാരുകൾ വലിയ ഞെരുക്കത്തിലൂടെയാണ് കടന്നുപോയത്. അതുകൊണ്ടുതന്നെ വിവിധ മേഖലകളിൽ ഉണ്ടായ ബദൽ നയങ്ങൾ എത്രത്തോളം പ്രയോഗത്തിൽ വരുത്താൻ കഴിഞ്ഞുവെന്നുള്ള പരിശോധനകൾ ഇതിനെത്തുടർന്നുണ്ടായി. ആഗോളവത്കരണത്തിന്റെ കാലത്ത് പൊതുമേഖലയോടും സ്വകാര്യമേഖലയോടും സ്വീ

കരിക്കേണ്ട നയങ്ങൾ സംബന്ധിച്ച കാഴ്ചപ്പാട് കൂടുതൽ വ്യക്തമാകുന്നത് ഈ കാലഘട്ടത്തിലാണ്.

കഴിഞ്ഞ സർക്കാരിന്റെ വികസന നയം

2016 ൽ കേരളത്തിൽ ഇടതുപക്ഷ ജനാധിപത്യ മുന്നണി അധികാരത്തിലെത്തിയത് വലിയ രാഷ്ട്രീയ പോരാട്ടത്തിലൂടെയാണ്. കേന്ദ്രത്തിൽ അധികാരത്തിലിരുന്ന വർഗീയ ഫാസിസ്റ്റ് ചായ്‌വുള്ള ബി ജെ പി സർക്കാർ ഇടതുപക്ഷത്തെയും തൊഴിലാളി പ്രസ്ഥാനങ്ങളെയും ദുർബലപ്പെടുത്തി, കോർപ്പറേറ്റ് വർഗീയ അനുകൂല കാഴ്ചപ്പാട് രൂപപ്പെടുത്താൻ ശ്രമിക്കുന്ന കാലത്താണ് കേരളത്തിൽ ഇടതുപക്ഷം അധികാരത്തിലെത്തിയത്. രാജ്യത്തെ വംശീയ ചേരികളായി വിഭജിച്ച് ഭരിക്കാൻ ശ്രമിച്ചവർക്കുള്ള മറുപടി കൂടിയായിരുന്നു ആ തിരഞ്ഞെടുപ്പ് ഫലം. ആ ഘട്ടത്തിൽ ആഗോളവത്ക്കരണ നയങ്ങൾക്ക് ബദൽ മാതൃക ചൂണ്ടിക്കാട്ടുന്നതോടൊപ്പം കേരളവികസനത്തിന്റെ ദൗർബല്യങ്ങളെ ഇല്ലായ്മ ചെയ്യുന്നതിനുള്ള ഒരു കാഴ്ചപ്പാടു കൂടിയാണ് നാം മുന്നോട്ടുവച്ചത്. പ്രകടന പത്രികയുടെ ആമുഖത്തിൽ തന്നെ ഇക്കാര്യം വ്യക്തമാക്കുകയും ചെയ്തു. അങ്ങനെ പ്രകടനപത്രികയിൽ മുന്നോട്ടുവച്ച 600 ഇന പ്രവർത്തന പദ്ധതിയിൽ 580 എണ്ണവും പൂർത്തിയാക്കാൻ കഴിഞ്ഞു. ഇതിനു പുറമെ അതതു കാലഘട്ടത്തിൽ ഉയർന്നുവന്ന പ്രശ്നങ്ങളെ മനസ്സിലാക്കി ഇടപെടുന്ന സമീപനവും സർക്കാരിൽ നിന്നുണ്ടായി. പ്രകൃതിദുരന്തങ്ങളെയും മഹാമാരികളെയും നാം കാര്യക്ഷമമായി തന്നെ നേരിട്ടത് ഇതിനുദാഹരണമാണ്.

ഇടതുപക്ഷ നേതൃത്വത്തിലുള്ള സർക്കാരുകൾ ക്ഷേമപദ്ധതികളിൽ മാത്രം ശ്രദ്ധയൂന്നുന്നവരാണെന്ന വിമർശനം എല്ലാക്കാലത്തും വലതുപക്ഷം ഉന്നയിക്കുന്നതായിരുന്നു. അടിസ്ഥാനസൗകര്യ പദ്ധതികൾക്ക് പ്രാധാന്യം നൽകുന്നില്ലെന്ന വലതുപക്ഷ വിമർശനത്തിന് ഇടംകൊടുക്കാതെയുള്ള പ്രവർത്തനങ്ങളാണ് കഴിഞ്ഞ സർക്കാരിന്റെ കാലത്തുണ്ടായത്. ഉത്പാദനക്ഷമതയും വരുമാനവും കാർഷികമേഖലയിൽ വർദ്ധിപ്പിക്കുന്നതിനുള്ള ഇടപെടലുകളുണ്ടായി. പൊതുമേഖലാസ്ഥാപനങ്ങൾ സംരക്ഷിക്കുന്നതോടൊപ്പം വ്യാവസായിക മേഖലയിൽ സ്വകാര്യ നിക്ഷേപങ്ങൾ കൊണ്ടുവരാനായി, ഐ ടി പാർക്കുകളെ വികസിപ്പിക്കാനായി, വിദ്യാഭ്യാസരംഗത്തും ആരോഗ്യരംഗത്തും പാർപ്പിടരംഗത്തും വലിയ തോതിലുള്ള മുന്നേറ്റങ്ങളും ഇക്കാലത്തുണ്ടായി. ചരിത്രപരമായ കാരണങ്ങളാൽ പാർശ്വവത്ക്കരിക്കപ്പെട്ടവരെ സമൂഹത്തിന്റെ മുഖ്യധാരയിലേക്ക് കൊണ്ടുവരാനുള്ള പ്രവർത്തനങ്ങൾ ഈ കാലഘട്ടത്തിൽ നടപ്പാക്കി. പൊതുമേഖലാ സംവിധാനത്തെയും ഭരണരംഗത്തെയും ശക്തിപ്പെടുത്താൻ ഈ കാലഘട്ടത്തിലായി. ഇവയ്ക്കെല്ലാം പുറമെ ദേശീയപാതാ വികസനം, ഇടമൺ – കൊച്ചി പവർ ഹൈവേ, ഗെയിൽ പൈപ്പ് ലൈൻ, മലയോര-തീരദേശ ഹൈവേകൾ, ദേശീയ ജലപാത എന്നി

വയും യാഥാർത്ഥ്യമായി. കേരളത്തിൽ ഒന്നും നടക്കില്ല എന്ന പൊതു ബോധത്തിനും സമീപനത്തിനും മാറ്റമുണ്ടാക്കാൻ, കഴിഞ്ഞ എൽഡിഎഫ് സർക്കാരിന്റെ പ്രവർത്തനങ്ങൾ കാരണമായി. ഇതിന്റെ ഫലമെന്നവണ്ണം 2021 ൽ എൽഡിഎഫിന് തുടർഭരണം നൽകിക്കൊണ്ട് കേരള ജനത ചരിത്രം തിരുത്തിക്കുറിച്ചു.

നവകേരള സൃഷ്ടിക്കായി

2016 ൽ തുടങ്ങിവച്ച പ്രവർത്തനങ്ങൾ അടിസ്ഥാനസൗകര്യ മേഖലയിൽ വലിയ തോതിലുള്ള മുന്നേറ്റം നമുക്ക് നൽകുകയുണ്ടായി. ഇതിൽ ഉറച്ചുനിന്നുകൊണ്ടാണ് വികസനത്തിന്റെ അടുത്ത ഘട്ടത്തിലേക്ക് കുതിക്കാൻ ഉതകുന്നവണ്ണം നിർദേശങ്ങൾ ഉൾപ്പെടുത്തി പ്രകടന പത്രിക പുറത്തിറക്കിയത്. ഇക്കാലംകൊണ്ട് നാം ആർജ്ജിച്ച അറിവുകളെയും മുന്നേറ്റത്തെയും ശക്തിപ്പെടുത്തി ഉത്പാദനം കാര്യക്ഷമമാക്കുക എന്നതാണ് നവകേരള സൃഷ്ടിക്കായി മുന്നോട്ടുവയ്ക്കാനുള്ള ഏറ്റവും പ്രധാനപ്പെട്ട നിർദ്ദേശം.

ഒരു വൈജ്ഞാനിക നൂതന സമൂഹം വികസിപ്പിച്ചെടുക്കുക എന്ന കാഴ്ചപ്പാട് സർക്കാരിനുണ്ട്. അതിന് പല മേഖലകളിലും സമാന്തരമായ മുന്നേറ്റം നടത്തിയാൽ മാത്രമേ സാധ്യമാവുകയുള്ളു. അടുത്ത 25 വർഷംകൊണ്ട് കേരളത്തിലെ ജീവിതനിലവാരം അന്താരാഷ്ട്ര തലത്തിലെ തന്നെ വികസിത–മധ്യവരുമാന രാഷ്ട്രങ്ങൾക്ക് സമാനമായി ഉയർത്തുക എന്നതാണ് നമ്മുടെ ലക്ഷ്യം. ഇതോടൊപ്പം അടിസ്ഥാന ജനവിഭാഗങ്ങളുടെ ജീവിതനിലവാരം മെച്ചപ്പെടുത്തുന്നതിനുള്ള പ്രത്യേക ഇടപെടലുകളും ഉണ്ടാകും. ശാസ്ത്ര സാങ്കേതിക മേഖലയിലെ നേട്ടങ്ങളെ കൃത്യമായി പ്രയോജനപ്പെടുത്തിക്കൊണ്ട് കൃഷി അനുബന്ധ മേഖലകൾ, നൂതന വ്യവസായങ്ങൾ, അടിസ്ഥാനസൗകര്യം എന്നിവയെ മെച്ചപ്പെടുത്തി വികസന മുന്നേറ്റത്തിന് സജ്ജമാക്കുക എന്നത് ഏറെ പ്രധാനമാണ്. ഇന്ത്യയിലെ ആദ്യ ഐ ടി പാർക്കും ഇലക്ട്രോണിക് പ്രൊഡക്ഷൻ കമ്പനിയും എല്ലാം കേരളത്തിന്റേതായിരുന്നു. എന്നാൽ ആ തുടക്കത്തിന് ആനുപാതികമായ നേട്ടം പിൽക്കാലത്ത് കൈവരിക്കാൻ കഴിഞ്ഞോ എന്നത് പരിശോധിക്കപ്പെടേണ്ടതാണ്. അതുകൊണ്ടുതന്നെ ഐ ടി രംഗത്തെ ശക്തിപ്പെടുത്തുന്നതിന് ആ രംഗവുമായി ബന്ധപ്പെട്ട് പഠിപ്പിക്കാനോ നിക്ഷേപിക്കാനോ ജോലി ചെയ്യാനോ ആഗ്രഹിക്കുന്ന ഐ ടി വിദഗ്ധരും പ്രൊഫഷണലുകളും ആയി ബന്ധപ്പെട്ടുകൊണ്ടുള്ള ശൃംഖല സൃഷ്ടിക്കാൻ കഴിയണം. വൻകിട കമ്പനികളുടെ വരവു പോലെ തന്നെ പ്രധാനമാണ് സ്റ്റാർട്ടപ്പുകൾ. അതുകൊണ്ടുതന്നെ ഒരു സ്റ്റാർട്ടപ്പ് പ്രോത്സാഹന നയം നമ്മൾ പിന്തുടരുന്നുണ്ട്. നമ്മുടെ യുവാക്കളെ തൊഴിൽസേനയുടെ ഭാഗമാക്കുന്നതോടൊപ്പം തൊഴിൽദാതാക്കളും തൊഴിൽ സംരംഭകരുമാക്കി മാറ്റുന്നതിനുള്ള പ്രവർത്തനങ്ങൾ കൂടി സർക്കാർ ഏറ്റെടുക്കുകയാണ്.

അടുത്ത അഞ്ച് വർഷംകൊണ്ട് 40 ലക്ഷം തൊഴിലുകൾ ഒരുക്കാനാണ് സർക്കാർ ശ്രമിക്കുന്നത്. അതിൽത്തന്നെ 20 ലക്ഷം തൊഴിലുകൾ നൂതനത്വത്തിലും സാങ്കേതികവിദ്യയിലും അധിഷ്ഠിതമാക്കപ്പെട്ടവയായിരിക്കും. അടിസ്ഥാനതലമായ വാർഡുതലം മുതൽ തൊഴിലവസരങ്ങൾ സൃഷ്ടിക്കുകയാണ് ചെയ്യുന്നത്. അതിനായി ലോകത്താകെ ഉയർന്നുവരുന്ന അറിവുകളെയും സാങ്കേതികവിദ്യകളെയും പ്രയോജനപ്പെടുത്തേണ്ടതുണ്ട്.

വൈജ്ഞാനിക സമ്പദ്‌വ്യവസ്ഥ എന്ന ലക്ഷ്യത്തിലേക്ക് എത്തുന്നതിന് ഏറ്റവും പ്രധാനമാണ് ഉന്നതവിദ്യാഭ്യാസ മേഖല. കേരളത്തിലെമ്പാടുമുള്ള കലാലയങ്ങളുടെ അടിസ്ഥാന സൗകര്യ വികസനത്തിന്റെ കാര്യത്തിൽ കാര്യക്ഷമമായ ഇടപെടലുകളാണ് സർക്കാരിന്റെ ഭാഗത്തു നിന്നുണ്ടാവുന്നത്. അടിസ്ഥാന സൗകര്യ വികസന മേഖലയിൽ എന്ന പോലെതന്നെ അക്കാദമിക ഗവേഷണ മേഖലകളിലും ലോകത്തുണ്ടായിക്കൊണ്ടിരിക്കുന്ന മാറ്റങ്ങളെ ക്രിയാത്മകമായി ഉൾക്കൊണ്ടു മുന്നോട്ടുപോയാൽ മാത്രമേ ഉന്നതവിദ്യാഭ്യാസ രംഗത്തെ ഒരു ഹബ്ബായി നമുക്കു മുന്നേറാൻ കഴിയുകയുള്ളൂ. ഇന്ത്യയിലെ മറ്റിടങ്ങളിൽ നിന്നുമാത്രമല്ല, ലോകത്താകെ നിന്നുള്ള വിദ്യാർത്ഥികളെ കേരളത്തിലേക്കാകർഷിക്കാൻ നമുക്കു കഴിയണം. ഉന്നത വിദ്യാഭ്യാസ മേഖലയിൽ അത്തരത്തിലുള്ള മികവിന്റെ മുന്നേറ്റം കൈവരിക്കാനാണ് നാം ശ്രമിക്കുന്നത്.

ആഗോള വിജ്ഞാന ഘടനയിലേക്കു നമ്മുടെ വിജ്ഞാന ഘടനയെ വിളക്കിച്ചേർക്കുക, ലോകത്ത് എവിടെയുണ്ടാവുന്ന, ഏതു മേഖലയിലെ, ഏത് പുതിയ അറിവും സ്വാംശീകരിക്കുക, ഇതിനൊക്കെത്തക്കവണ്ണം നമ്മുടെ വിദ്യാഭ്യാസസമ്പ്രദായത്തെ പക്വമാക്കുക എന്നതൊക്കെ ഇന്നു നാം ഏറ്റെടുക്കേണ്ട വെല്ലുവിളികളാണ്. ഇതൊക്കെ ഏറ്റെടുത്താൽ മാത്രമേ വിജ്ഞാനവിസ്ഫോടനത്തിന്റെ കാലത്തു നമുക്കു മുന്നേറാനാവൂ.

അതിൽ പ്രധാനപ്പെട്ടതാണ് ഉന്നത വിദ്യാഭ്യാസ സ്ഥാപനങ്ങളും വ്യവസായ സംരംഭങ്ങളുമായുള്ള ബന്ധം വളർത്തിയെടുക്കുക എന്നത്. ഉന്നതവിദ്യാഭ്യാസം കേവലം അറിവുൽപാദനം മാത്രമായി ചുരുങ്ങരുത്. ആ മേഖലയിൽ ഉത്പാദിപ്പിക്കപ്പെടുന്ന അറിവുകളെ സമൂഹത്തിനു പ്രയോജനപ്രദമായ നൂതനാശയങ്ങളായി പരിവർത്തിപ്പിക്കാനാവണം. വിജ്ഞാനാധിഷ്ഠിത ഉത്പന്നങ്ങളാക്കി അവയെ പരിവർത്തിപ്പിച്ചെടുക്കാൻ കഴിയണം. അതിനു കാർഷിക-വ്യാവസായിക മേഖലകളുമായുള്ള ബന്ധം അനിവാര്യമാണ്. ആ ബന്ധം വികസിപ്പിച്ചുകൊണ്ട് നാട് നേരിടുന്ന പ്രശ്നങ്ങൾക്കു ശാസ്ത്രത്തിലും സാങ്കേതികവിദ്യയിലും അടിസ്ഥാനപ്പെടുത്തിക്കൊണ്ട് പരിഹാരം കാണാൻ കഴിയണം. ഇത്തരം കാഴ്ചപ്പാടുകൾ കൂടി മുൻനിർത്തിയാണ് പാഠ്യപദ്ധതികൾ അടക്കം കാലോചിതമായി പരിഷ്കരിക്കാൻ ശ്രമിക്കുന്നത്.

ഗവേഷണ മേഖലകളിലേക്ക് കൂടുതൽ ചെറുപ്പക്കാരെ ആകർഷി

ച്ചുകൊണ്ട് സാമൂഹ്യ മുന്നേറ്റത്തിനുതകുന്ന വിജ്ഞാനം ഉത്പാദിപ്പിക്കേണ്ടതുണ്ട്. അതിനുതകുന്ന വിധത്തിലാണ് ചീഫ് മിനിസ്റ്റേഴ്സ് ഫെലോഷിപ്പുകൾ ഏർപ്പെടുത്തിയിരിക്കുന്നത്. അതിന്റെയൊക്കെ ഭാഗമായി നടത്തപ്പെടുന്ന ഗവേഷണങ്ങൾ കാര്യക്ഷമമാക്കാൻ, ഫലപ്രദമാക്കാൻ ഉന്നതവിദ്യാഭ്യാസ മേഖലയിൽ സെന്റേഴ്സ് ഓഫ് എക്സലൻസുകൾ ഒരുക്കുകയാണ്. അതായത്, കേവലം തൊലിപ്പുമേയുള്ള മാറ്റങ്ങൾ അല്ല സമഗ്രമായ മാറ്റങ്ങളാണ് ഹയർ എജ്യൂക്കേഷൻ മേഖലയിൽ വരുത്തുന്നത്. അതായത്, സമഗ്രമായ മാറ്റങ്ങൾ!

ഉന്നതവിദ്യാഭ്യാസ രംഗത്ത് നമ്മുടെ എൻറോൾമെന്റ് റേഷ്യോ 37 ശതമാനം മാത്രമാണ്. അഖിലേന്ത്യാ ശരാശരി 27 ശതമാനമാണ്. ഇത് ഘട്ടംഘട്ടമായി 75 ശതമാനമായി ഉയർത്തണമെന്നതാണ് സർക്കാരിന്റെ കാഴ്ചപ്പാട്. അധിക പഠന സൗകര്യങ്ങൾ, ഗവേഷണ സൗകര്യങ്ങൾ എന്നിവ ഒരുക്കിയും, പുതിയ കോഴ്സുകൾ ആരംഭിച്ചും സീറ്റുകൾ വർധിപ്പിച്ചും എൻറോൾമെന്റ് റേഷ്യോ വർധിപ്പിക്കാനാണ് സർക്കാർ ഉദ്ദേശിക്കുന്നത്.

പൊതുവിദ്യാഭ്യാസ മേഖലയിൽ കേരളം കൈവരിച്ചിട്ടുള്ള നേട്ടങ്ങളിലൂന്നിക്കൊണ്ട് ഉന്നതവിദ്യാഭ്യാസ മേഖലയിലും സമാനമായ മുന്നേറ്റം നടത്താനാണ് ഈ ഘട്ടത്തിൽ നാം ലക്ഷ്യമിടുന്നത്. അങ്ങനെ നമ്മുടെ ചെറുപ്പക്കാരുടെ ശേഷി വർധിപ്പിക്കാനും അവരുടെ നൈപുണ്യം പ്രയോജനപ്പെടുത്താനുമായി വ്യവസായങ്ങൾ കേരളത്തിലേക്കു വരുന്ന സാഹചര്യമൊരുക്കാനുമാണ് നാം ശ്രമിക്കുന്നത്. അതിനു ഉന്നത വിദ്യാഭ്യാസം, അടിസ്ഥാനസൗകര്യം, ഗതാഗതം, സാങ്കേതികവിദ്യ തുടങ്ങിയ മേഖലകളിലെല്ലാം സവിശേഷമായ ഇടപെടൽ നടത്തുകയാണ്. അങ്ങനെ കേരളത്തെ ഒരു വൈജ്ഞാനിക സമൂഹമായി പരിവർത്തിപ്പിക്കാനാണ് ശ്രമിക്കുന്നത്.

ആ വൈജ്ഞാനിക സമൂഹമാണ് നവകേരളത്തിന്റെ അടിത്തറ. അത് കെട്ടിപ്പടുക്കാൻ ഭക്ഷണം, ആരോഗ്യം, വിദ്യാഭ്യാസം, പാർപ്പിടം, വ്യവസായം, തൊഴിൽ എന്നിങ്ങനെ സമസ്തമേഖലകളിലും സമാന്തരമായ മുന്നേറ്റങ്ങൾ ആവശ്യമായി വരും. അവയിലൂടെ നമ്മുടെ സംസ്ഥാനത്തിന്റെ എല്ലാ പ്രദേശങ്ങളും മേഖലകളും ജനവിഭാഗങ്ങളും മെച്ചപ്പെടുന്ന സാഹചര്യമൊരുങ്ങും. ഈ വിധത്തിൽ സമഗ്രവും സമതുലിതവുമായ വികസന–ക്ഷേമ കാഴ്ചപ്പാടാണ് സി പി ഐ എമ്മിനെയും ഇടതുപക്ഷ ജനാധിപത്യ മുന്നണിയെയും നയിക്കുന്നത്. അതിനുതകുന്ന ഇടപെടലുകളാണ് സംസ്ഥാന സർക്കാരിന്റെ ഭാഗത്തുനിന്നും ഉണ്ടാകുന്നത്.

ഉൽപാദന മേഖലകളിൽ വളർച്ച കൈവരിച്ചും ലഭ്യമാകുന്ന അധിക വിഭവങ്ങൾ വിതരണം ചെയ്തും സാമൂഹിക നീതിയിലധിഷ്ഠിതമായ മുന്നേറ്റം നടത്താനാണ് ലക്ഷ്യമിടുന്നത്. അതിന് കേരളത്തിന്റെ സാഹചര്യങ്ങൾക്ക് ഏറ്റവും അനുയോജ്യമായ കാർഷികോൽപന്നങ്ങ

ളുടെ മൂല്യവർദ്ധനവ്, സേവനം, സാങ്കേതികവിദ്യ, ആരോഗ്യം, വിദ്യാഭ്യാസം, വിനോദസഞ്ചാരം എന്നീ മേഖലകളിൽ ഊന്നൽ നൽകും. ഈ മേഖലകളിലെ വളർച്ചയുടെ അടിസ്ഥാനത്തിൽ സംസ്ഥാനത്തിന്റെയാകെ സമ്പദ്ഘടന മെച്ചപ്പെടുത്തുന്നതിനുള്ള ഇടപെടൽ നടത്തും. അങ്ങനെ സുസ്ഥിര വികസനത്തിലൂന്നിയ നവകേരളം യാഥാർത്ഥ്യമാക്കും.

ഇത്തരം വികസനോന്മുഖമായ പ്രവർത്തനങ്ങൾ ഏറ്റെടുക്കുന്നതോടൊപ്പം രാഷ്ട്രീയ ലാക്കോടെയുള്ള പ്രചരണങ്ങളെ ചെറുത്തു തോൽപ്പിക്കേണ്ട ഉത്തരവാദിത്വംകൂടി നമുക്കുണ്ട്. കെ–റെയിൽ പോലെയുള്ള വൻകിട പദ്ധതികൾക്കുനേരെ ഉയർന്നുവരുന്ന എതിർപ്പുകൾ രാഷ്ട്രീയമായി തന്നെ ഈ അവസരത്തിൽ നേരിടേണ്ടതുണ്ട്. അതുപോലെ തന്നെ പൊതുമേഖലാ സ്ഥാപനങ്ങൾക്ക് സർക്കാർ നൽകുന്ന പിന്തുണ കാര്യക്ഷമതയിലേക്കും ലാഭക്ഷമതയിലേക്കും എത്തിക്കേണ്ടതുണ്ട്. ഇത്തരം പ്രവർത്തനങ്ങൾ ഏറ്റെടുക്കാൻ ജനകീയ പങ്കാളിത്തവും വർഗ പൊതുജന സംഘടനകളുടെയും തദ്ദേശസ്വയംഭരണ സ്ഥാപനങ്ങളുടെയും സഹകരണവും അനിവാര്യമാണ്. അതോടൊപ്പം ഫെഡറലിസത്തെ സംരക്ഷിച്ചുകൊണ്ട് കേന്ദ്രനയങ്ങളുടെ ജനവിരുദ്ധത ചൂണ്ടിക്കാണിക്കാനുള്ള അവസരമാണിത്. ധന ഉത്തരവാദിത്ത നിയമങ്ങളും നിയന്ത്രണങ്ങളും നമ്മുടെ സമ്പദ്‌വ്യവസ്ഥയെ വല്ലാത ഞെരിച്ചിരിക്കുന്നു. ധാർമികത തെല്ലുമില്ലാതെ ജി എസ് ടി നഷ്ടപരിഹാരം നിർത്തലാക്കുകയാണ് കേന്ദ്രസർക്കാർ. സംസ്ഥാനങ്ങളുടെ അധികാരങ്ങൾക്കു മേൽ കടന്നുകയറി നിയമനിർമ്മാണങ്ങൾ നടത്തുന്നതിനും കേന്ദ്രസർക്കാർ തയ്യാറായിരിക്കുകയാണ്. ഈ അവസരത്തിലാണ് പാർട്ടി മുന്നോട്ടുവയ്ക്കുന്ന നവകേരളത്തിനായുള്ള വികസനരേഖ ചർച്ചയിലേക്ക് എത്തുന്നത്. സാമൂഹ്യക്ഷേമ പദ്ധതികൾ അട്ടിമറിച്ചും കോർപ്പറേറ്റുകൾക്ക് വിടുപണി ചെയ്തും വർഗീയത ആളിക്കത്തിച്ചും ഫെഡറലിസത്തെ തകർത്തു തരിപ്പണമാക്കിയും മുന്നേറുന്ന കേന്ദ്രനയങ്ങൾക്ക് ബദലായി എന്തു നയമാണ് അവതരിപ്പിക്കാനുള്ളത് എന്ന ചോദ്യത്തിന് ഒരു ഉത്തരമാവും നാം മുന്നോട്ടുവയ്ക്കുന്ന നവകേരളത്തിനായുള്ള കാഴ്ചപ്പാട്.

മതനിരപേക്ഷ മൂല്യങ്ങൾക്ക് ഊർജം പകരുന്ന ഗുരുസ്മരണ

മനുഷ്യസ്നേഹമായിരുന്നു ശ്രീ നാരായണ ഗുരുവിന്റെ യഥാർത്ഥ സന്ദേശം. അതുകൊണ്ടാണ് ജാതിയുടെയും മതത്തിന്റെയും അതിർവരമ്പുകൾക്ക് അതീതമായി ചിന്തിക്കാൻ ഗുരു നമ്മെ പഠിപ്പിച്ചത്. 'മനുഷ്യാണാം മനുഷ്യത്വം ജാതി' എന്നുപറഞ്ഞ മഹാചാര്യനാണു ശ്രീനാരായണ ഗുരു. മനുഷ്യന്റെ ജാതി മനുഷ്യത്വം ആണ് എന്നതാണ് ആ വരിയുടെ അർത്ഥം. എല്ലാവിധ വിഭാഗീയ വേർതിരിവുകൾക്കും അതീതമായ മനുഷ്യത്വത്തിന്റെ മൂല്യങ്ങളെ സമൂഹത്തിലാകെ വളർത്തിയെടുക്കേണ്ട കാലമാണിത്.

മനുഷ്യത്വപരമായ ചിന്തയും പ്രവൃത്തിയും മനുഷ്യന്റെ ജീവിത സാഹചര്യങ്ങൾ മെച്ചപ്പെടുത്താൻ ഉതകണം എന്നാണ് ഗുരു ആഗ്രഹിച്ചത്. അതുകൊണ്ടു തന്നെയാണ് "മതമേതായാലും മനുഷ്യൻ നന്നായാൽ മതി'' എന്ന് ഗുരു പഠിപ്പിച്ചത്. ജാതിയെയും മതത്തെയും കുറിച്ചുള്ള ഗുരുവിന്റെ കാഴ്ചപ്പാടാകെ ഈ വാക്കുകളിലുണ്ട്. അത് മനസ്സിലാക്കാത്തവർ അന്നെന്നപോലെതന്നെ ഇന്നുമുണ്ട്. അതുകൊണ്ടാണ് ഗുരുവിനെ ഏതെങ്കിലും ഒരു വിഭാഗത്തിന്റെ മാത്രം പ്രതീകമായി അവതരിപ്പിക്കാൻ ചിലർ ശ്രമിക്കുന്നത്. ഒരു നൂറ്റാണ്ടിലധികം മുൻപുതന്നെ ഗുരു അത്തരം ശ്രമങ്ങൾക്കുള്ള കൃത്യമായ മറുപടി നൽകിയിട്ടുണ്ട്.

"നാം ജാതിഭേദം വിട്ടിട്ട് ഇപ്പോൾ ഏതാനും വത്സരങ്ങൾ കഴിഞ്ഞിരിക്കുന്നു. എന്നിട്ടും ചില പ്രത്യേക വിഭാഗക്കാർ നമ്മെ അവരുടെ വിഭാഗത്തിൽപ്പെട്ടവനായി വിചാരിക്കുന്നു. അക്കാരണത്താൽ പലർക്കും നമ്മുടെ വാസ്തവത്തിനു വിരുദ്ധമായ ധാരണയ്ക്കിടവന്നിട്ടുണ്ടെന്നും അറിയുന്നു. നാം ഒരു പ്രത്യേക ജാതിയിലോ മതത്തിലോ ഉൾപ്പെടുന്നില്ല. ഈ വസ്തുത പൊതുജനങ്ങളുടെ അറിവിലേക്കായി പ്രസിദ്ധം

ചെയ്തിരിക്കുന്നു." ഇതാണ് ഗുരുവിന്റേതായി ചരിത്രം അടയാളപ്പെടുത്തിയിട്ടുള്ള വാക്കുകൾ. സംശയത്തിനുള്ള ഒരു പഴുതുപോലും ആ വാക്കുകൾ നൽകുന്നില്ല.

മനുഷ്യന്റെ ജീവിത സാഹചര്യങ്ങളെ മെച്ചപ്പെടുത്താൻ പരസ്പരം അറിയുകയും മനസ്സിലാക്കുകയും ചെയ്യുന്നത് അവശ്യമാണെന്ന് ഗുരു കരുതി. അതിനായി 1924 ൽ ഗുരു സർവമത സമ്മേളനം സംഘടിപ്പിച്ചു. "വാദിക്കാനും ജയിക്കാനുമല്ല, അറിയാനും അറിയിക്കാനുമാണ് ഈ സമ്മേളനം" എന്ന് സമ്മേളനത്തിന്റെ പ്രവേശന കവാടത്തിൽ എഴുതിവച്ചു അദ്ദേഹം. എന്താണ് അതിനർത്ഥം? മതങ്ങൾ തമ്മിൽ വാദിച്ച് കലഹിക്കരുത് എന്നതുതന്നെ! "പല മതസാരവുമേകം" എന്ന് പഠിപ്പിച്ച ഗുരു ഇങ്ങനെ ചെയ്തില്ലെങ്കിലേ അത്ഭുതപ്പെടാനുള്ളൂ.

എല്ലാവരെയും ഉൾക്കൊള്ളുന്നതാണ് തന്റെ സന്ദേശം എന്ന് അവസാനം പങ്കെടുത്ത എസ് എൻ ഡി പി യോഗത്തിന്റെ സമ്മേളനത്തിൽ വെച്ചും ഗുരു വ്യക്തമാക്കി. കോട്ടയത്തെ ആ സമ്മേളനത്തിൽവച്ച് നൽകിയ സംഘടനാ സന്ദേശത്തിൽ ഗുരു ഓർമ്മിപ്പിച്ചത് ഇപ്രകാരമാണ്. "സംഘടനയുടെ ഉദ്ദേശ്യം ഒരു പ്രത്യേക വർഗക്കാരെ മാത്രം ചേർത്ത് ഒരു സമുദായത്തെ സൃഷ്ടിക്കുക എന്നതാവരുത്" നമ്മുടെ സംഘടന എല്ലാ മനുഷ്യരെയും ഒന്നായി ചേർക്കുന്നതായിരിക്കണം എന്നുകൂടി ഗുരു അന്ന് പറഞ്ഞുവച്ചു.

പരസ്പരം സ്നേഹിക്കുകയും കരുതുകയും എല്ലാവരും ഒന്നുചേരുകയും ഒന്നായി നിലകൊള്ളുകയും ചെയ്യുന്ന ഉന്നതമായ മാനവികതയുടെ സന്ദേശമാണ് ഗുരുവിന്റെ ഉദ്ബോധനങ്ങളുടെ ആകെത്തുക എന്നത് ഇതിൽനിന്നൊക്കെ തന്നെ വ്യക്തമാണ്. എന്തുകൊണ്ടാണ് ഗുരു ഇപ്രകാരം ഉദ്ബോധിപ്പിച്ചത്? കാരണം, അതായിരുന്നു അന്നത്തെ കാലത്തിന് അനുയോജ്യമായ സന്ദേശം. ഉച്ചനീചത്വങ്ങൾ അടങ്ങിയ അന്നത്തെ കാലത്തെ സമൂഹത്തിനു മുന്നേറാൻ ഗുരു മുന്നോട്ടുവെച്ച വിധത്തിലുള്ള ഐക്യം അടിസ്ഥാനപരമായി ആവശ്യമായിരുന്നു.

ചില ഉദാഹരണങ്ങൾ സൂചിപ്പിക്കാം. ഈഴവസമുദായത്തിലെ ഒരു ആഢ്യപ്രമാണിയുടെ വീട്ടിൽ വിവാഹസദ്യയ്ക്കു ചെന്ന കുമാരനാശാനെ ആഢ്യന്മാരുടെ പന്തിയിലിരിക്കാൻ സമ്മതിക്കാതെ ഇറക്കിവിട്ട സംഭവമുണ്ട്. സ്വന്തം സമുദായത്തിലെ ആഢ്യപ്രമാണി ഇറക്കിവിട്ട ദിവസംതന്നെ എ ആർ രാജരാജവർമ സ്വന്തം വീട്ടിൽ ഒപ്പമിരുത്തി തനിക്ക് ഊണുനൽകിയ സംഭവം ആശാൻ കണ്ണീരോടെ പിന്നീട് അനുസ്മരിച്ചിട്ടുമുണ്ട്. സഹോദരൻ അയ്യപ്പൻ പിന്നീട് മിശ്രഭോജനം നടത്തിയപ്പോൾ ഈഴവപ്രമാണിമാരിൽ ചിലർതന്നെ അതിനെ എതിർത്തുവെന്നതും ചരിത്രം.

ഇങ്ങനെയുള്ള ഒരു സമൂഹത്തിൽ ജാതിവിവേചനവും, അതിനപ്പുറമുണ്ടാവേണ്ട ഒരുമയും ഗുരുവിന്റെ പ്രധാന പരിഗണനയായത് സ്വാഭാവികം മാത്രമാണ്. ഇന്നത്തെ കേരള സർക്കാർ ശ്രമിക്കുന്നത് ഗുരു

സന്ദേശത്തെ അന്വർത്ഥമാക്കുന്ന വിധത്തിൽ ഒരുമയും ഐക്യവും ഉള്ള ഒരു സമൂഹത്തെ സൃഷ്ടിക്കാനാണ്. ഗുരു പഠിപ്പിച്ചതുപോലെ എല്ലാവരെയും ഉൾക്കൊള്ളുന്നതാണ് നവകേരള സങ്കല്പം. അവിടെ ജാതിയുടെയോ മതത്തിന്റെയോ ലിംഗത്തിന്റെയോ പ്രദേശത്തിന്റെയോ ഭാഷയുടെയോ ഭക്ഷണത്തിന്റെയോ വസ്ത്രത്തിന്റെയോ പേരിലുള്ള വേർതിരിവുകൾ ഉണ്ടായിരിക്കില്ല.

ആ വിധത്തിൽ എല്ലാവർക്കും ഒരുമിച്ചു ജീവിക്കാൻ കഴിയണം എന്നുണ്ടെങ്കിൽ എല്ലാവർക്കും ഉപജീവനത്തിനുള്ള അവസരങ്ങൾ സൃഷ്ടിക്കുക എന്നത് പ്രധാനമാണ്. അതിലാണ് നവകേരള സൃഷ്ടിയുടെ ഭാഗമായി സംസ്ഥാന സർക്കാർ ശ്രദ്ധകേന്ദ്രീകരിക്കുന്നത്. എല്ലാവർക്കും ഉപജീവനം ഉറപ്പുവരുത്തണം എന്നുണ്ടെങ്കിൽ ആദ്യം എല്ലാവർക്കും മെച്ചപ്പെട്ട വിദ്യാഭ്യാസം ഉറപ്പുവരുത്തണം. അതും ഗുരു തന്നെ സൂചിപ്പിച്ചിട്ടുണ്ട്.

ഗുരു ഒരു ഘട്ടത്തിൽ പറഞ്ഞു, 'ഇനി ദേവാലയങ്ങളല്ല, വിദ്യാലയങ്ങളാണ് ജനതയ്ക്ക് വേണ്ടത്' എന്ന്. പ്രധാന ദേവാലയം വിദ്യാലയം തന്നെയാകണം എന്നും ഗുരു പറഞ്ഞു. കഴിഞ്ഞ എൽ ഡി എഫ് സർക്കാരിന്റെ കാലത്ത് വിദ്യാഭ്യാസ മേഖലയെ മെച്ചപ്പെടുത്താൻ പ്രത്യേക ഇടപെടലുകൾ നടത്തി, പൊതുവിദ്യാഭ്യാസ സംരക്ഷണ യജ്ഞം നടപ്പാക്കി. ഇന്നിപ്പോൾ നമ്മുടെ ഉന്നത വിദ്യാഭ്യാസ മേഖലയെ സമൂലമായി നവീകരിക്കാനും മെച്ചപ്പെടുത്താനും ഉള്ള പ്രവർത്തനങ്ങളാണ് നടപ്പാക്കുന്നത്.

ശ്രീനാരായണഗുരുവിന്റെ നാമധേയത്തിലുള്ള ഓപ്പൺ സർവകലാശാല ഉൾപ്പെടെയുള്ളവ ആരംഭിച്ചത് അതിന്റെ ഭാഗമായാണ്. ഉന്നത വിദ്യാഭ്യാസ മേഖലയെ മെച്ചപ്പെടുത്തിക്കൊണ്ട് കേരളത്തെ വിജ്ഞാന സമ്പദ്ഘടനയായും നൂതനത്വ സമൂഹമായും പരിവർത്തിപ്പിക്കാനാണ് ശ്രമിക്കുന്നത്. അതിനായി ഉന്നത വിദ്യാഭ്യാസ മേഖലയും വ്യവസായ മേഖലയും തമ്മിൽ ഒരു ജൈവ ബന്ധം സൃഷ്ടിക്കേണ്ടതുണ്ട്. അതിലൂടെ ആശയങ്ങളും അറിവുകളും ഗവേഷണങ്ങളും നാടിനു ഗുണകരമാകുന്ന വിധത്തിൽ പ്രയോഗിക്കാൻ കഴിയുന്ന സാഹചര്യം ഒരുക്കേണ്ടതുണ്ട്.

അന്താരാഷ്ട്രതലത്തിൽ ഇപ്പോൾ നടന്നുവരുന്ന വിജ്ഞാനവിസ്ഫോടനം തൊഴിലിനെയും ഉപജീവനത്തെയും സംബന്ധിച്ച നമ്മുടെ ധാരണകളെയാകെ മാറ്റിമറിക്കുകയാണ്. ഇതിനോടൊപ്പം മുന്നേറാൻ നമുക്കു കഴിയണമെങ്കിൽ പുതിയൊരു വിജ്ഞാന സമൂഹത്തിലേക്കുള്ള സത്വരമായുള്ള മാറ്റം ഇന്ന് കേരളത്തിൽ അനിവാര്യമാണ്. അതിനനുസരിച്ചുള്ള ജ്ഞാനോല്പാദനവും പ്രയോഗവും കേരളസമൂഹത്തിന് മുഴുവനും സാധ്യമാകുന്ന വിധത്തിൽ സ്കൂൾതലം മുതൽ ഉന്നതവിദ്യാഭ്യാസവും ഗവേഷണവുമടക്കമുള്ള എല്ലാ മേഖലകളിലും കാലഘട്ടത്തിനനുസരിച്ചുള്ള പുനഃസംഘാടനം വേണ്ടിവരും.

പുതിയ സാഹചര്യങ്ങളിൽ ജ്ഞാനോല്പാദനത്തിനുള്ള പ്രാപ്തിയും തദ്ദേശീയവും അന്താരാഷ്ട്രവുമായ തലങ്ങളിലെ തൊഴിൽ മേഖലകളിൽ ചലനങ്ങൾ സൃഷ്ടിക്കാനുള്ള നൈപുണികളുമുള്ള പുതിയ കേരള സമൂഹത്തെ വളർത്തിയെടുക്കണം. അതിനായി നൈപുണ്യ പരിശീലനം, വ്യവസായ പുനഃസംഘടനം, കാർഷിക നവീകരണം എന്നിവയ്ക്കുള്ള പരിപാടികളാണ് നടപ്പാക്കുന്നത്. ഇവയുടെ ഫലമായി മൊത്തം 40 ലക്ഷം തൊഴിലവസരങ്ങൾ ഒരുക്കാനാണ് ശ്രമിക്കുന്നത്. സംസ്ഥാന സർക്കാർ ഇത്തരത്തിൽ സമഗ്രമായ ഇടപെടലുകൾ നടത്തുമ്പോൾ വ്യവസായം, തൊഴിൽ എന്നിവയുടെ കാര്യത്തിൽ ഗുരു ചില മുൻകൈകൾ എടുത്തിരുന്നു എന്നതു നാം ഓർക്കണം.

കേരളത്തിൽ ഒരു കാർഷിക-വ്യാവസായിക പ്രദർശനം സംഘടിപ്പിച്ച നവോത്ഥാന നായകൻ ആയിരുന്നു ഗുരു. വിദ്യാഭ്യാസം, കൃഷി, കച്ചവടം, വ്യവസായം എന്നീ മേഖലകളിൽ ജനങ്ങൾ പുരോഗമിക്കേണ്ടതിന്റെ പ്രാധാന്യം ആ സമ്മേളനത്തിൽ ഗുരു എടുത്തുപറഞ്ഞു. വ്യവസായ വികസനം സാധുക്കൾക്ക് തൊഴിൽ പ്രദാനം ചെയ്യും എന്നും ഭിക്ഷയോ ദാനമോ കൊടുക്കുന്നതിനേക്കാൾ ഉത്തമമാണ് തൊഴിൽ നൽകുന്നത് എന്നും ഗുരു ഉദ്ബോധിപ്പിച്ചു. വ്യവസായംകൊണ്ടല്ലാതെ ധനാഭിവൃദ്ധിയുണ്ടാക്കുക അസാധ്യമാണ് എന്നും ഗുരു വ്യക്തമാക്കി. ഇതിൽ നിന്നുതന്നെ വ്യക്തമാവുന്നു എത്രത്തോളം വിശാലവും ദീർഘദർശിത്വമുള്ളതുമായിരുന്നു ഗുരുവിന്റെ ചിന്തകൾ എന്നത്.

വ്യവസായവും തൊഴിലുമായി ബന്ധപ്പെട്ട ഗുരുവിന്റെ സന്ദേശങ്ങൾ ഇന്നത്തെ കേരളത്തിൽ വളരെ പ്രസക്തമാണ്. വ്യവസായങ്ങൾ വരികയും വളരുകയും ചെയ്യണം എന്നുണ്ടെങ്കിൽ പശ്ചാത്തലസൗകര്യം വികസിക്കേണ്ടിയിരിക്കുന്നു. ഇടതടവില്ലാത്ത വൈദ്യുതി ലഭ്യത, ആധുനിക ഗതാഗത സൗകര്യങ്ങൾ, മെച്ചപ്പെട്ട ഇന്റർനെറ്റ് സേവനങ്ങൾ തുടങ്ങിയവ ഒക്കെ ഇന്ന് വ്യവസായ വികസനവുമായി അഭേദ്യമായി ബന്ധപ്പെട്ടു കിടക്കുന്ന അടിസ്ഥാന സൗകര്യങ്ങളാണ്. അവ ഒരുക്കുന്നതിനുള്ള ഇടപെടലുകൾ കഴിഞ്ഞ സർക്കാരിന്റെ കാലത്തുതന്നെ ആരംഭിച്ചിരുന്നു.

അരനൂറ്റാണ്ടു കാത്തിരുന്നാൽ മാത്രം സാധ്യമാകുന്ന പശ്ചാത്തല സൗകര്യവികസനമാണ് കിഫ്ബിയിലൂടെ കേരളത്തിൽ സാധ്യമാക്കിയത്. അഞ്ചു വർഷംകൊണ്ട് 50,000 കോടി രൂപയുടെ പദ്ധതികളാണ് കിഫ്ബിയിലൂടെ കഴിഞ്ഞ തവണ വിഭാവനം ചെയ്തിരുന്നത്. എന്നാൽ 62,500 കോടി രൂപയുടെ പദ്ധതികൾക്ക് തുടക്കം കുറിക്കാൻ കഴിഞ്ഞു. ഇനിയുള്ള അഞ്ചു വർഷം കൊണ്ട് 60,000 കോടി രൂപയുടെ പദ്ധതികളാണ് നാം ലക്ഷ്യംവെക്കുന്നത്.

പശ്ചാത്തലസൗകര്യ മേഖലയിലെ പിന്നാക്കാവസ്ഥ മറികടക്കാതെ നവകേരള സൃഷ്ടി അസാധ്യമാണ്. അതുകൊണ്ടാണ് കഴിഞ്ഞ സർക്കാരിന്റെ കാലത്ത് അതിനായുള്ള നൂതന മാർഗം കിഫ്ബിയിലൂടെ തുറ

ന്നത്. അങ്ങനെ അസംഭവ്യമെന്ന് പലരും മുൻവിധിയോടെ തള്ളിപ്പറഞ്ഞതെല്ലാം നമ്മുടെ കൺമുന്നിൽ യാഥാർത്ഥ്യമായി. ഗെയ്ൽ, സമ്പൂർണ്ണ വൈദ്യുതീകരണം, പവർ ഹൈവേ, മലയോര തീരദേശ ഹൈവേകൾ, ദേശീയ പാത വികസനം, ജലപാത, വാട്ടർ മെട്രോ, കണ്ണൂർ എയർപോർട്ട്, കെ-ഫോൺ തുടങ്ങിയവ ഒക്കെ നമ്മുടെ അനുഭവത്തിൽ ഉള്ളവയാണ്.

ഇന്നത്തെ നമ്മുടെ ആവശ്യങ്ങളെ മാത്രം മുൻനിർത്തിയല്ല പല പദ്ധതികളും നടപ്പാക്കുന്നത്. ഭാവികേരളത്തെയും നമ്മുടെ വരുംതലമുറയെയും മനസ്സിൽ കണ്ടുകൊണ്ടാണ്. ആധുനിക ഗതാഗത സൗകര്യങ്ങൾ വികസിത സമൂഹങ്ങളുടെ മുഖമുദ്രയാണ്. കേരളത്തിൽ അത്തരം സൗകര്യങ്ങൾ ഒരുക്കുന്നത് അടിസ്ഥാന സൗകര്യങ്ങളുടെ കാര്യത്തിൽ കേരളത്തെ വികസിത രാജ്യങ്ങളുമായി താരതമ്യം ചെയ്യാവുന്ന നില സൃഷ്ടിക്കും. അതാകട്ടെ നമ്മുടെ വ്യവസായ വളർച്ചയ്ക്ക് ഉതകുകയും ചെയ്യും.

അത്തരത്തിലുള്ളതാണ് കെറെയിൽ എന്ന സെമി ഹൈ സ്പീഡ് റെയിൽ പദ്ധതി. ഏകദേശം 64,000 കോടി രൂപയുടെ അടിസ്ഥാന സൗകര്യ വികസനമാണ് കെ റെയിൽ എന്ന അർദ്ധ അതിവേഗ റെയിൽ പാത കൊണ്ട് നമ്മുടെ നാട്ടിൽ നടക്കുക. ഏതാനും മണിക്കൂറുകൾ കൊണ്ട് കേരളത്തിൽ എവിടെയും എത്താം എന്ന നിലയുണ്ടാകും.

ഇത്തരം പശ്ചാത്തല സൗകര്യങ്ങൾ കേരളത്തിലെ നിക്ഷേപക. സൗഹൃദ അന്തരീക്ഷത്തെ മെച്ചപ്പെടുത്തും. കേരളത്തിന് കൂടുതൽ അനുയോജ്യമായ വ്യവസായങ്ങളായി പൊതുവിൽ വിലയിരുത്തപ്പെടുന്നത് ഐ ടി പോലുള്ള വിജ്ഞാനാധിഷ്ഠിത വ്യവസായങ്ങളും ടൂറിസം പോലുള്ള സേവന പ്രദാന വ്യവസായങ്ങളുമാണ്. ഇതിനുപുറമെ കമ്പ്യൂട്ടർ, വൈദ്യുതി, വാഹനം എന്നിവയുടെ നിർമ്മാണം പോലുള്ള നൈപുണീസാന്ദ്ര വ്യവസായങ്ങൾക്കും കാർഷികോത്പന്നങ്ങൾ ഉൾപ്പെടെയുള്ള നമ്മുടെ തനതു വിഭവങ്ങളുടെ മൂല്യവർദ്ധിത വ്യവസായങ്ങൾക്കും കേരളത്തിൽ വലിയ സാധ്യതകളുണ്ട്.

ഉത്പാദനവും ഉത്പാദനക്ഷമതയും വർദ്ധിപ്പിക്കാൻ ഉതകുന്ന ബയോടെക്നോളജി പോലുള്ള സാങ്കേതിക വിദ്യകളുടെ വികാസവും പ്രധാനമാണ്. ഈ മേഖലകളിൽ ഒക്കെ ഇടപെട്ട് കേരളത്തിന്റെ സാമ്പത്തിക അടിത്തറയെ വിജ്ഞാനസമ്പദ്ഘടനയായി പുതുക്കിപ്പണിയുന്നതിന് കൃത്യമായ ഒരു നവകേരള കർമ്മ പദ്ധതിയുമായാണ് ഇടതുപക്ഷ ജനാധിപത്യ മുന്നണി സർക്കാർ മുന്നോട്ടു പോകുന്നത്. അതാകട്ടെ ശ്രീനാരായണഗുരു മുന്നോട്ടുവെച്ച ആശയങ്ങളുമായി ചേർന്നു നിൽക്കുന്നതാണ്.

ലോകത്തെമ്പാടും ഇന്ന് കൂടുതൽ ചോരയൊഴുകുന്നത് വംശ, മത, ജാതി സ്പർധകളിൽനിന്നാണ്. അത്തരം സംഘർഷഭൂമികളിലേക്ക് "പലമതസാരവും ഏകം" എന്ന ഗുരുചിന്ത എത്തിക്കാൻ കഴിഞ്ഞാൽ

എത്ര പ്രയോജനകരമാകും എന്ന് നാം ചിന്തിക്കണം. ഗുരുവിന്റെ മതാതീതമായ മനുഷ്യസ്നേഹ സന്ദേശങ്ങൾക്ക് സാർവദേശീയ തലത്തിൽ സ്വീകാര്യതയുണ്ടാക്കാൻ ഉള്ള സംഘടിതമായ യത്നങ്ങൾ ഉണ്ടാകേണ്ടതുണ്ട്.

ഇന്ത്യൻ മതനിരപേക്ഷതയ്ക്കുമേൽ വർഗീയതയുടെ കരിമേഘങ്ങൾ പടരുന്ന കാലമാണിത്. ഏതു നിമിഷത്തിലും ജനാധിപത്യത്തെപ്പോലും റദ്ദാക്കിക്കൊണ്ട് വർഗീയത ഫാസിസ്റ്റ് രൂപത്തിൽ ഇന്ത്യയ്ക്കുമേൽ പിടിമുറുക്കാമെന്ന നില. ഈ ഘട്ടത്തിൽ മതനിരപേക്ഷതയ്ക്കുവേണ്ടിയുള്ള പോരാട്ടങ്ങൾക്കായി പുനരർപ്പണം നടത്തുക എന്നതാണ് നമുക്ക് ചെയ്യാനുള്ളത്. മതനിരപേക്ഷതയുടെ മൂല്യങ്ങൾ മുൻനിർത്തിയുള്ള പോരാട്ടങ്ങൾക്ക് വേണ്ട ഊർജം പകരുന്നതാണ് ശ്രീനാരായണ ഗുരുവിന്റെ സ്മരണ.

ജനനന്മയ്ക്കായി നിശ്ചയദാർഢ്യത്തോടെയും രാഷ്ട്രീയ ദിശാബോധത്തോടെയും

കേരളത്തിലെ തൊഴിലാളവർഗ മുന്നേറ്റത്തിന്റെ ചരിത്രത്തിലെ ഉജ്ജ്വലമായ അധ്യായങ്ങൾ രചിക്കപ്പെട്ട കണ്ണൂരിന്റെ മണ്ണിൽ സി പി ഐ എമ്മിന്റെ 23–ാം പാർടി കോൺഗ്രസിനു കൊടിയിറങ്ങിയിരിക്കുന്നു. പൊതുജനങ്ങളുടെ വമ്പിച്ച പങ്കാളിത്തം കൊണ്ടും കാലിക പ്രാധാന്യം കൊണ്ടും വളരെയധികം ശ്രദ്ധ നേടാൻ പാർടി കോൺഗ്രസിനു സാധിച്ചു. രാജ്യത്തിന്റെ ഭാവിയെ സംബന്ധിച്ചിടത്തോളം നിർണായകമായ നിരവധി തീരുമാനങ്ങൾ കൈക്കൊണ്ട പാർടി കോൺഗ്രസ് കമ്യൂണിസ്റ്റ് രാഷ്ട്രീയമാണ് നിലവിൽ ഇന്ത്യ നേരിടുന്ന പ്രശ്നങ്ങൾക്കുള്ള പരിഹാരമെന്ന് ഉറക്കെ പ്രഖ്യാപിച്ചു. നാടിനെ കാർന്നു തിന്നുന്ന വർഗീയതയ്ക്കും കോർപ്പറേറ്റ് അനുകൂല നവ ഉദാരവൽക്കരണ നയങ്ങൾക്കുമുള്ള ബദൽ, കേരളമാണെന്ന്, വ്യക്തമായിക്കഴിഞ്ഞിരിക്കുന്നു.

മുതലാളിത്തം അതിന്റെ ഏറ്റവും രൂക്ഷമായ പ്രതിസന്ധികളിലൂടെ കടന്നു പോവുകയാണ്. അസമത്വം അതിന്റെ ഏറ്റവും മൂർദ്ധന്യാവസ്ഥയിൽ എത്തിയിരിക്കുന്നു. 1990കളോടെ ആരംഭിച്ച ഉദാരവൽക്കരണ നയങ്ങൾ കർഷകന്റേയും തൊഴിലാളിയുടേയും നട്ടെല്ലൊടിച്ചിരിക്കുന്നു. കോവിഡ് മഹാമാരിയെ തടുത്തു നിർത്തുന്നതിലും സാധാരണക്കാർക്ക് സുരക്ഷയൊരുക്കുന്നതിലും മുതലാളിത്ത രാഷ്ട്രങ്ങൾക്ക് സംഭവിച്ച വീഴ്ച ആ വ്യവസ്ഥിതിയുടെ ദൗർബല്യം ലോകത്തിനു മുൻപാകെ തുറന്നു കാട്ടി. അതേ സമയം സോഷ്യലിസ്റ്റ് രാജ്യങ്ങൾ ഉയർത്തിയ ഫലപ്രദമായ ബദൽ മാതൃകകൾ ഇന്ന് ലോകം സഗൗരവം ചർച്ച ചെയ്യുകയാണ്.

കഴിഞ്ഞ 6 വർഷങ്ങളായി കേരളമുയർത്തുന്ന ബദലുകൾ നമ്മെ ബോധ്യപ്പെടുത്തുന്നതും മറ്റൊന്നുമല്ല. ഇടതുപക്ഷത്തിന്റെ പ്രസക്തി

യെന്തെന്ന് ഇന്ന് കേരളം മാത്രമല്ല, രാജ്യമൊന്നാകെ തിരിച്ചറിയുകയാണ്. വിപണിയുടെ ഇംഗിതത്തിനനുസരിച്ച് പ്രവർത്തിക്കുന്ന വലതുപക്ഷ ഗവണ്മെന്റുകളിൽ നിന്നും വ്യത്യസ്തമായി ജനകീയ വികസനത്തിന്റേയും ജനക്ഷേമത്തിന്റേയും ചെറുത്തുനില്പുയർത്താൻ കേരളത്തിനു സാധിക്കുന്നു എന്നത് ഈ രാഷ്ട്രീയ നിശ്ചയദാർഢ്യത്തിന്റെ നിദാനമാണ്. കഴിഞ്ഞ 6 വർഷങ്ങൾക്കിടയിൽ നാം നേടിയ നേട്ടങ്ങൾ ഈ യാഥാർത്ഥ്യത്തിന് അടിവരയിടുന്നു.

ഇതൊരു സുപ്രഭാതത്തിൽ സംഭവിച്ചതല്ല. കേരളത്തിലേയും ഇന്ത്യയിലേയും കമ്യൂണിസ്റ്റ് പ്രസ്ഥാനത്തിന്റെ സുദീർഘമായ ചരിത്രത്തിന്റെ അതിശക്തമായ അടിത്തറ അതിനുണ്ട്. ജന്മിത്വത്തിനെതിരെയും സാംസ്കാരിക യാഥാസ്ഥിതികതയ്ക്കെതിരെയും ഉയർന്ന മുന്നേറ്റങ്ങളിലൂടെയും തൊഴിലാളി വർഗത്തിന്റെ ഉജ്ജ്വല സമരഗാഥകളിലൂടെയും വളർന്ന കമ്യൂണിസ്റ്റ് പ്രസ്ഥാനമാണ് കേരളത്തിലേത്. കരിവെള്ളൂരിലും കയ്യൂരിലും പുന്നപ്രയിലും വയലാറിലും നടന്നതുൾപ്പെടെ നിരവധി ഐതിഹാസികമായ സമരങ്ങളുടെ ചരിത്രമാണ് അതിന്റെ കരുത്ത്. ദരിദ്രന്റെ വിമോചനത്തിനും നീതിക്കും അവകാശങ്ങൾക്കും വേണ്ടി സ്വജീവൻ വെടിഞ്ഞ രക്തസാക്ഷികളുടെ സ്മരണകളാണ് ഈ പ്രസ്ഥാനത്തെ നയിക്കുന്നത്.

നവോത്ഥാനം തൊടുത്തുവിട്ട ആശയങ്ങളെ രാഷ്ട്രീയവൽക്കരിച്ചു കൊണ്ട് കേരളത്തിലെ ഭൂവുടമ ബന്ധങ്ങളേയും അതിനെ ചുറ്റിപ്പറ്റി നിലനിന്നിരുന്ന അധീശത്വ മൂല്യങ്ങളേയും തകർത്തെറിഞ്ഞത് ഇവിടുത്തെ കർഷകത്തൊഴിലാളി പ്രസ്ഥാനങ്ങളും കമ്യൂണിസ്റ്റ് പാർടിയും ഇടതുപക്ഷ സർക്കാരുകളുമാണ്. ഇ.എം.എസിന്റെ നേതൃത്വത്തിൽ അധികാരത്തിലേറിയ ആദ്യത്തെ സർക്കാർ മുന്നോട്ടു വച്ച ആശയങ്ങളുടേയും നയങ്ങളുടേയും തുടർച്ചയാണ് പിന്നീടു വന്ന ഇതുവരെയുള്ള എല്ലാ ഇടതുപക്ഷ സർക്കാരുകളും നടപ്പാക്കിയത്. ഈ സർക്കാരും കാലാനുസൃതമായി അവയെ കൂടുതൽ വിപുലപ്പെടുത്തുകയും ശക്തമാക്കുകയുമാണ് ചെയ്യുന്നത്.

സർവതല സ്പർശിയും സമഗ്രവും സാമൂഹ്യ നീതിയിലധിഷ്ഠിതവുമായ വികസനം യാഥാർത്ഥ്യമാക്കാൻ ഉതകുന്ന നയങ്ങളും പദ്ധതികളുമാണ് കഴിഞ്ഞ ആറു വർഷമായി കേരളത്തിലെ ഇടതുപക്ഷ ജനാധിപത്യ മുന്നണി സർക്കാർ പ്രാവർത്തികമാക്കുന്നത്. അതിന്റെ ഫലമായി നമ്മുടെ സംസ്ഥാനം അഭൂതപൂർവമായ നിരവധി നേട്ടങ്ങൾക്ക് അർഹമായി. ഐക്യരാഷ്ട്ര സഭയും നിതി ആയോഗും ചേർന്ന് തയ്യാറാക്കിയ സുസ്ഥിര വികസന സൂചികയിൽ കേരളം ഒന്നാമതെത്തി. പബ്ലിക് അഫയർസ് ഇൻഡക്സിൽ മൂന്നു വർഷം തുടർച്ചയായി കേരളം ഒന്നാം സ്ഥാനത്തെത്തി. ഇന്ത്യയിൽ ഏറ്റവും അഴിമതി കുറഞ്ഞ സംസ്ഥാനം, വർഗ്ഗീയ സംഘർഷം ഒട്ടുമില്ലാത്ത സംസ്ഥാനം, മികച്ച ക്രമസമാധാനം പാലിക്കപ്പെടുന്ന സംസ്ഥാനം, ശിശു-മാതൃ മരണങ്ങൾ ഏ

റ്റവും കുറഞ്ഞ സംസ്ഥാനം, മികച്ച സ്കൂൾ വിദ്യാഭ്യാസം ലഭ്യമാക്കുന്ന സംസ്ഥാനം, ഭിന്നശേഷി സൗഹൃദ സംസ്ഥാനം, മികച്ച സ്റ്റാർട്ടപ്പ് സൗഹൃദാന്തരീക്ഷമുള്ള സംസ്ഥാനം, മികച്ച ടൂറിസം ഡെസ്റ്റിനേഷൻ എന്നിങ്ങനെ ദേശീയ - അന്താരാഷ്ട്ര തലങ്ങളിൽ നിരവധി നേട്ടങ്ങളും ബഹുമതികളും കേരളം കൈവരിച്ചു.

തുടർച്ചയായ പ്രളയങ്ങളുൾപ്പെടെ നിരവധി പ്രകൃതിക്ഷോഭങ്ങൾ നേരിടേണ്ടി വന്നിട്ടും നെല്ലുത്പാദനത്തിൽ റെക്കോർഡ് നേട്ടം കേരളം കൈവരിച്ചു. പാലുത്പാദനത്തിൽ സ്വയം പര്യാപ്തതയ്ക്ക് അടുത്തെത്താൻ സാധിച്ചു. പച്ചക്കറി ഉത്പാദനം വർധിച്ചു. രാജ്യത്താദ്യമായി പച്ചക്കറികൾക്കും പഴങ്ങൾക്കും തറവില പ്രഖ്യാപിച്ച സംസ്ഥാനം കേരളമാണ്. സാമ്പത്തിക വെല്ലുവിളികൾ ഏറെയുണ്ടായിട്ടും സാമൂഹ്യക്ഷേമ പെൻഷനുകൾ 1,600 രൂപയാക്കി ഉയർത്തി. രാജ്യത്ത് ഏറ്റവും ഉയർന്ന തുക സാമൂഹ്യക്ഷേമപെൻഷനായി നൽകുന്നത് കേരളത്തിലാണ്. ഏകദേശം 60 ലക്ഷം ആളുകൾ ഇന്നതിന്റെ ഗുണഭോക്താക്കളാണ്.

രണ്ടര ലക്ഷം കുടുംബങ്ങൾക്ക് ഈ സർക്കാർലൈഫിലൂടെ സ്വന്തമായി വീടുണ്ടാക്കിക്കൊടുത്തു. 1,60,000 ത്തിലേറെ നിയമനങ്ങൾ നടത്തുകയും 25,000 പുതിയ തസ്തികകൾ സൃഷ്ടിക്കുകയും ചെയ്തു. ഏകദേശം എല്ലാ തൊഴിൽ മേഖലകളിലും കൂലി വർധിപ്പിച്ചു. സ്ത്രീകൾക്കും കുട്ടികൾക്കുമായി ആദ്യമായി പ്രത്യേക വകുപ്പ് ആരംഭിക്കുകയും, ട്രാൻസ്ജെൻഡർ വിഭാഗത്തിനായി പ്രത്യേക പദ്ധതികൾ നടപ്പാക്കുകയും ചെയ്തു. ജെൻഡർ ബജറ്റിങ് പുനഃസ്ഥാപിച്ചു. ദളിതർ ഉൾപ്പെടെയുള്ള പിന്നാക്കക്കാരെ ശാന്തിക്കാരായി നിയമിച്ച് സാമൂഹ്യനീതിയിൽ പുതിയ അധ്യായം രചിച്ചു. എസ്സി–എസ്ടി വിഭാഗങ്ങൾക്ക് ജനസംഖ്യാനുപാതത്തിൽ ഉപരിയായ ബജറ്റ് വിഹിതം വകയിരുത്തി.

കേരളത്തിൽ വ്യവസായ സൗഹൃദ അന്തരീക്ഷം ഒരുക്കാനായി നിയമങ്ങളും ചട്ടങ്ങളും ഭേദഗതി ചെയ്തു. ബജറ്റിന്റെ പരിമിതികൾ കേരളത്തിന്റെ മുന്നോട്ടു പോക്കിന് തടസ്സമാകുന്നില്ല എന്നുറപ്പുവരുത്തിക്കൊണ്ട് കിഫ്ബിയെ പുനഃസംഘടിപ്പിച്ചു. വിദേശ രാജ്യങ്ങളിൽ വരെ പോയി നിക്ഷേപങ്ങൾ ആകർഷിച്ചു. അവയെ കേരളത്തിന്റെ മുഖച്ഛായ മാറ്റാനുതകുന്ന വിധം അടിസ്ഥാന സൗകര്യ മേഖലയിൽ പ്രയോഗിച്ചു. അഞ്ചു വർഷം കൊണ്ട് കിഫ്ബിയിലൂടെ 50,000 കോടി രൂപയുടെ അടിസ്ഥാന സൗകര്യ വികസന പ്രവർത്തനങ്ങൾ ആണ് ലക്ഷ്യമിട്ടിരുന്നത്. എന്നാൽ കഴിഞ്ഞ സർക്കാരിന്റെ കാലാവധി പൂർത്തിയാകുന്ന ഘട്ടത്തിൽ തന്നെ പ്രതീക്ഷകൾക്കപ്പുറത്ത് 62,500 കോടി രൂപയുടെ വികസന പ്രവർത്തനങ്ങൾ ഏറ്റെടുക്കാൻ കഴിഞ്ഞു.

അപ്രതീക്ഷിതമായി ജനങ്ങൾക്ക് നേരിടേണ്ടി വന്ന ദുരിതങ്ങളിൽ അവർക്ക് ആശ്വാസം ഉറപ്പുവരുത്താനും എൽഡിഎഫ് സർക്കാരിനു സാധിച്ചു. 5,700 കോടി രൂപയിലധികം തുകയുടെ സഹായം മുഖ്യമന്ത്രിയുടെ ദുരിതാശ്വാസ നിധിയിൽ നിന്ന് നൽകി. 1,100 കോടിയിലധികം രൂപ

യാണ് ചികിത്സയ്ക്ക് മാത്രമായി നൽകിയത്. സർക്കാർ സംവിധാനങ്ങളും നിയമ പരിപാലന സംവിധാനങ്ങളും സന്നദ്ധ സംഘടനകളും പൊതുജനമൊന്നാകെയും കൈകോർത്ത കേരളത്തിന്റെ അതിജീവനം ലോകശ്രദ്ധ നേടിയ ജനകീയ മാതൃകയായി മാറി. ഒരു വർഷത്തെ പദ്ധതി അടങ്കലിനു തുല്യമായ തുകയുടെ നഷ്ടം കേരളത്തിനുണ്ടായിട്ടും നമുക്ക് ലഭ്യമാകേണ്ടിയിരുന്ന സഹായങ്ങൾ തടയപ്പെട്ടിട്ടും കേരളം ആത്മവിശ്വാസത്തോടേയും ഐക്യത്തോടേയും പൊരുതി മുന്നേറി.

ഇത്തരത്തിൽ അഭിമാനകരമായ നേട്ടങ്ങൾ കൈവരിച്ച പശ്ചാത്തലത്തിലാണ് നവകേരള സൃഷ്ടിക്ക് അടിത്തറ പാകുന്ന കർമ്മ പരിപാടി ഉൾക്കൊള്ളുന്ന പ്രകടന പത്രിക 2021 ലെ നിയമസഭാ തിരഞ്ഞെടുപ്പിനു മുന്നോടിയായി ഇടതുപക്ഷ ജനാധിപത്യ മുന്നണി അവതരിപ്പിച്ചത്. കഴിഞ്ഞ സർക്കാരിന്റെ പ്രവർത്തനങ്ങൾക്കും പ്രകടനപത്രികയ്ക്കും ഉള്ള അംഗീകാരമാണ് കേരളത്തിലെ ജനങ്ങൾ എൽ ഡി എഫിനു നൽകിയ അധികാരത്തുടർച്ച. അതുകൊണ്ടുതന്നെ പ്രകടനപത്രികയിൽ പറഞ്ഞിരിക്കുന്ന കാര്യങ്ങൾ കൃത്യതയോടെ നടപ്പാക്കാനുള്ള ബാധ്യത ഈ സർക്കാരിനുണ്ട്.

2021 ലെ പ്രകടന പത്രികയിൽ നൽകിയ 900 വാഗ്ദാനങ്ങൾ നടപ്പാക്കികൊണ്ട് കേരളത്തിന് അനുഗുണമായ സുസ്ഥിര വികസന മാതൃക യാഥാർത്ഥ്യമാക്കാനാണ് ഈ സർക്കാർ ലക്ഷ്യമിടുന്നത്. അതിനുള്ള അടിത്തറ അടിസ്ഥാന സൗകര്യ മേഖലയിൽ കഴിഞ്ഞ സർക്കാരുണ്ടാക്കിയ മുന്നേറ്റമാണ്. പാവങ്ങൾക്കുള്ള ക്ഷേമപ്രവർത്തനങ്ങൾ വിപുലപ്പെടുത്തുന്നതോടൊപ്പം തന്നെ പുതിയ തലമുറ ആഗ്രഹിക്കുന്ന ആധുനിക തൊഴിലവസരങ്ങൾ കേരളത്തിൽ സൃഷ്ടിക്കാനുമാണ് സർക്കാർ ലക്ഷ്യമിടുന്നത്. അതിനായി കേരളത്തെ വിജ്ഞാന സമ്പദ്ഘടനയായും നൂതന സമൂഹമായും പരിവർത്തിപ്പിക്കേണ്ടതുണ്ട്.

കേരള വികസനത്തിൽ അന്തർലീനമായ ചില ദൗർബല്യങ്ങൾ പരിഹരിക്കുന്നതിനും കാലത്തിന് അനുയോജ്യമായ പുതിയ മേഖലകളിലേക്ക് നമ്മുടെ നാടിനെ നയിക്കുന്നതിനുമാണ് ഇടതുപക്ഷ ജനാധിപത്യ മുന്നണി സർക്കാർ ശ്രമിക്കുന്നത്. അഭ്യസ്തവിദ്യരായ യുവജനങ്ങൾക്ക് ആവശ്യമായ തൊഴിൽ ലഭിക്കുന്നില്ലെന്ന പ്രശ്നം പരിഹരിക്കുന്നതിനാവശ്യമായ പദ്ധതികൾക്ക് ഊന്നൽ നൽകുന്നു. മൊത്തം 40 ലക്ഷം തൊഴിലവസരങ്ങൾ സൃഷ്ടിക്കാനാണ് ലക്ഷ്യമിട്ടിരിക്കുന്നത്. ഈ ലക്ഷ്യം നേടുന്നതിന് നൈപുണി പരിശീലനം, വ്യവസായ പുനഃസംഘടന, കാർഷിക നവീകരണം എന്നിവയ്ക്കു ശാസ്ത്രീയമായ പഠനങ്ങളുടെ അടിസ്ഥാനത്തിൽ തയ്യാറാക്കിയ പരിപാടികളുമായാണ് സർക്കാർ മുന്നോട്ടു പോകുന്നത്. കുടുംബാധിഷ്ഠിത മൈക്രോപ്ലാനുകളിലൂടെ കേവലദാരിദ്ര്യം ഇല്ലാതാക്കാനും, കൃഷിക്കാരുടെ വരുമാനം 50 ശതമാനമെങ്കിലും ഉയർത്താനും, വിദ്യാഭ്യാസ-ആരോഗ്യ സൗകര്യങ്ങൾ ലോകോത്തരമാക്കാനുമാണ് നവകേരള നിർമ്മിതിയിലൂടെ സർക്കാർ ലക്ഷ്യമിടുന്നത്.

വ്യവസായങ്ങൾക്കു വേണ്ട പശ്ചാത്തലസൗകര്യമൊരുക്കുക എന്നത് ഏറെ പ്രധാനമാണ്. അതൊരുക്കുന്നതിന്റെ ഭാഗമായി ഗെയിൽ പൈപ്പ് ലൈൻ പദ്ധതി പൂർത്തീകരിച്ചു. ഇടമൺകൊച്ചി പവർ ഹൈവേയും പൂർത്തിയാക്കി. കണ്ണൂർ എയർപോർട്ട് യാഥാർത്ഥ്യമാക്കി. കൊച്ചി മെട്രോയുടെ വികസനം സാധ്യമാക്കി. ദേശീയപാത, ദേശീയ ജലപാത, റെയിൽവേ ലൈൻ ഡബിളിങ്, വാട്ടർ മെട്രോ എന്നിവയുടെയൊക്കെ പ്രവൃത്തികൾ ദ്രുതഗതിയിൽ പുരോഗമിക്കുന്നു. ഗുണമേന്മയുള്ള വൈദ്യുതിയും ബ്രോഡ്ബാന്റ് ഇന്റർനെറ്റും ഒക്കെ ഇന്നത്തെ കാലത്ത് റോഡ്, റെയിൽ, പോർട്ട്, എയർപോർട്ട് തുടങ്ങിയ അടിസ്ഥാന സൗകര്യങ്ങളെപ്പോലെ തന്നെ പ്രധാനമാണ്. ആ മേഖലകളിലെല്ലാം നാം ഏറെ മുന്നോട്ടു പോയിക്കഴിഞ്ഞു. എങ്കിലും ഇനിയും ഒരുപാട് മുന്നോട്ടു പോകേണ്ടതുണ്ട്. ഭാവി കേരളത്തെയും നമ്മുടെ വരുംതലമുറയെയും മനസ്സിൽ കണ്ടുകൊണ്ടു വേണം വികസനം നടപ്പാക്കാൻ. അതിനാണ് സർക്കാർ പരിശ്രമിക്കുന്നത്.

അതിന്റെ ഭാഗമായാണ് സിൽവർലൈൻ എന്ന സെമി ഹൈ സ്പീഡ് റെയിൽ പദ്ധതി നടപ്പാക്കാൻ പോകുന്നത്. അടുത്ത 50 വർഷം കേരളത്തിന്റെ വികസന മുന്നേറ്റങ്ങളെ മുന്നിൽ കണ്ടാണ് 530 കിലോമീറ്റർ നീളമുള്ള ഈ പദ്ധതി ആവിഷ്കരിച്ചിരിക്കുന്നത്. ഏകദേശം 64,000 കോടി രൂപയുടെ അടിസ്ഥാന സൗകര്യ വികസനമാണ് കെ–റെയിലിന്റെ സിൽവർ ലൈൻ എന്ന ഒറ്റ പദ്ധതികൊണ്ട് നമ്മുടെ നാട്ടിൽ നടക്കുക. ഏതാനും മണിക്കൂറുകൾ കൊണ്ട് കേരളത്തിൽ എവിടെയും എത്താമെന്നതും ചരക്കുനീക്കം സുഗമമാക്കാം എന്നതും മാത്രമല്ല വ്യവസായസംരംഭക മേഖലകളിൽ വലിയ കുതിച്ചുചാട്ടം സൃഷ്ടിക്കാമെന്നതും ഈ പദ്ധതിയുടെ ഗുണഫലമാണ്.

എന്നാൽ ഈ ശ്രമങ്ങൾക്കെല്ലാം വിലങ്ങുതടിയായി മാറാനാണ് കേരളത്തിലെ കോൺഗ്രസും ബി ജെ പിയുമുൾപ്പെടെയുള്ള വലതുപക്ഷ സംഘടനകൾ ശ്രമിക്കുന്നത്. കേന്ദ്ര സർക്കാരിന്റെ സംസ്ഥാനങ്ങളോടുള്ള സമീപനവും പ്രതിബന്ധങ്ങൾ സൃഷ്ടിക്കുന്നു. കഴിഞ്ഞ യുഡിഎഫ് സർക്കാരിന്റെ കാലത്ത് അതിവേഗ റെയിൽ നടപ്പാക്കുന്നതിനുവേണ്ടി വിളിച്ച സർവകക്ഷി യോഗത്തിൽ സി പി ഐ (എം) അതിനാവശ്യമായ പിന്തുണ പ്രഖ്യാപിച്ചിരുന്നു. കൊച്ചി മെട്രോ പദ്ധതി വേഗത്തിൽ നടപ്പിലാക്കുന്നതിനുവേണ്ടി പാർലമെന്റിൽ നിരന്തരം ആവശ്യം ഉന്നയിക്കുകയും സമരം ചെയ്യുകയും ചെയ്തവരാണ് ഇടതുപക്ഷ എംപിമാർ. എന്നാൽ ഇന്ന് കേരളത്തിന്റെ ഒരു സ്വപ്ന പദ്ധതിയെ എതിർത്ത് അത് തടയുന്നതിനുവേണ്ടി പാർലമെന്റിൽ സമരം ചെയ്യുന്ന അവസ്ഥയിൽ യുഡിഎഫ് എംപിമാർ അധഃപതിച്ചിരിക്കുന്നു. അതിവേഗ റെയിൽ പദ്ധതി നടപ്പാക്കുമെന്ന് പ്രകടന പത്രികയിൽ പറയുകയും അത് കഴിഞ്ഞ യുഡിഎഫ് സർക്കാരിന്റെ പരസ്യങ്ങളിൽ ഉൾപ്പെടുത്തുകയും ഈ പദ്ധതിയുടെ നടത്തിപ്പിനായി കോടികൾ ചെലവഴിക്കുകയും ചെയ്ത

വരാണ് യുഡിഎഫ്. അവർ എന്തിനാണ് ഈ പദ്ധതിയെ ഇപ്പോൾ എതിർക്കുന്നത്? കേന്ദ്രത്തിന്റെ സഹായത്തോടെ തന്നെ നടപ്പാക്കുന്ന ഒരു പദ്ധതിക്കെതിരെ ഒരു കേന്ദ്രമന്ത്രി തന്നെ നേരിട്ട് ഇടപെട്ട് തടസ്സം സൃഷ്ടിക്കുന്നതാണ് നമ്മൾ കാണുന്നത്. പദ്ധതിക്ക് എതിരായി അദ്ദേഹം തന്നെ വീടുകയറി പ്രചാരണം നടത്തുന്നത് ഫെഡറലിസത്തിന്റെ അന്തഃസത്തയ്ക്ക് നിരക്കുന്ന പ്രവൃത്തിയല്ല. ആദ്യമായിട്ടല്ല ഇത്തരമൊരു സമീപനം ഇവരിൽ നിന്നുമുണ്ടാകുന്നത്. പ്രളയവും കോവിഡ് മഹാമാരിയുമുൾപ്പെടെയുള്ള പ്രതിസന്ധികളെ നേരിടേണ്ടി വന്ന ഘട്ടങ്ങളിലും ഗെയിൽ പദ്ധതിയും ദേശീയപാതാവികസനവും ഉൾപ്പെടെയുള്ള പ്രധാന പദ്ധതികളുടെ മുന്നോട്ടു പോക്കിലുമെല്ലാം കേരളത്തിന്റെ താല്പര്യങ്ങൾക്ക് വിരുദ്ധമായി ഇവർ ഇടപെട്ടു എന്നതാണ് ചരിത്രം. ഇടതുപക്ഷത്തെ ദുർബലപ്പെടുത്താനും നാടിന്റെ നന്മയ്ക്ക് തുരങ്കം വയ്ക്കാനുമാണ് ഇവർ ശ്രമിക്കുന്നത്.

എന്നാൽ ഈ വെല്ലുവിളികളെയെല്ലാം അതിജീവിച്ചുകൊണ്ട് കേരളം മുന്നേറും. അതിനാവശ്യമായ നിശ്ചയദാർഢ്യവും രാഷ്ട്രീയ ദിശാബോധവും ഈ സർക്കാരിനുണ്ട്. അതിലെല്ലാമുപരിയായി ജനങ്ങളോടുള്ള അചഞ്ചലമായ പ്രതിബദ്ധതയും നവകേരളമെന്ന വിശാലമായ ലക്ഷ്യവും ഇടതുപക്ഷ സർക്കാരിനു പ്രചോദനം പകരുന്നു. ബദൽ, കേരളമാണെന്ന് ഉറക്കെ പ്രഖ്യാപിച്ചുകൊണ്ട് നാടിന്റെ നന്മയ്ക്കായി ജനങ്ങളെ ഒറ്റക്കെട്ടായി നിർത്തി സർക്കാർ മുന്നോട്ടു പോകും. കേരളത്തിന്റെ ശോഭനമായ ഭാവിക്കായി വിട്ടുവീഴ്ചയില്ലാതെ പ്രവർത്തിക്കും.

കോൺഗ്രസ് - സംഘപരിവാർ അവിശുദ്ധ കൂട്ടുകെട്ട്

മത വർഗീയ ശക്തികളെ തുറന്നെതിർക്കുകയും പ്രതിരോധിക്കുകയും ചെയ്യുന്ന പ്രസ്ഥാനമാണ് കമ്യൂണിസ്റ്റ് പാർടി. കേരളത്തിൽ വർഗീയ ശക്തികൾക്ക് വലിയ വേരോട്ടമുണ്ടാക്കാൻ സാധിക്കാത്തതിന്റെ കാരണം കമ്യൂണിസ്റ്റ് പ്രസ്ഥാനം തീർത്ത ജനകീയപ്രതിരോധമാണ്. ഇതിന്റെ ഭാഗമായി പാർടിയുടെ പല ധീര സഖാക്കളും വർഗീയ ശക്തികളുടെ കൊലക്കത്തിക്കിരയായിട്ടുണ്ട്. അവിസ്മരണീയമായ ഈ ത്യാഗങ്ങളുടെ ചരിത്രത്തെ മറച്ചുവച്ച് തെറ്റിദ്ധാരണ ജനങ്ങളിൽ സൃഷ്ടിക്കാനുള്ള ശ്രമമാണ് കോൺഗ്രസ് എക്കാലവും നടത്തിവന്നിട്ടുള്ളത്. അതിന്റെ തുടർച്ചയാണ് കുറച്ചു ദിവസങ്ങൾക്കു മുൻപ് നിയമസഭയിൽ പ്രതിപക്ഷ നേതാവ് വി ഡി സതീശൻ ഉന്നയിച്ച ആരോപണങ്ങൾ.

1977 ലെ നിയമസഭാ തിരഞ്ഞെടുപ്പിൽ കൂത്തുപറമ്പ് മണ്ഡലത്തിൽ നിന്നും ഈ ലേഖകൻ ജയിച്ചത് ആർഎസ്എസ് വോട്ട് വാങ്ങിയാണെന്നാണ് സതീശൻ പറഞ്ഞത്. 1977ലെ ആർഎസ്എസ് ബന്ധം' എന്നാണ് അദ്ദേഹമതിനെ വിശേഷിപ്പിച്ചത്. എന്നാൽ കേരള രാഷ്ട്രീയത്തിൽ എക്കാലവും സംഘപരിവാറുമായി ചേർന്നു മുന്നോട്ടു പോയത് കോൺഗ്രസ് ആണെന്ന യാഥാർത്ഥ്യമാണ് അദ്ദേഹം മറച്ചുവയ്ക്കുന്നത്. നെഹ്റു മന്ത്രിസഭ വിമോചനസമരത്തെ തുടർന്ന് ഇ എം എസ് സർക്കാരിനെ പിരിച്ചുവിട്ടതിനു ശേഷം 1960 ൽ നടന്ന തിരഞ്ഞെടുപ്പു തൊട്ടു തന്നെ ആ ബാന്ധവം ദൃശ്യമാണ്. അന്ന് ജനസംഘം വലിയ തോതിൽ വർഗീയ പ്രചരണങ്ങൾക്ക് കോപ്പുകൂട്ടുന്ന കാലമായിരുന്നു. കൂടുതൽ സാധ്യതയുള്ള നാല് അസംബ്ലി സീറ്റുകളിൽ മത്സരിക്കാനാണ് ജനസംഘം ആദ്യം തീരുമാനിച്ചത്. കോഴിക്കോട്, തൃശൂർ ജില്ലയിലെ അണ്ടത്തോട്,

ഗുരുവായൂർ, പാലക്കാട്ടെ പട്ടാമ്പി മണ്ഡലങ്ങളായിരുന്നു ഇവ. ഇ എം എസ് തന്നെയായിരുന്നു പട്ടാമ്പിയിൽ മത്സരിച്ചത്.

പട്ടാമ്പിയിൽ പി മാധവമേനോനെ മത്സരിപ്പിക്കാനായിരുന്നു ജനസംഘം തീരുമാനം. പത്രികാ സമർപ്പണം ഒക്കെ കഴിഞ്ഞു സജീവമായ പ്രചരണവും അവരാരംഭിച്ചു. എന്നാൽ കമ്യൂണിസ്റ്റ് വിരുദ്ധ വോട്ടുകൾ ഭിന്നിക്കുമെന്ന് പറഞ്ഞു സ്ഥാനാർഥിയെ പിൻവലിച്ച് ജനസംഘം മത്സരരംഗത്തു നിന്ന് പിന്മാറി. ഇ എം എസിനെ തോൽപ്പിക്കാൻ കോൺഗ്രസുമായി ജനസംഘം സഹകരിക്കുകയായിരുന്നു. അന്ന് ജനസംഘം പരസ്യമായാണ് കോൺഗ്രസ്സ് സ്ഥാനാർഥിക്ക് പിന്തുണ നൽകിയത്. ഇഎംഎസിനെ തോൽപിക്കാൻ കോൺഗ്രസ്സുമായി സഹകരിക്കുമെന്ന് ജനസംഘം തുറന്നുപറഞ്ഞു. കോൺഗ്രസ്സ് നേതാവ് എ രാഘവൻ നായരായിരുന്നു അന്ന് കോൺഗ്രസ്സ് – ലീഗ് – പിഎസ്പി സഖ്യത്തിന്റെ സ്ഥാനാർത്ഥി. കോൺഗ്രസ്സ് പാർടിക്കുവേണ്ടി ദേശീയ നേതാക്കൾ ഉൾപ്പെടെ പട്ടാമ്പിയിൽ തിരഞ്ഞെടുപ്പ് നിയന്ത്രിച്ചു. ജനസംഘം നേതാവ് ദീനദയാൽ ഉപാദ്ധ്യായ വന്ന് കോൺഗ്രസ്സ് സ്ഥാനാർഥിക്കു വേണ്ടി വോട്ടുതേടി. പക്ഷേ പരസ്യമായ ജനസംഘം ബന്ധമുണ്ടായിട്ടും അന്ന് കോൺഗ്രസ്സ് രക്ഷപ്പെട്ടില്ല. 7322 വോട്ടുകൾക്കാണ് ഇ എം എസ് വിജയിച്ചത്.

1977 ലെ തിരഞ്ഞെടുപ്പിൽ ആർഎസ്എസ്സിന്റെ വോട്ടുവാങ്ങിയാണ് ഈ ലേഖകൻ ആദ്യമായി നിയമസഭയിലേക്ക് ജയിച്ചതെന്ന് പറയുന്നത് അടിസ്ഥാനപരമായ ഗൃഹപാഠം ചെയ്യാതെയുള്ള ആരോപണമാണ്. 1972 ൽ കോൺഗ്രസിനെയും ജനസംഘത്തെയും ഉൾപ്പെടെ പരാജയപ്പെടുത്തിയാണ് കൂത്തുപറമ്പ് മണ്ഡലത്തിൽ നിന്ന് ഈ ലേഖകൻ നിയമസഭയിലേക്ക് ആദ്യമായി തിരഞ്ഞെടുക്കപ്പെട്ടത്. എന്നാൽ ഇന്ദിരഗാന്ധിയുടെ നേതൃത്വത്തിൽ ഏകാധിപത്യ ഭരണം കോൺഗ്രസ് അടിച്ചേല്പിക്കുന്ന ഘട്ടത്തിലാണ് 1977 ലെ തിരഞ്ഞെടുപ്പ് നടക്കുന്നത്. 'ഇന്ത്യയെന്നാൽ ഇന്ദിര, ഇന്ദിരയെന്നാൽ ഇന്ത്യ' എന്ന മുദ്രാവാക്യം മുഴക്കി ജനാധിപത്യത്തെ കോൺഗ്രസ് നോക്കുകുത്തിയാക്കിയ കാലമായിരുന്നു അത്. ഭരണഘടനയെ അട്ടിമറിച്ച് ജനാധിപത്യ സംവിധാനങ്ങളെയാകെ വന്ധ്യംകരിച്ചാണ് കോൺഗ്രസ് അടിയന്തരാവസ്ഥ വാഴ്ച നടത്തിയത്. അർദ്ധ ഫാസിസത്തിന്റെ വക്താക്കളായിരുന്നു അന്നു കോൺഗ്രസ്.

ആ ഘട്ടത്തിൽ ഇന്ത്യൻ ജനതയൊന്നടങ്കം അടിയന്തരാവസ്ഥയ്ക്കും കോൺഗ്രസിനുമെതിരെ അണി നിരന്നു. ജയപ്രകാശ് നാരായണന്റെ നേതൃത്വത്തിൽ ഭാരതീയ ലോക്ദൾ, സംഘടനാ കോൺഗ്രസ്സ്, സോഷ്യലിസ്റ്റ് പാർട്ടി ഓഫ് ഇന്ത്യ തുടങ്ങിയ പാർടികൾ ലയിച്ചാണ് 1977 ജനുവരി 23 ന് ജനതാ പാർട്ടി രൂപീകരിച്ചത്. എല്ലാ പാർടികളും അവരുടെ കമ്മറ്റികൾ പിരിച്ചുവിട്ടും സംഘടനാ സംവിധാനങ്ങൾ താഴേ തലം മുതൽ ഇല്ലാതാക്കിയുമാണ് ലയനം നടത്തിയത്. ജനതാ പാർടിയിൽ

പിന്നീട് ജനസംഘവും ലയിക്കുന്ന നിലവന്നു. ജനസംഘം പിരിച്ചുവിട്ടാണ് ലയനം നടന്നത്. കലപ്പ ഏന്തിയ കർഷകനായിരുന്നു തിരഞ്ഞെടുപ്പ് ചിഹ്നം.

അടിയന്തരാവസ്ഥയിലെ കോൺഗ്രസ്സ് ഏകാധിപത്യ ഭരണത്തിനെതിരെ ഉയർന്നുവന്ന വിശാല ഐക്യത്തിൽ അന്ന് ജനാധിപത്യ വിശ്വാസികൾ എല്ലാവരും സഹകരിക്കുകയായിരുന്നു. ആ നിലയ്ക്ക് അടിയന്തരാവസ്ഥാ വിരുദ്ധ പോരാട്ടത്തിന്റെ മുന്നിൽതന്നെ ഉണ്ടായിരുന്ന സി പി ഐ(എം) അന്ന് മുഖ്യ പ്രതിപക്ഷമായ ജനതാ പാർടിയുമായി ദേശീയ തലത്തിൽ സഹകരിച്ചിട്ടുണ്ട്. ആ സഹകരണം ജനസംഘവുമായിട്ടായിരുന്നില്ല.

കേരളത്തിൽ സംഘപരിവാറിന്റെ കണ്ണിലെ കരടായിരുന്നു അന്ന് സി പി ഐ(എം). ആർഎസ്എസ് അക്രമങ്ങൾക്കെതിരെ സി പി ഐ (എം) ചെറുത്തുനിൽപ്പ് നടത്തുന്ന സമയവുമായിരുന്നു അത്. നിരവധി സി പി ഐ എം പ്രവർത്തകരാണ് അന്ന് സംഘപരിവാർ കൊലക്കത്തിക്കിരയായത്. 1977–79 കാലത്ത് കണ്ണൂർ ജില്ലയിൽ മാത്രം അനവധി രക്തസാക്ഷികളാണ് സി പി ഐഎമ്മിനുണ്ടായത്. ആ ഘട്ടത്തിൽ സി പി ഐഎം സഹകരിച്ചത് ജയപ്രകാശ് നാരായണന്റെ നേതൃത്വത്തിലുള്ള ജനതാ പാർടിയുമായാണ്. ആർഎസ്എസിനെ എല്ലാ കാലത്തും തുറന്നെതിർക്കുക മാത്രമേ സി പി ഐ എം ചെയ്തിട്ടുള്ളൂ.

ഇന്നത്തെ കെപിസിസി പ്രസിഡന്റും അന്ന് സംഘടനാ കോൺഗ്രസ്സിൽ ആയിരുന്നു. തന്റെ പാർടി ജനതാ പാർടിയിൽ ലയിച്ചപ്പോൾ കെ. സുധാകരനും ജനതാ പാർടിയുടെ ഭാഗമായി. അടിയന്തരവസ്ഥക്കാലത്ത് സുധാകരൻ ജനതാ പാർടിയുടെ യുവജന വിഭാഗം സംസ്ഥാന ഭാരവാഹി വരെ ആയി. 1977 ൽ കെജി മാരാർ ഉദുമയിൽ മത്സരിച്ചപ്പോൾ കെ സുധാകരൻ അദ്ദേഹത്തിന്റെ തിരഞ്ഞെടുപ്പ് കമ്മിറ്റി ഭാരവാഹിയായിരുന്നു. അതായത് എൽ.കെ അദ്വാനിയും വാജ്പേയിയും കെ സുധാകരനും ഒക്കെ അന്ന് ഒരേ പാർടിയിൽ ആയിരുന്നു. പ്രതിപക്ഷ നേതാവിന്റെ തിയറി പ്രകാരം ജനതാ പാർടി നേതാവായ സുധാകരനല്ലേ ആർഎസ്എസ് വിശേഷണം ചേരുക?

ആർഎസ്എസ്സിനെ സി പി ഐ (എം)മായി കൂട്ടിക്കെട്ടാൻ ശ്രമിക്കുന്നവർ തന്നെയാണ് അവരെ കെട്ടിയതും കെട്ടിപ്പിടിച്ചു നിൽക്കുന്നതും. ജനതാ പാർട്ടിയിലും ആർ എസ് എസിലും ഒരേ സമയം അംഗത്വമാകാമോ എന്ന പ്രശ്നം ഉയർന്നപ്പോൾ ആ പാർടിയിൽ അത് അനുവദിക്കാനാവില്ല എന്ന നിലപാടെടുത്തവരോടാണ് സി പി ഐ എം ഐക്യപ്പെട്ടത്. ഞാൻ അന്ന് കെജി മാരാരുടെ തിരഞ്ഞെടുപ്പ് കമ്മിറ്റി ഭാരവാഹിയായിരുന്നു എന്ന് ആരോപണവും അതോടൊപ്പം മറ്റു ചിലർ ഉയർത്തി. കൂത്തുപറമ്പിൽ മത്സരിക്കുന്ന ഞാൻ ഉദുമയിൽ പോയി തിരഞ്ഞെടുപ്പ് കമ്മിറ്റി ഭാരവാഹിയാകും എന്നത് സാമാന്യബോധത്തിനു നിരക്കാത്ത നുണയാണ്. കെ സുധാകരനായിരുന്നു അന്നത്തെ തിരഞ്ഞെ

ടുപ്പ് കമ്മിറ്റി ഭാരവാഹി. ജനതാ സർക്കാർ രൂപീകരണശേഷം ഇരട്ട അംഗത്വ പ്രശ്നം വന്നപ്പോൾ ജനസംഘം പ്രവർത്തകർ ജനതാ പാർടി വീട്ടിറങ്ങിയ സാഹചര്യം കൂടി ഉണ്ടായി. ജനസംഘം നേതാക്കൾ ആർ എസ്എസ് ബന്ധം തുടർന്നപ്പോഴാണ് 1980ൽ ജനതാ പാർടി പിളർന്ന ത്. ദ്വയാംഗത്വ പ്രശ്നത്തിന്റെ പേരിൽ മൊറാർജി രാജിവെച്ചു. ചരൺ സിങ് സർക്കാർ അധികാരത്തിൽ വന്നു. അതും കഴിഞ്ഞാണ് ബി ജെ പി രൂപീകരിക്കപ്പെട്ടത്. ഇതൊക്കെ രാഷ്ട്രീയ വിദ്യാർത്ഥികൾക്ക് മറക്കാ ൻ കഴിയുന്ന കാര്യങ്ങളല്ല. കേരളത്തിലെ തിരഞ്ഞെടുപ്പ് ചരിത്രം 1977 ൽ തീരുന്നതുമല്ല.

1979 ൽ നാല് നിയമസഭാ ഉപതിരഞ്ഞെടുപ്പുകൾ നടന്നിരുന്നു. കാസർകോട്, തലശ്ശേരി, തിരുവല്ല, പാറശ്ശാല എന്നീ മണ്ഡലങ്ങളിൽ. ഒരു ആർഎസ്എസ്സുകാരന്റെയും വോട്ട് ഇടതുപക്ഷത്തിനു വേണ്ടെന്ന് ഇ എം എസ് പ്രഖ്യാപനം നടത്തുന്നത് ആ ഉപതെരഞ്ഞെടുപ്പ് വേളയി ലാണ്. നാല് മണ്ഡലങ്ങളിലും ഇടതുപക്ഷം ജയിക്കുകയാണുണ്ടായത്. തൊട്ടടുത്ത വർഷം 1980 ൽ ലോക്സഭ, നിയമസഭാ തിരഞ്ഞെടുപ്പുകൾ ഒരുമിച്ചു വന്നു. 1980 ലെ പാർലമെന്റ് തിരഞ്ഞെടുപ്പിൽ കാസർകോട് മണ്ഡലത്തിൽ കോൺഗ്രസ് മുന്നണിയുടെ സ്ഥാനാർത്ഥിയായി മത്സരി ച്ചത് ആർഎസ്എസുകാരനായ ഒ. രാജഗോപാലായിരുന്നു. അന്ന് കോ ൺഗ്രസ്സ് ഐക്കാർ ആർഎസ്എസ്സുകാരനുവേണ്ടി വോട്ട് തേടിയത് കേരളം മറന്നിട്ടില്ല.

എതിർ സ്ഥാനാർത്ഥിയായി രംഗത്തുണ്ടായിരുന്നത് സി പി ഐ (എം)ലെ രാമണ്ണറേയായിരുന്നു. 73,587 വോട്ടിന്റെ ഭൂരിപക്ഷത്തിനാണ് അന്ന് രാമണ്ണറേ വിജയിച്ചത്. 1980 ലെ നിയമസഭാ തിരഞ്ഞെടുപ്പിൽ പെരിങ്ങളം മണ്ഡലത്തിലും ഇതേ പോലെ സംഭവമുണ്ടായി. കോൺ ഗ്രസ് മുന്നണിയുടെ അന്നത്തെ സ്ഥാനാർത്ഥി സാക്ഷാൽ കെ ജി മാ രാർ ആയിരുന്നു. അന്ന് കോൺഗ്രസ്സ് പിന്തുണച്ച കെജി മാരാരെ തോൽ പ്പിച്ച ഇടതുമുന്നണി സ്ഥാനാർത്ഥി ഇപ്പോഴത്തെ മന്ത്രി എ കെ ശശീന്ദ്ര നാണ്.

അതേ വർഷം എടക്കാട് നിയമസഭാ മണ്ഡലത്തിൽ കോൺഗ്രസ് മുന്നണിയുടെ സ്ഥാനാർത്ഥി കെ സുധാകരൻ ആയിരുന്നു. സുധാകര ൻ അന്നും ആർഎസ്എസ് ഉൾപ്പെടുന്ന ജനതാ പാർടിയിൽ തന്നെ ആ യിരുന്നു. ബി ജെ പി രൂപീകരിക്കപ്പെട്ടിട്ടില്ല. കോൺഗ്രസ്സ് അദ്ദേഹത്തി നുവേണ്ടി വോട്ടു തേടി. ഇടതുപക്ഷ സ്ഥാനാർഥിയായ അഖിലേന്ത്യാ ലീഗിലെ പി.പി.വി മൂസയാണ് അന്ന് കെ സുധാകരനെ പരാജയപ്പെടു ത്തിയത്. ഒറ്റപ്പാലം മണ്ഡലത്തിൽ ജനതാ പാർട്ടിയിലെ പി.ആർ നമ്പ്യാർ ക്കു വേണ്ടിയാണ് കോൺഗ്രസുകാർ പ്രവർത്തിച്ചത്. ഇടതുപക്ഷത്തെ വി സി കബീർ ആണ് അന്ന് വിജയിച്ചത്. ചവറയിൽ ബേബി ജോണി നെതിരെ കോൺഗ്രസ്സ് ജനതാ പാർടി കൂട്ടുകെട്ടിനായി മത്സരിച്ചു പരാ ജയപ്പെട്ടത് ജനതാ പാർടിയിലെ സി. രാജേന്ദ്രനായിരുന്നു.

1991 ലെ ബേപ്പൂർ, വടകര മണ്ഡലങ്ങളിൽ കോൺഗ്രസും ബി ജെ പിയും ലീഗും ചേർന്ന് ഉണ്ടായ കോലീബി സഖ്യത്തിന്റെ കഥ എല്ലാവർക്കും അറിയുന്നതാണ്. അന്ന് വടകര ലോക്സഭ മണ്ഡലത്തിൽ കോലീബി സ്ഥാനാർഥിയായി മത്സരിച്ച അഡ്വ. രത്നസിംഗ് തന്റെ ആത്മകഥയിൽ 91 ലെ കോൺഗ്രസ്സ് – ലീഗ് – ബി ജെ പി ബാന്ധവത്തെക്കുറിച്ച് തുറന്നുപറയുകയുണ്ടായി. ബേപ്പൂർ നിയമസഭാ മണ്ഡലത്തിലെ കോലീബി സ്ഥാനാർഥി ഡോ. കെ മാധവൻ കുട്ടി പിന്നീട് അതേക്കുറിച്ച് വെളിപ്പെടുത്തുകയുണ്ടായി. കോലീബി സഖ്യത്തിന്റെ രൂപവൽക്കരണത്തിന് മുന്നിൽനിന്നത് ബി ജെ പിയിലെയും കോൺഗ്രസിലെയും മുസ്ലീം ലീഗിലെയും പ്രമുഖ നേതാക്കൾ തന്നെയായിരുന്നുവെന്നാണ് അദ്ദേഹം വെളിപ്പെടുത്തിയത്.

ഗോൾവാൾക്കറുടെ ഫോട്ടോയ്ക്കു മുൻപിൽ താണുവണങ്ങിയ ഇപ്പോഴത്തെ പ്രതിപക്ഷ നേതാവിനു ഈ ചരിത്രം അറിയാത്തതു കൊണ്ടാകില്ല. മറിച്ച് ചരിത്രത്തെ അപനിർമിച്ച് പകരം മിഥ്യയെ പ്രതിഷ്ഠിക്കാനുള്ള ശ്രമമാണ് അദ്ദേഹവും കോൺഗ്രസും നടത്തുന്നത്. ജനാധിപത്യവും ഭരണഘടനാ മൂല്യങ്ങളും കോൺഗ്രസ്സ് ചവിട്ടിമെതിച്ചപ്പോൾ അതിനെതിരെ രാജ്യത്താകെ ഉയർന്ന വികാരം പങ്കിട്ടു എന്നത് വോട്ടു കൈമാറ്റമായി കോൺഗ്രസ് വ്യാഖ്യാനിക്കുകയാണ്.

സംഘപരിവാറിന്റെ വർഗീയരാഷ്ട്രീയം സമൂഹത്തെ അപകടകരമായി വിഭജിച്ചുകൊണ്ടിരിക്കുകയാണ്. മതത്തിന്റെയും ജാതിയുടെയും ഭക്ഷണത്തിന്റെയും പേരു പറഞ്ഞു ആളുകളെ വേർതിരിച്ചു കാണാനും ന്യൂനപക്ഷവിഭാഗങ്ങളെ അപരവൽക്കരിക്കാനുമുള്ള ശ്രമങ്ങൾ നടന്നു വരുന്നു. മൃഗീയ ഭൂരിപക്ഷം ലഭിച്ച് കേന്ദ്രത്തിൽ അധികാരത്തിലെത്തിയ മോദി സർക്കാർ യാതൊരു മറയുമില്ലാതെ തങ്ങളുടെ വർഗീയ നിലപാടുകളുമായി മുന്നോട്ടുപോവുകയാണ്. ജമ്മു കശ്മീരിന്റെ പ്രത്യേക പദവി എടുത്തുകളഞ്ഞതും പൗരത്വ ഭേദഗതി ബിൽ നടപ്പിലാക്കിയതും അയോധ്യയിൽ രാമക്ഷേത്രത്തിനുള്ള തറക്കല്ലിട്ടതും ഗോവധ നിരോധന നിയമങ്ങൾ രാജ്യത്തെമ്പാടും നടപ്പിലാക്കി വരുന്നതും വിമർശന സ്വരങ്ങളെ അടിച്ചമർത്തുന്നതും കലാപങ്ങളഴിച്ചു വിടുന്നതുമെല്ലാം ഇന്ത്യയെന്ന ജനാധിപത്യ റിപ്പബ്ലിക്കിന്റെ മതേതര സമൂഹത്തെ ഭിന്നിപ്പിച്ചു കൊണ്ടിരിക്കുന്നു. ബി ജെ പി സർക്കാർ നടപ്പിലാക്കി വരുന്ന നവലിബറൽ നയങ്ങളിൽ പൊറുതിമുട്ടിയ പൊതുജനത്തിന്റെ ശ്രദ്ധ തിരിച്ചുവിടാൻ കൂടിയാണ് ഈ വർഗീയ കോപ്പുകൂട്ടൽ.

ഈ ജനവിരുദ്ധ സാമ്പത്തിക നയങ്ങൾക്കെതിരെയും വർഗീയരാഷ്ട്രീയത്തിനെതിരെയും സമര പ്രതിരോധമുയർത്തുകയാണ് ഇടതുപക്ഷം. കർഷക, തൊഴിലാളി വർഗങ്ങളുടെ നിരന്തരമായ സമരങ്ങളിലൂടെയും സിവിൽ സമൂഹത്തെ സംഘടിപ്പിച്ചുകൊണ്ടുള്ള പ്രതിഷേധങ്ങളിലൂടെയും ഈ സമരമുന്നണിയുടെ മുന്നിൽത്തന്നെയുണ്ട് സി പി ഐ (എം). വർഗീയതയോട് സന്ധി ചെയ്യാതെ അതിനെ രാഷ്ട്രീയമായി പ്ര

തിരോധിച്ച ചരിത്രമാണ് കമ്യൂണിസ്റ്റ് പ്രസ്ഥാനത്തിന്റേത്. കേരളം പോലെ ഒരു സംസ്ഥാനത്ത് വർഗീയ ശക്തികൾക്ക് വേരോട്ടമില്ലാത്തതിന്റെ കാരണം ഈ പ്രസ്ഥാനം ഉയർത്തിയ ജനകീയപ്രതിരോധമാണ്. പുരോഗമന, മതേതര ആശയങ്ങൾക്ക് പ്രാമുഖ്യമുള്ള സമ്പന്നമായ ജനകീയസംസ്കാരം കേരളത്തിനുണ്ട്. സി പി ഐ (എം)നെ തകർത്തു ഈ മതേതര സംസ്കാരത്തിൽ വിള്ളലുണ്ടാക്കാനാണ് വർഗീയ പാർട്ടികൾ, പ്രത്യേകിച്ച് സംഘപരിവാർ, ശ്രമിച്ചുകൊണ്ടിരിക്കുന്നത്.

ഈ പ്രതിലോമ ശക്തികൾക്ക് വിടുപണി ചെയ്ത ചരിത്രമാണ് വലിയ മതേതര പാരമ്പര്യം അവകാശപ്പെടുന്ന കോൺഗ്രസിന്റേത്. അതു സി പി ഐ (എം)ന്റെ തലയിൽ കെട്ടിവയ്ക്കാൻ ശ്രമിച്ചാൽ വിലപ്പോവില്ല.

ഫെഡറൽ സംവിധാനത്തെ ദുർബലപ്പെടുത്തരുത്

ഫെഡറൽ തത്വങ്ങളെ നിരാകരിക്കുന്ന നയവുമായി കേന്ദ്ര സർക്കാർ മുന്നോട്ടു നീങ്ങുന്നത്, കേരളത്തിന്റെ സമ്പദ്‌വ്യവസ്ഥയ്ക്കും തൽഫലമായി എൽഡിഎഫ് സർക്കാർ ഊർജ്ജസ്വലതയോടെ മുന്നോട്ടു കൊണ്ടുപോകുന്ന വികസന പ്രവർത്തനങ്ങൾക്കും വലിയ വെല്ലുവിളി ഉയർത്തുകയാണ്. സംസ്ഥാനം അഭിമുഖീകരിക്കുന്ന പ്രശ്നങ്ങൾ പരിഹരിക്കാൻ കേന്ദ്ര സർക്കാരിന്റെ ഭാഗത്തു നിന്നും അനുഭാവപൂർവമായ ഇടപെടൽ അനിവാര്യമായിരിക്കുന്നു. അതിന്റെ ഭാഗമായി, കേന്ദ്രസംസ്ഥാന സാമ്പത്തിക ബന്ധങ്ങളുടെ കാര്യത്തിൽ ഈയിടെ ഉടലെടുത്ത വിനാശകരമായ പ്രവണതകളിൽ കേന്ദ്രസർക്കാർ അടിയന്തരമായി ശ്രദ്ധിക്കുകയും ഈ ആശങ്കാജനകമായ അപാകതകൾ പരിഹരിക്കുന്നതിനുള്ള നടപടികൾ കൈക്കൊള്ളുകയും ചെയ്യണമെന്ന് ആവശ്യപ്പെട്ടുകൊണ്ട് കേന്ദ്രസംസ്ഥാന സാമ്പത്തിക ബന്ധങ്ങളെ സംബന്ധിച്ച് കേരള സർക്കാർ പ്രധാനമന്ത്രിക്ക് കുറച്ചു ദിവസങ്ങൾ മുൻപ് നിവേദനം അയക്കുകയുണ്ടായി.

സമീപകാല ഇന്ത്യൻ രാഷ്ട്രീയ സംഭവ വികാസങ്ങളുടെ പശ്ചാത്തലത്തിൽ കേന്ദ്രസംസ്ഥാന ബന്ധങ്ങൾ ഇന്ന് വളരെയധികം ചർച്ച ചെയ്യപ്പെടുകയാണ്. വർത്തമാനകാല ഇന്ത്യയിലെ കേവല രാഷ്ട്രീയ ഇടപെടലുകളുടെ വെളിച്ചത്തിൽ മാത്രം മനസ്സിലാക്കേണ്ട വിഷയമല്ല ഇത്. ജനാധിപത്യ ഇന്ത്യയുടെ രൂപീകരണ വേളയിൽ തന്നെ നമ്മുടെ വൈവിധ്യങ്ങൾ ആഘോഷിക്കപ്പെടുകയാണ് വേണ്ടത് എന്ന് പുരോഗമന ശക്തികൾ വാദിച്ചപ്പോൾ, അവയെ ഏകീകരിക്കുകയാണ് വേണ്ടത് എന്നാവശ്യപ്പെടുകയാണ് വലതുപക്ഷ ശക്തികൾ ചെയ്തത്. ഇന്നിപ്പോൾ അത്തരം ശക്തികൾ രാജ്യത്ത് അധികാരം കയ്യാളുന്നു; പ്രസിഡൻഷ്യൻ

ഭരണ സംവിധാനത്തിന്റെ ആവശ്യകതയെക്കുറിച്ച് അവർ ചർച്ചകൾ നടത്തുന്നു.

ഇതിനുമുമ്പൊരുഘട്ടത്തിൽ, ഇന്ത്യയെ യൂണിറ്ററി സംവിധാനമായി പുനഃസംഘടിപ്പിക്കണം എന്ന് ഇതേ ശക്തികൾ ആവശ്യപ്പെട്ടിരുന്നു. 1967 ലെ പൊതു തിരഞ്ഞെടുപ്പിനു മുന്നോടിയായി ജനസംഘം പുറത്തിറക്കിയ പ്രകടനപത്രികയിലാണ് ഇപ്രകാരമൊരു നിർദ്ദേശം അവർ മുന്നോട്ടുവെച്ചത്. ജനസംഘത്തിന്റെ പിന്മുറക്കാരായ ബി ജെ പി ഇന്ന് കേന്ദ്രത്തിൽ അധികാരത്തിൽ ഇരിക്കുമ്പോൾ അതുകൊണ്ടുതന്നെ ഇന്ത്യയിൽ ഒരു യുണിറ്ററി സംവിധാനം സൃഷ്ടിക്കാനുള്ള നീക്കങ്ങൾ പരോക്ഷമായി നടത്തുന്നു എന്നതിൽ അസ്വാഭാവികതയില്ല.

കേന്ദ്ര സംസ്ഥാന ബന്ധങ്ങൾ എപ്രകാരമായിരിക്കണമെന്നതു സംബന്ധിച്ച ചർച്ചകൾ സ്വാതന്ത്ര്യ ലബ്ധിക്കു മുമ്പുതന്നെ ഉയർന്നു വന്നിരുന്നു. കമ്യൂണിസ്റ്റ് പാർട്ടി അന്നതിൽ സുപ്രധാന പങ്കു വഹിച്ചിരുന്നു. സ്വതന്ത്ര ഇന്ത്യയിൽ വിവിധ സംസ്ഥാനങ്ങളിൽ ഉയർന്നുവന്ന ഭാഷാ പ്രസ്ഥാനങ്ങളുമായി കൈകോർത്തുകൊണ്ട് കമ്യൂണിസ്റ്റ് പാർട്ടി തങ്ങളുടെ ഇടപെടലുകൾ മുന്നോട്ടുകൊണ്ടുപോയി. ആശയപരമായ ഇടപെടലിനോടൊപ്പം ജനങ്ങളെ അണിനിരത്തിയുള്ള പ്രക്ഷോഭങ്ങളും ഇതിന്റെ ഭാഗമായി സംഘടിപ്പിക്കപ്പെട്ടു.

ബംഗാൾ ദേശീയതയുടെ സവിശേഷതകൾ മുന്നോട്ടുവയ്ക്കുന്ന ഭവാനി സെന്നിന്റെ *നൂതൻ ബംഗാളും* പി. സുന്ദരയ്യയുടെ *വിശാല ആന്ധ്രയും* ഇഎംഎസിന്റെ *കേരളം മലയാളികളുടെ മാതൃഭൂമി*, *ഒന്നേകാൽ ക്കോടി മലയാളികൾ* തുടങ്ങിയവയുമെല്ലാം ഇത്തരമൊരു സമരത്തിന് സൈദ്ധാന്തികമായ അടിത്തറ രൂപപ്പെടുത്തിയവയായിരുന്നു. രക്തരൂഷിതമായ സമരം നടന്ന പുന്നപ്ര–വയലാർ സമരത്തിലെ അമേരിക്കൻ മോഡലിനെതിരായ മുദ്രാവാക്യത്തിലും ഈ കാഴ്ചപ്പാടായിരുന്നു പ്രതിഫലിച്ചു നിന്നത്. അത്തരം പോരാട്ടങ്ങളുടെ കൂടി ഭാഗമായിട്ടാണ് ഇന്ന് നിലനിൽക്കുന്ന 'ഭാഷാടിസ്ഥാനത്തിലുള്ള സംസ്ഥാനങ്ങൾ' എന്ന കാഴ്ചപ്പാട് അംഗീകരിക്കപ്പെട്ടത്.

ഫെഡറൽ സംവിധാനത്തിനുവേണ്ടിയുള്ള ഇത്തരം സമരങ്ങൾ രാജ്യത്ത് ശക്തിപ്പെട്ടുവന്നുവെങ്കിലും പൂർണ്ണമായ ഫെഡറൽ എന്ന രീതിയിലല്ല രാജ്യം വികസിച്ചുവന്നത്. ഇക്കാര്യത്തിൽ ഇ എം എസ് നടത്തിയ നിരീക്ഷണം പ്രസക്തമാണ്. 'ഇന്ത്യാ വിഭജനത്തിന്റെ വികാര വിക്ഷുബ്ധതയിലാണ് ഭരണഘടന രൂപംകൊണ്ടത്. സ്വാഭാവികമായും സംസ്ഥാനങ്ങളുടെ സ്വയംഭരണത്തേക്കാൾ ഇന്ത്യയുടെ ഏകീകൃതമായ രീതിക്ക് ഊന്നൽ നൽകുന്ന ഭരണഘടനാ വ്യവസ്ഥകളാണ് ഉണ്ടായത്.'

ഇത്തരത്തിൽ അർദ്ധഫെഡറൽ രീതിയിലാണ് ഭരണഘടനയിൽ കേന്ദ്രസംസ്ഥാന ബന്ധങ്ങൾ വിഭാവനം ചെയ്യപ്പെട്ടത്. ധനപരവും സാമ്പത്തികവുമായ അധികാരങ്ങളിൽ കേന്ദ്രത്തിനാണ് ഭരണഘടന മുൻഗണന നൽകിയത്. കൺകറന്റ് ലിസ്റ്റിലുള്ള വിഷയങ്ങളിലും കേന്ദ്രത്തി

നാണ് മുൻഗണന ലഭിക്കുന്നത്. ഭരണഘടനയിൽ പ്രതിപാദിക്കാത്ത അധികാരങ്ങളുമായി ബന്ധപ്പെട്ട് നിയമനിർമ്മാണം നടത്താനുള്ള അധികാരവും കേന്ദ്രത്തിന് തന്നെയാണ്. മാത്രമല്ല, അനുച്ഛേദം 356 പ്രകാരം സംസ്ഥാന സർക്കാരുകളെ പിരിച്ചുവിട്ട് രാഷ്ട്രപതി ഭരണം നടത്താനും കേന്ദ്രത്തിനാണ് അധികാരം. ഇത്തരത്തിലുള്ള പരിമിതികളെല്ലാം തന്നെ നിലനിർത്തിക്കൊണ്ടുള്ള ഒരു സംവിധാനമാണ്, ഫെഡറൽ എന്നു പറയുമ്പോഴും രാജ്യത്ത് നിലനിൽക്കുന്നത്.

കേന്ദ്ര സംസ്ഥാന ബന്ധങ്ങളുടെ ചർച്ചകളെ മൂന്ന് ഘട്ടങ്ങളായി കാണാനാവും. ഭാഷാടിസ്ഥാനത്തിലുള്ള സംസ്ഥാനങ്ങൾ രൂപീകരിക്കാനുള്ള സമര പോരാട്ടങ്ങളാണ് ഒന്നാം ഘട്ടം. രണ്ടാം ഘട്ടം ആരംഭിക്കുന്നത്, 1967 ലാണ്. അന്ന് കേന്ദ്രത്തിലും സംസ്ഥാനങ്ങളിലും ഒരേ പാർട്ടി എന്ന നിലയ്ക്ക് മാറ്റം വന്നു. കോൺഗ്രസ്സിതര രാഷ്ട്രീയ പാർടികൾ സംസ്ഥാനം ഭരിക്കാൻ തുടങ്ങിയതോടെ കേന്ദ്രസംസ്ഥാന ബന്ധങ്ങളുടെ പ്രശ്നങ്ങൾ ഈ ഘട്ടത്തിൽ സജീവമായി ഉയർന്നുവരികയുണ്ടായി. 1990 കളിൽ ആഗോളവൽക്കരണ നയങ്ങൾ ആരംഭിച്ചതാണ് മൂന്നാമത്തെ ഘട്ടത്തിന്റെ തുടക്കം. ഒറ്റ കമ്പോളം എന്ന ആഗോളവൽക്കരണ കാഴ്ചപ്പാടുകൾ നടപ്പിലാക്കാനുള്ള ശ്രമമുണ്ടായതോടെ അത്തരം രീതിക്ക് ഫെഡറൽ സംവിധാനം പ്രതിരോധമുയർത്താൻ സാധ്യതയുണ്ട് എന്നതിനാൽ അതിനെതിരായ പുതിയ ആക്രമണങ്ങൾ ഉയർന്നുവരാൻ തുടങ്ങി.

ശക്തമായ കേന്ദ്രവും സംതൃപ്തമായ സംസ്ഥാനങ്ങളും പ്രാദേശിക സർക്കാരുകളായി മാറുന്ന തദ്ദേശ സ്വയംഭരണ സ്ഥാപനങ്ങളും എന്ന ആശയം ഉയർത്തിപ്പിടിച്ചുകൊണ്ടാണ് ഇടതുപക്ഷം ഇക്കാര്യത്തിൽ നിലപാട് സ്വീകരിച്ചത്. ഫെഡറലിസത്തിന്റെ മുദ്രാവാക്യം മുന്നോട്ടുവച്ച പ്രാദേശിക കക്ഷികളാവട്ടെ തങ്ങളുടെ സംസ്ഥാനത്തിന് നേട്ടങ്ങൾ ഉണ്ടാക്കുന്നതിനുള്ള സമ്മർദ്ദം എന്നതിനപ്പുറം ഫെഡറൽ ഘടന ജനാധിപത്യവൽക്കരിക്കാനുള്ള പോരാട്ടത്തിലേക്കു കടന്നില്ല. കേന്ദ്രസംസ്ഥാന ബന്ധങ്ങളിലെ ജനാധിപത്യവിരുദ്ധത ഏറ്റവും പ്രകടമായത് 1959 ൽ കേരളത്തിലായിരുന്നു. ഭൂരിപക്ഷമുള്ള സർക്കാരിനെ പിരിച്ചുവിട്ടുകൊണ്ട് സംസ്ഥാനത്തിനുമേൽ കടന്നുകയറുന്ന സ്ഥിതിവിശേഷം ഇത് സൃഷ്ടിച്ചു. ഇത് രാജ്യത്തെമ്പാടും പുതിയ തരത്തിലുള്ള ചർച്ചകൾക്കും സംവാദങ്ങൾക്കും ഇടവെയ്ക്കുകയും ചെയ്തു.

പുതിയ സാഹചര്യം രൂപപ്പെടുന്നു

1967ഓടെ ഏറെ സംസ്ഥാനങ്ങളിൽ കോൺഗ്രസ്സിന് അധികാരം നഷ്ടപ്പെട്ടു. അതോടെ സംസ്ഥാനത്തിന്റെ അധികാരം ഒരു പ്രധാനപ്പെട്ട രാഷ്ട്രീയ പ്രശ്നമായി ഇന്ത്യൻ രാഷ്ട്രീയത്തിൽ ഉയർന്നുവന്നു. കേന്ദ്ര സംസ്ഥാന ബന്ധങ്ങളെ ജനാധിപത്യവത്ക്കരിക്കാനുള്ള ശക്തമായ പ്രവർത്തനത്തിൽ ഇടതുപക്ഷവും സംസ്ഥാന തലത്തിൽ പ്രവർത്തിക്കുന്ന

ജനാധിപത്യപാർടികളും ചേർന്നുള്ള വിശാലമായ യോജിപ്പ് ഇതിന്റെ ഭാഗമായി ഉയർന്നുവന്നു.

സംസ്ഥാനത്തിന്റെ അധികാരങ്ങൾക്കുവേണ്ടിയുള്ള പോരാട്ടം നേരത്തേതന്നെ ആരംഭിച്ച ഇടതുപക്ഷ പ്രസ്ഥാനങ്ങൾ, സംസ്ഥാനങ്ങൾക്ക് കിട്ടിയ അധികാരത്തിന്റെ സാധ്യതയെ ഉപയോഗപ്പെടുത്തി ഇതിൽ ഇടപെടുന്ന സമീപനം കൂടി സ്വീകരിക്കണമെന്നു തീരുമാനിച്ചു. 1967 ൽ കേരള സർക്കാർ ദേശീയ വികസന സമിതിക്ക് സമർപ്പിച്ച നിവേദനം ഇത്തരം പ്രശ്നങ്ങളെ സംബന്ധിച്ചുള്ള നിർദ്ദേശങ്ങളായിരുന്നു. 5 സുപ്രധാനമായ നിർദ്ദേശങ്ങളായിരുന്നു അതിൽ മുന്നോട്ടുവച്ചത്. സംസ്ഥാനങ്ങളുടെ നികുതി മേഖല വികസിപ്പിച്ച് അതിന്റെ സാമ്പത്തികശേഷി വർദ്ധിപ്പിക്കണമെന്നായിരുന്നു ഒരാവശ്യം. സ്ഥിരം ധനകാര്യകമ്മീഷന്റെ രൂപീകരണം, ഒരു കേന്ദ്രസംസ്ഥാന സമിതി സ്ഥാപിക്കൽ, സംസ്ഥാനങ്ങൾക്ക് നൽകിവരുന്ന ആസൂത്രണ സഹായത്തിന്റെ വ്യവസ്ഥകൾ പുനഃപരിശോധിക്കൽ തുടങ്ങിയവയായിരുന്നു മറ്റു നിർദ്ദേശങ്ങൾ. 1970 ൽ ഡിഎംകെ പോലുള്ള പാർടികൾ സംസ്ഥാനങ്ങൾക്ക് സ്വയംഭരണം, കേന്ദ്രത്തിൽ ഫെഡറലിസം തുടങ്ങിയ മുദ്രാവാക്യങ്ങൾ മുന്നോട്ടുവയ്ക്കുന്ന സ്ഥിതിയും ഉണ്ടായി.

1977 ൽ ബംഗാളിൽ ഇടതുപക്ഷ സർക്കാർ കേന്ദ്രസംസ്ഥാന ബന്ധങ്ങളെക്കുറിച്ച് 15 ഇന മെമ്മോറാണ്ടം കേന്ദ്ര സർക്കാരിന് സമർപ്പിച്ചു. അതിനെത്തുടർന്ന് ഇടതുപക്ഷ പാർടികളും പ്രാദേശിക ജനാധിപത്യ പാർടികളുമെല്ലാം യോജിച്ച് മുന്നേറുന്ന സ്ഥിതിയുണ്ടായി. അതിന്റെ തുടർച്ചയായി 1983 ൽ ശ്രീനഗറിൽ വെച്ച് ഒരു സമ്മേളനവും ചേർന്നു. അധികാരവും വിഭവങ്ങളും, തീരുമാനം എടുക്കാനുള്ള അവകാശങ്ങളും താഴേക്ക് വിന്യസിക്കുന്നതിന്റെ ഫലമായി കേന്ദ്ര സർക്കാർ ദുർബലപ്പെടുകയല്ല, കൂടുതൽ ശക്തിപ്പെടുകയാണ് ചെയ്യുകയെന്ന കാഴ്ചപ്പാട് ഈ സമ്മേളനം മുന്നോട്ടുവച്ചു.

ഇത്തരം ഇടപെടലുകളുടെയും സമ്മർദ്ദങ്ങളുടെയും അടിസ്ഥാനത്തിലാണ് സർക്കാരിയ കമ്മീഷൻ നിയോഗിക്കപ്പെട്ടത്. 1988 ൽ കമ്മീഷൻ റിപ്പോർട്ട് സമർപ്പിച്ചു. 247 ശുപാർശകൾ സർക്കാരിയ കമ്മീഷൻ മുന്നോട്ടുവച്ചിരുന്നു. കേന്ദ്രസംസ്ഥാന ബന്ധങ്ങളിൽ അഴിച്ചുപണി നടത്തുകയെന്ന കമ്മീഷൻ മുന്നോട്ടുവച്ച ശുപാർശ അതിന്റെ മൗലികമായ അർത്ഥത്തിൽ നടപ്പിലാക്കുന്നതിന് കോൺഗ്രസ്സ് സർക്കാരുകൾ തയ്യാറായില്ല. കേന്ദ്രത്തിൽ സാമ്പത്തിക, രാഷ്ട്രീയ അധികാരങ്ങൾ കൂടുതലായി കേന്ദ്രീകരിക്കുകയെന്ന നയസമീപനം തന്നെ അവർ തുടരുകയും ചെയ്തു. കേന്ദ്രീകരണത്തിന്റെ നിലപാടുകൾ വലതുപക്ഷശക്തികൾ പൊതുവിൽ മുന്നോട്ടുവച്ചപ്പോൾ ഫെഡറലിസത്തിനുവേണ്ടിയുള്ള നിലപാടാണ് ഇടതുപക്ഷം സ്വീകരിച്ചത്.

പൊതുമിനിമം പരിപാടി

2004 ൽ ഇടതുപക്ഷ പിന്തുണയോടെ ഒന്നാം യു പി എ സർക്കാർ രാജ്യം ഭരിക്കുന്ന ഘട്ടത്തിൽ ഫെഡറൽ സംവിധാനത്തെ ശക്തിപ്പെടുത്തുന്നതിനുള്ള നിലപാടുകൾ ഇടതുപക്ഷം സ്വീകരിച്ചു. അതിന്റെ അടിസ്ഥാനത്തിൽ പൊതുമിനിമം പരിപാടിയിൽ ചില നിർദ്ദേശം മുന്നോട്ടുവയ്ക്കുകയുണ്ടായി.

'സാമൂഹ്യ മേഖലാ നിക്ഷേപം വർദ്ധിപ്പിക്കാൻ സംസ്ഥാനങ്ങളെ പ്രാപ്തമാക്കുംവിധത്തിൽ, അവയുടെ വായ്പാഭാരം ഇല്ലാതാക്കുന്നതിന് സുതാര്യവും സംഘടനാപരവുമായ സമീപനം കഴിയുന്നത്ര വേഗത്തിൽ സ്വീകരിക്കുന്നതാണ്. സംസ്ഥാനങ്ങൾക്ക് നൽകിയിട്ടുള്ള വായ്പകളുടെമേലുള്ള പലിശനിരക്ക് വെട്ടിക്കുറയ്ക്കുന്നതാണ്. കേന്ദ്ര ഗവൺമെന്റ് പിരിക്കുന്ന നികുതികളിൽനിന്ന് സംസ്ഥാനങ്ങൾക്ക് നൽകുന്ന വിഹിതം വർദ്ധിപ്പിക്കും തുടങ്ങിയവയായിരുന്നു അവ. എന്നാൽ പൊതുമിനിമം പരിപാടി വാഗ്ദാനം ചെയ്ത ഇത്തരം കാഴ്ചപ്പാട് നടപ്പിലാക്കാൻ ഒന്നാം യുപിഎ സർക്കാരിന്റെ തലപ്പത്ത് നിന്നിരുന്ന കോൺഗ്രസ്സ് തയ്യാറായില്ല.

പൊതുമിനിമം പരിപാടിയിൽ വാഗ്ദാനം ചെയ്ത കാര്യംപോലും കേന്ദ്രസംസ്ഥാന ബന്ധങ്ങളെക്കുറിച്ച് അക്കാലത്ത് പഠിക്കാൻ നിശ്ചയിച്ച പൂഞ്ചി കമ്മിറ്റിയുടെ പരിഗണനാ വിഷയത്തിൽ പ്രത്യേകം എടുത്തു പറയാൻ കോൺഗ്രസ്സ് നേതൃത്വത്തിലുള്ള സർക്കാർ തയ്യാറായില്ല. കേന്ദ്ര സർക്കാർ നേരിട്ട് ശേഖരിക്കുന്ന നികുതികളിൽ സംസ്ഥാന സർക്കാരിന്റെ വിഹിതം, അവയ്ക്ക് ആഭ്യന്തര വിപണിയിൽ നിന്നും മറ്റും വായ്പ എടുക്കാനുള്ള അവകാശം, കേന്ദ്രാവിഷ്കൃത പദ്ധതികളിൽ വരുത്തേണ്ട മാറ്റങ്ങൾ ഇവയൊക്കെ സംബന്ധിച്ച് കേരളത്തിലെ ഇടതുപക്ഷ സർക്കാർ ആ ഘട്ടത്തിൽ തന്നെ നിർദ്ദേശങ്ങൾ സമർപ്പിച്ചിരുന്നു. എങ്കിലും അവ പരിഗണിക്കുന്നതിന് അന്നത്തെ കേന്ദ്ര സർക്കാർ തയ്യാറായില്ല.

ഫെഡറൽ സംവിധാനത്തെ ശക്തിപ്പെടുത്തുന്ന ഇത്തരം നയങ്ങൾക്കുപകരം സംസ്ഥാനത്തിന്റെ അധികാരപരിധിയിലുള്ള ക്രമസമാധാന പരിപാലനം, വൻകിട വികസന പദ്ധതികൾ, കേന്ദ്ര ധനസഹായത്തിനു മുകളിൽ സംസ്ഥാനങ്ങൾക്ക് മേൽ നിബന്ധന ഏർപ്പെടുത്തൽ തുടങ്ങിയവയൊക്കെയാണ് പൂഞ്ചി കമ്മിറ്റിയുടെ പരിഗണനയിലേക്ക് വന്നത്. അഗോളവൽക്കരണ നയങ്ങൾ പിൻപറ്റുന്ന കോൺഗ്രസ് കേന്ദ്ര സംസ്ഥാന ബന്ധങ്ങളെ ജനാധിപത്യവൽക്കരിക്കുന്നതിന് തയ്യാറായില്ല. നികുതിയുടെ കാര്യത്തിൽ കൂടുതൽ അധികാരം വേണമെന്ന സംസ്ഥാനങ്ങളുടെ ആവശ്യം കാറ്റിൽപ്പറത്തി വാറ്റ് നികുതി സമ്പ്രദായത്തിലൂടെ ഏകീകൃതമായ നികുതി വ്യവസ്ഥ അവർ മുന്നോട്ടുവച്ചു. ധനക്കമ്മീഷനെയും ആസൂത്രണ കമ്മീഷനെയും ഉപയോഗപ്പെടുത്തി ധനകമ്മീഷനുകൾക്ക് ഭരണഘടനാ ബാഹ്യമായ ചില അധികാരങ്ങൾ നൽകുന്ന രീതി ഉണ്ടായി. ഭരണഘടനയുടെ 280, 275 ഖണ്ഡികകൾ പ്രകാരം സംസ്ഥാന വിഭവങ്ങളുടെ മേൽ നിയന്ത്രണമേർപ്പെടുത്താനുള്ള അവകാ

ശം ധനക്കമ്മീഷനുകൾക്കില്ല. എന്നാൽ 12 ഉം 13 ഉം ധനക്കമ്മീഷനുകളുടെ പരിഗണനാ വിഷയങ്ങളിൽ ഭരണഘടനാബാഹ്യമായ നിർദ്ദേശങ്ങൾ ഉയർന്നുവന്നു. സംസ്ഥാനങ്ങൾക്കുള്ള കേന്ദ്രവിഹിതം വെട്ടിക്കുറയ്ക്കുന്നതുമൂലം നികുതി ഇളവുകളുടെയും മറ്റും കാര്യങ്ങളിൽ സംസ്ഥാനങ്ങൾ തമ്മിൽ മത്സരിക്കുന്ന സ്ഥിതിയും ആഗോളവൽക്കരണ നയങ്ങളുടെ തുടർച്ചയായി നമ്മുടെ രാജ്യത്ത് ഉണ്ടായി. ഇത് രാജ്യത്ത് അസമമായ വികാസം രൂപപ്പെടുത്തുന്നതിനും അസംതൃപ്തി സൃഷ്ടിക്കുന്നതിനും ഇടയാക്കി.

കോൺഗ്രസിനും ബിജെപിക്കും ഒരേ നയസമീപനം

ഫെഡറൽ സംവിധാനത്തിനോടു കോൺഗ്രസ് സ്വീകരിച്ച നയസമീപനം കൂടുതൽ ശക്തമായി നടപ്പിലാക്കുകയാണ് ബി ജെ പി സർക്കാർ ചെയ്തത്. ബി ജെ പിയെ നയിക്കുന്ന ആർഎസ്എസ് ഫെഡറൽ സംവിധാനത്തെ ശക്തമായി എതിർക്കുകയാണ് ചെയ്യുന്നത്. ഭാഷാ സംസ്ഥാന രൂപീകരണത്തെ നേരത്തേതന്നെ അവർ എതിർത്തിരുന്നു. പാർലമെന്ററി സംവിധാനത്തിനുപകരം പ്രസിഡൻഷ്യൽ രീതി മുന്നോട്ടുവയ്ക്കുന്ന സംഘപരിവാറിനെ സംബന്ധിച്ചിടത്തോളം കേന്ദ്രസംസ്ഥാന ബന്ധങ്ങളുടെ ജനാധിപത്യവൽക്കരണം എന്നത് അജൻഡയിൽത്തന്നെ ഇല്ലാത്തതാണ്. അധികാരത്തിൽ വന്നശേഷം അവർ നടപ്പിലാക്കിയ ഒരോ പരിഷ്കാരവും കേന്ദ്രസംസ്ഥാന ബന്ധങ്ങളെ ദുർബലപ്പെടുത്തുന്നതും ജനാധിപത്യപരമായ രീതിയെ തകർക്കുന്നതുമാണ്.

സംസ്ഥാന വിഭവ വിന്യാസത്തിന്റെ ഏറ്റവും പ്രധാനപ്പെട്ട ഏജൻസിയായ പ്ലാനിങ് കമ്മീഷനെത്തതന്നെ ബി ജെ പി സർക്കാർ ഇല്ലാതാക്കി; പഞ്ചവത്സര പദ്ധതിയുടെ അടിസ്ഥാനത്തിലുള്ള ആസൂത്രണവും നിർത്തലാക്കി. പ്ലാനിങ് കമ്മീഷന് പകരം വിഭവ വിതരണത്തിൽ ഒരു അധികാരവുമില്ലാത്ത നിതി ആയോഗിന് രൂപം നൽകി. നിതി ആയോഗ് ഒരു ചർച്ചാവേദി മാത്രമാണ്. ഈ മാറ്റം സൃഷ്ടിച്ചത് അധികാരം മുഴുവൻ കേന്ദ്ര ധനകാര്യമന്ത്രാലയത്തിൽ കേന്ദ്രീകരിക്കുന്നതിനാണ്.

മുമ്പ് പ്ലാനിങ് കമ്മീഷനാണ് ബജറ്റിന്റെ ഏതാണ്ട് 30 ശതമാനം വരുന്ന പുതിയ വികസന പ്രവർത്തനങ്ങൾക്കുള്ള പണം വകുപ്പുകൾക്കും സ്കീമുകൾക്കുമായി വിഭജിച്ച് നൽകിയിരുന്നത്. ഇപ്പോൾ ധനമന്ത്രി തന്നെ നേരിട്ട് തുക മുഴുവൻ പങ്കുവയ്ക്കുന്ന രീതി രൂപപ്പെട്ടിരിക്കുന്നു. പദ്ധതി ധനസഹായം ഇല്ലാതെയായി. പദ്ധതി ധനസഹായത്തിലാവട്ടെ 70 ശതമാനം വായ്പയും 30 ശതമാനം ഗ്രാന്റുമായിരുന്നു. ഫലത്തിൽ പദ്ധതി ഗ്രാന്റ് ഇല്ലാതാകുന്ന സ്ഥിതിയാണ് ഇത് സൃഷ്ടിച്ചത്. കേന്ദ്രാവിഷ്കൃത പദ്ധതികൾ ഗണ്യമായി വെട്ടിക്കുറച്ചു. മറ്റു സ്കീമുകളിലാവട്ടെ സംസ്ഥാനം വഹിക്കേണ്ട വിഹിതം കുത്തനെ ഉയർത്തുന്ന (25% ത്തിൽ നിന്നും 40% ആക്കി) നയം മുന്നോട്ടുവച്ചു.

നിതി ആയോഗിന്റെ നേതൃത്വത്തിൽ തദ്ദേശ സ്വയംഭരണ സ്ഥാപനങ്ങളുടെ യോഗങ്ങൾ സംസ്ഥാന സർക്കാരിനെ മറികടന്നുകൊണ്ട് വിളിച്ചുചേർക്കുന്നതിനുള്ള നടപടികളും ബി ജെ പി സർക്കാർ സ്വീകരിക്കുകയുണ്ടായി. പിന്നോക്ക ജില്ലകളെ വികസിപ്പിക്കാൻ എന്ന രീതിയിൽ കേന്ദ്ര സർക്കാർ നേരിട്ട് അവിടങ്ങളിലേക്ക് ഫണ്ട് നൽകുകയും പ്രവർത്തനങ്ങൾ നിരീക്ഷിക്കുകയും ചെയ്യുന്ന രീതികളും വികസിക്കുകയാണ്.

കേന്ദ്ര സംസ്ഥാന ബന്ധവും സംസ്ഥാനത്തിന്റെ വികസനവും

കേന്ദ്ര സംസ്ഥാന ബന്ധങ്ങൾ ജനാധിപത്യപരമായി പുനഃക്രമീകരിക്കാത്തതിന്റെ പ്രശ്നങ്ങൾ എറ്റവും കൂടുതൽ അനുഭവപ്പെടുന്ന സംസ്ഥാനമായി കേരളത്തെ കേന്ദ്രം മാറ്റിയിട്ടുണ്ട്. രാജ്യത്തെ ജനസംഖ്യയിൽ 2.59 ശതമാനമാണ് കേരളീയർ. എന്നാൽ നമുക്ക് ലഭിക്കുന്ന നികുതി വിഹിതം 1.92 ശതമാനം മാത്രമാണ്. ഒന്നാം യു പി എ സർക്കാരിന്റെ കാലത്ത് അനുവദിച്ച പദ്ധതികൾപോലും ലഭ്യമല്ലാത്ത സ്ഥിതിയാണ് ഉണ്ടായിരിക്കുന്നത്.

സംസ്ഥാനങ്ങൾക്ക് വിഹിതം പങ്കിടുന്നതിന് കേന്ദ്ര സർക്കാർ സ്വീകരിക്കുന്ന മാനദണ്ഡവും അശാസ്ത്രീയമാണ്; അതിന്റെ അടിസ്ഥാനത്തിൽ നികുതി വിഹിതത്തിൽ വലിയ കുറവ് സംസ്ഥാനത്തിന് അനുഭവപ്പെടുകയാണ്. 14-ാം ധനകാര്യകമ്മീഷന്റെ കാലഘട്ടത്തിൽ കേരളത്തിന് ലഭിച്ച നികുതിവിഹിതം 2.5 ശതമാനമായിരുന്നു. 2021-22 കാലയളവിൽ ഇത് 1.92 ശതമാനമായി ചുരുങ്ങിയിരിക്കുകയാണ്. നമ്മുടെ സാമൂഹിക ക്ഷേമ പദ്ധതികൾക്കും വികസന പ്രവർത്തനങ്ങൾക്കും ചെറുതല്ലാത്ത വിഘാതമാണ് ഈ നഷ്ടം സൃഷ്ടിച്ചിരിക്കുന്നത്.

ആരോഗ്യത്തിലും അതുപോലുള്ള മേഖലയിലും കേരളം നേടിയ നേട്ടങ്ങളുടെ അടിസ്ഥാനത്തിൽ സഹായങ്ങൾ കുറയ്ക്കുന്ന രീതിയാണ് സ്വീകരിച്ചത്. ഈ മേഖലയിലെ രണ്ടാംതലമുറ പ്രശ്നങ്ങൾ പരിഹരിക്കുന്നതിനുള്ള പ്രവർത്തനങ്ങൾ കേരളത്തിൽ നടത്താനുണ്ട്. ആയുർദൈർഘ്യം കൂടുമ്പോൾ വയോജനങ്ങളുടെ സംരക്ഷണവും ആരോഗ്യവും പുതിയ പ്രശ്നമായി സർക്കാരിന് മുമ്പിൽ വരും. ജീവിത നിലവാരം ഉയരുമ്പോൾ ജീവിതശൈലീ രോഗങ്ങളും മറ്റും വ്യാപകമാകുമ്പോൾ നിയന്ത്രിക്കാൻ പദ്ധതി വേണ്ടിവരും. വിദ്യാസമ്പന്നർ വർദ്ധിക്കുമ്പോൾ അവർക്ക് യോജിച്ച തൊഴിലുകൾ സൃഷ്ടിക്കേണ്ടിവരുന്നുവെന്ന പ്രശ്നം വരും. പശ്ചാത്തലസൗകര്യങ്ങളുടെ വികാസത്തിനും പണം വേണ്ടിവരും. എന്നാൽ ഈ യാഥാർത്ഥ്യം ഉൾക്കൊണ്ട് സംസ്ഥാനത്തെ സഹായിക്കാൻ കേന്ദ്ര സർക്കാർ തയ്യാറാവുന്നില്ല.

കേന്ദ്ര പദ്ധതികളുമായി ബന്ധപ്പെട്ട് മുന്നോട്ടുവയ്ക്കുന്ന മാനദണ്ഡം കേരളം പോലെ ജനസാന്ദ്രതയുള്ള സംസ്ഥാനത്ത് പ്രാവർത്തികമാക്കാൻ ബുദ്ധിമുട്ടുള്ളതാണ്. ഇക്കാര്യത്തിൽ തീരുമാനമെടുക്കാനുള്ള അവകാ

ശം സംസ്ഥാനങ്ങൾക്ക് നൽകുന്നതിനുള്ള നടപടികൾ കേന്ദ്ര സർക്കാർ സ്വീകരിക്കാത്തതും പുതിയ പ്രതിസന്ധിയായി ഉയർന്നുവരികയാണ്.

ജി.എസ്.ടി. വിഹിതം നൽകുന്നതിന് തയ്യാറാകാതെയിരുന്ന കേന്ദ്രത്തിനെതിരെ സംസ്ഥാനങ്ങൾ സംഘടിക്കുകയും സുപ്രീം കോടതിയിൽ പോകുമെന്ന നില വരികയും ചെയ്തപ്പോഴാണ് ജി.എസ്.ടി. കുടിശ്ശിക അനുവദിച്ചത്. തങ്ങളുടെ സംസ്ഥാനവിരുദ്ധ സമീപനം ഫെഡറൽ സംവിധാനത്തിൽ കേന്ദ്രത്തിനു സംസ്ഥാനങ്ങളോടുള്ള ഭരണഘടനാപരമായ ഉത്തരവാദിത്തം നിറവേറ്റുന്നതിൽവരെ വീഴ്ച വരുത്തുകയാണ്. ജി.എസ്.ടി നഷ്ടപരിഹാരം ലഭ്യമാക്കുന്നതിൽ കേന്ദ്രസർക്കാർ വരുത്തുന്ന വീഴ്ചയും കേരളത്തെ ദോഷകരമായി ബാധിക്കുകയാണ്.

കേരളമുൾപ്പെടെയുള്ള സംസ്ഥാനങ്ങൾക്ക് ന്യായമായി ലഭിക്കേണ്ട നികുതിവിഹിതം അന്യായമായി കുറവു ചെയ്യുന്ന രീതി കേന്ദ്രസർക്കാർ അവലംബിക്കുകയാണ്. സർചാർജുകളും സെസുകളും ക്രമാതീതമായി ഉയർത്തി കേന്ദ്രനികുതി വരുമാനത്തിന്റെ 15 ശതമാനത്തോളം ആയിരിക്കുകയാണ്. സർചാർജുകളും സെസുകളും സംസ്ഥാനങ്ങളുമായി പങ്കുവയ്ക്കപ്പെടുന്നില്ല. അതിനാൽത്തന്നെ ഇന്ധനങ്ങൾക്കുമേൽ ഉൾപ്പെടെ കേന്ദ്രസർക്കാർ സർചാർജുകളും സെസുകളും അനിയന്ത്രിതമായി ചുമത്തുകയാണ്. അത്തരം നികുതികൾ വർദ്ധിപ്പിക്കുകയും സംസ്ഥാനങ്ങളോട് അവരുടെ തുച്ഛമായ നികുതികൾ ഒഴിവാക്കണമെന്ന് നിർദ്ദേശിക്കുകയും ചെയ്യുന്ന സമീപനമാണ് സ്വീകരിച്ചത്.

സംസ്ഥാന ബജറ്റ് വിഭവങ്ങൾ ഉപയോഗിച്ച് കൂടുതൽ അടിസ്ഥാന സൗകര്യ വികസന പദ്ധതികൾ ഏറ്റെടുക്കാൻ സംസ്ഥാനത്തിന് പ്രയാസമാണ്. അതിനാൽ സംസ്ഥാനത്തിന്റെ വളർച്ചയുടെ അനിവാര്യ ഘടകമായ പശ്ചാത്തലസൗകര്യങ്ങൾക്കായുള്ള വിദേശ വായ്പ ധന ഉത്തരവാദിത്ത നിയമത്തിന്റെ പരിധിയിൽനിന്ന് ഒഴിവാക്കണമെന്ന കാര്യവും നടപ്പിലാക്കപ്പെടുന്നില്ല. ദുരന്തനിവാരണ ഫണ്ടിന്റെ നിബന്ധനകൾ പരമാവധി ഒഴിവാക്കി കേരളത്തിന്റെ സാഹചര്യങ്ങൾക്കനുസരിച്ച് ചെലവഴിക്കാനുള്ള സാഹചര്യം ഒരുക്കണമെന്ന ആവശ്യവും നടപ്പിലാക്കാൻ തയ്യാറായിട്ടില്ല.

പ്രവാസികളുടെ സാമ്പത്തിക ഇടപെടലുകളിലൂടെ രാജ്യത്തിന്റെ സാമ്പത്തിക ശേഷിയാണ് മെച്ചപ്പെടുന്നത്, പ്രത്യേകിച്ച് വിദേശ കറൻസിയുടെ വിനിമയത്തിലൂടെ. എന്നാൽ, പ്രവാസികളുടെ പുനരധിവാസവുമായി ബന്ധപ്പെട്ട എല്ലാ ഉത്തരവാദിത്തങ്ങളും ചെലവും സംസ്ഥാനത്തിന്റേതു മാത്രമായി തീരുന്ന അവസ്ഥയാണുള്ളത്. ഇതുമായി ബന്ധപ്പെട്ട് ആവശ്യപ്പെട്ട പാക്കേജിന്റെ കാര്യത്തിലും സംസ്ഥാനം അവഗണനയാണ് നേരിട്ടത്.

വിവിധ ഭാഷകളുടെയും സംസ്കാരങ്ങളുടെയും സമന്വയമാണ് ഇന്ത്യ. ആ യാഥാർത്ഥ്യം ഉൾക്കൊണ്ടാണ് നാനാത്വത്തിൽ ഏകത്വം എന്ന കാഴ്ചപ്പാട് സ്വാതന്ത്ര്യ സമരത്തിന്റെ ഭാഗമായി രാജ്യത്ത് ഉയർന്നു

വന്നത്. അതുകൊണ്ടുതന്നെ ഇന്ത്യയുടെ വൈവിധ്യങ്ങളെ പരിപോഷിപ്പിക്കുന്നത് മുൻനിർത്തി, സംസ്ഥാനങ്ങളുടെ സവിശേഷതകളും അവകാശങ്ങളും കൃത്യമായി സംരക്ഷിക്കാൻ കഴിയുന്നവിധത്തിൽ കേന്ദ്ര സംസ്ഥാന ബന്ധങ്ങൾ പുനർനിർവചിക്കേണ്ടതുണ്ട്. അതിൽതന്നെ, സാമ്പത്തിക കാര്യങ്ങളിൽ കേന്ദ്രസംസ്ഥാന ബന്ധങ്ങളുടെ അഴിച്ചുപണി എന്നത് ഏറ്റവും പ്രധാനമായി ഏറ്റെടുക്കേണ്ട ദൗത്യമാണ്. അതിനു സഹായകമായ ചില നിർദ്ദേശങ്ങൾ കേരളം മുന്നോട്ടുവയ്ക്കുകയാണ്.

കേന്ദ്ര നിർദ്ദേശപ്രകാരം സംസ്ഥാനം ശ്രദ്ധ കൂടുതലായി കേന്ദ്രീകരിച്ച് മേന്മയുണ്ടാക്കിയ മേഖലകളിൽ, ആ മേന്മയുടെ പേരിൽ സംസ്ഥാനം ശിക്ഷിക്കപ്പെടുന്ന അവസ്ഥയുണ്ടായിക്കൂട. വിദ്യാഭ്യാസം, ആരോഗ്യരക്ഷ തുടങ്ങിയ മേഖലകളിൽ സംസ്ഥാനം വലിയ നേട്ടങ്ങൾ കൈവരിച്ചു. അപ്പോൾ, ആ മേഖലയിൽ മുന്നേറ്റമുണ്ടായല്ലോ, അതുകൊണ്ട് ആ രംഗത്തു വിനിയോഗിക്കാൻ ഇനി ഫണ്ട് അനുവദിക്കുന്നതല്ല എന്നതായി കേന്ദ്ര നിലപാട്. ഇതു ശരിയല്ല. ആ മേഖലയിലേക്കുള്ള തുക, വേണ്ടത്ര നേട്ടം ഉണ്ടാക്കാൻ കഴിയാതിരുന്നിട്ടുള്ള മേഖലകളിലേക്കു വക മാറ്റി ഉപയോഗിക്കാൻ അനുവദിക്കുകയാണ് വേണ്ടത്. അതല്ലെങ്കിൽ, ആ മേഖലയിൽ തന്നെ കൂടുതൽ നേട്ടമുണ്ടാക്കാൻ സഹായിക്കുംവിധം തുടർന്നും അനുവദിക്കുകയാണ് വേണ്ടത്.

കേന്ദ്ര പദ്ധതികൾ പലതും ആഗോളവൽക്കരണ ഉദാരവൽക്കരണ നയങ്ങളിൽ ഊന്നുന്നതാണ്. ആ നയങ്ങൾക്കെതിരായ നയങ്ങൾ മുൻനിർത്തി വോട്ടുനേടി വിജയിച്ചവർ സംസ്ഥാനം ഭരിക്കുമ്പോൾ സംസ്ഥാനത്തെ ജനങ്ങൾ നിരാകരിച്ച നയങ്ങളിൽ ഊന്നുന്ന പദ്ധതികൾ നടപ്പാക്കാൻ അവരെ നിർബന്ധിക്കരുത്. ഓരോ പ്രോജക്ടിന്റെയും പുരോഗതി വിലയിരുത്തിയേ ഫണ്ട് അനുവദിക്കൂ എന്ന കേന്ദ്രനിലപാട് സംസ്ഥാന ജനങ്ങൾ നിരാകരിച്ച പദ്ധതികൾ പിൻവാതിലിലൂടെ അടിച്ചേൽപ്പിക്കുന്നതിനു വേണ്ടിയുള്ളതാണ്. ഇതു പാടില്ല.

സംസ്ഥാന വിഷയങ്ങളെയും സംസ്ഥാനങ്ങളെയും ബാധിക്കുന്ന അന്താരാഷ്ട്ര കരാറുകൾ കേന്ദ്രം ഒപ്പുവെയ്ക്കുന്നത്, ആ കരാറുകൾ സംസ്ഥാനങ്ങളെ ഏതു തരത്തിൽ ബാധിക്കും എന്നതു സംസ്ഥാനങ്ങളുമായി ചർച്ച ചെയ്തിട്ടാവണം. പാർലമെന്റിനെപ്പോലും വിശ്വാസത്തിലെടുക്കാതെയാണ് ഇന്ന് ആഗോള കരാറുകൾ ഒപ്പിടുന്നത്. ഇപ്പോൾ യൂറോപ്യൻ കരാർ അടക്കം പലതും പണിപ്പുരയിലാണ്. ആസിയാൻ കരാറിലടക്കം ഒപ്പിട്ടതുകൊണ്ടുണ്ടായ ദോഷങ്ങൾ സംസ്ഥാനങ്ങൾ ഇപ്പോഴും അനുഭവിക്കുകയാണ്. ഗൾഫ് രാജ്യങ്ങളുമായുള്ള കരാറിന്റെ കരടും രൂപപ്പെടുകയാണ്. ഗൾഫ് രാജ്യങ്ങളുടെ കാര്യത്തിൽ കേരളത്തിനു പ്രത്യേകമായ പരിഗണന ലഭിക്കേണ്ടതാണ് എന്നത് എല്ലാവർക്കും അറിയുന്നതാണല്ലോ. ഗൾഫ് മലയാളികളുടെ ക്ഷേമമടക്കമുള്ള

കാര്യങ്ങളിൽ കേരളത്തിനു പല കാര്യങ്ങൾ പറയാനുണ്ട്. അതുകൂടി പരിഗണിച്ചുകൊണ്ടാകണം കരാർ രൂപപ്പെടുത്തേണ്ടത്.

കേന്ദ്ര അന്വേഷണ ഏജൻസികൾ അവർ ചെയ്യേണ്ട ജോലി ചെയ്യാതിരിക്കുകയും സംസ്ഥാനങ്ങളിൽ രാഷ്ട്രീയമായി കേന്ദ്ര സർക്കാർ അവയെ ഉപയോഗിക്കുകയും ചെയ്യുന്ന സ്ഥിതിയുണ്ട്. അന്താരാഷ്ട്ര മയക്കുമരുന്നു മാഫിയ, അന്താരാഷ്ട്ര ഭീകരപ്രവർത്തനം അറിഞ്ഞു നടപടി സ്വീകരിക്കേണ്ട ഏജൻസികൾക്ക് ആ രംഗത്തു പ്രവർത്തിക്കാൻ കഴിയാത്ത അവസ്ഥയുണ്ടാക്കുന്നതു വലിയ ആപത്തിനു വഴിവെക്കും. അവയുടെ രാഷ്ട്രീയ ദുരുപയോഗം തടയപ്പെടണം.

ഗവർണറുടെ അധികാരം പുനർനിർവചിക്കപ്പെടേണ്ടതുണ്ട്. സംസ്ഥാനത്തെ തിരഞ്ഞെടുക്കപ്പെട്ട ജനാധിപത്യ മന്ത്രിസഭയ്ക്കു മേലാണോ നോമിനേറ്റു ചെയ്യപ്പെടുന്ന ഗവർണറുടെ സ്ഥാനം എന്നതു മുമ്പേതന്നെ ചർച്ച ചെയ്യപ്പെട്ടിട്ടുണ്ട്. കേന്ദ്രസംസ്ഥാന ബന്ധങ്ങൾ കാര്യക്ഷമമാകുന്നതിനുതകുന്ന വിധത്തിൽ ഗവർണറുടെ അധികാരങ്ങൾ പുനർനിർവചിക്കണം.

കേന്ദ്ര സംസ്ഥാന സാമ്പത്തിക ബന്ധങ്ങൾ ഭരണഘടന പ്രകാരം തന്നെ കേന്ദ്രാനുകൂല സ്വഭാവത്തിലുള്ളതാണ്. നികുതി അധികാരങ്ങളെല്ലാം കേന്ദ്രത്തിനും സേവന ചുമതലകളെല്ലാം സംസ്ഥാനത്തിനും എന്ന നിലയിലുള്ള അസന്തുലിതാവസ്ഥയുണ്ട്. ഈ പശ്ചാത്തലത്തിലാണ് ധനകാര്യ കമ്മീഷനുകളെ വെച്ചത്. ആ കമ്മീഷന്റെ പരിഗണനാവിഷയങ്ങൾ സംസ്ഥാനങ്ങളുമായി ആലോചിച്ചു തീരുമാനിക്കണം. ജി. എസ്.ടി. വന്നതോടെ വില്പന നികുതി ഇല്ലാതായി. സംസ്ഥാനത്തിന്റെ വരുമാന സ്രോതസ്സാണ് അങ്ങനെ അടഞ്ഞുപോയത്. കേന്ദ്രം നികുതികളൊക്കെ പിരിക്കുകയും അതിൽ പലതും സംസ്ഥാനങ്ങളുമായി പങ്കിടാതിരിക്കുകയും ചെയ്യുന്ന അവസ്ഥ മാറണം.

ഏറ്റവും പ്രധാനപ്പെട്ട മറ്റൊരു കാര്യം ഭരണഘടനയുടെ 356-ാം വകുപ്പിനെ സംബന്ധിച്ചതാണ്. എത്രയോ അധികം സംസ്ഥാന ഗവൺമെന്റുകളെ പിരിച്ചുവിടാൻ ഉപയോഗിച്ച വകുപ്പാണത്. കോടതിയുടെ ഫലപ്രദമായ ഇടപെടൽമൂലമാണ് അതുപയോഗിച്ചു നടന്ന അട്ടിമറികൾ തടയുന്ന സാഹചര്യങ്ങൾ ചിലയിടങ്ങളിലെങ്കിലും ഉണ്ടായത്. ജനാധിപത്യത്തിന്റെ ഉയർന്ന മാനദണ്ഡങ്ങൾ 356 നും മേലെയാണ് എന്ന നയവ്യക്തത കേന്ദ്രം പ്രഖ്യാപിക്കുക തന്നെ വേണം.

രാജ്യത്തിന്റെ ഫെഡറൽ സംവിധാനത്തെ ദുർബലപ്പെടുത്തുന്നതിനുള്ള കേന്ദ്ര സർക്കാരിന്റെ നയത്തിനെതിരെ ശക്തമായി മുന്നോട്ടു വരുന്നതിന് കോൺഗ്രസ് തയ്യാറാവുന്നില്ല. മാത്രമല്ല, കേന്ദ്രത്തിൽ നിന്ന് സംസ്ഥാനത്തിന് ലഭിക്കേണ്ട അർഹമായ കാര്യങ്ങൾപോലും നേടിയെടുക്കുന്നതിന് സഹായിക്കുന്ന നിലപാടും ഇവർ സ്വീകരിക്കുന്നില്ല. കേരളത്തിൽനിന്ന് 19 യുഡിഎഫ് എംപിമാർ ലോക്സഭയിലേക്ക് തിരഞ്ഞെടുക്കപ്പെട്ടിട്ടുണ്ട്. ഇവർ കേരളത്തിന്റെ എന്തെങ്കിലും വികസന ആ

വശ്യങ്ങൾ ലോക്സഭയിൽ ഉന്നയിക്കുന്നതിനോ നേടിയെടുക്കുന്നതിനോ ശ്രമിക്കുന്നില്ലായെന്ന പ്രശ്നവും നാം അഭിമുഖീകരിക്കുന്നുണ്ട്.

ഈ ഘട്ടത്തിൽ കേന്ദ്ര സംസ്ഥാന ബന്ധങ്ങളെ ജനാധിപത്യവൽക്കരിക്കുക എന്ന സമീപനം സ്വീകരിച്ച് മുന്നോട്ടുപോകുക എന്നത് പ്രധാനമാണ്. എങ്കിൽ മാത്രമേ ഓരോ സംസ്ഥാനത്തിനും അർഹതപ്പെട്ട വിഭവങ്ങൾ ലഭ്യമാക്കുന്നതിന് സംസ്ഥാനത്തിന്റെ സവിശേഷതകൾ അനുസരിച്ച് നയപരിപാടികൾ ആവിഷ്ക്കരിക്കുന്നതിനും സംസ്ഥാനത്തിന് കഴിയുകയുള്ളൂ. എന്നാൽ ഇക്കാര്യത്തിൽ നിലനിൽക്കുന്ന അധികാരങ്ങൾപോലും ഇല്ലാതാക്കുന്ന സമീപനമാണ് നടപ്പിലാക്കിക്കൊണ്ടിരിക്കുന്നത്. ഫെഡറൽ സംവിധാനത്തെ ശക്തിപ്പെടുത്തുക എന്നതും സംസ്ഥാനങ്ങളുടെ അധികാരങ്ങൾ ഉറപ്പുവരുത്തുക എന്നതും രാജ്യത്തിന്റെ ഐക്യവും അഖണ്ഡതയും കാത്തുസൂക്ഷിക്കുന്നതിന് ഏറെ പ്രധാനമാണ്. അത് മനസ്സിലാക്കിക്കൊണ്ടുള്ള ഇടപെടലാണ് രാജ്യം ആവശ്യപ്പെടുന്നത്.

അടിസ്ഥാന സൗകര്യ വികസനം

കേരള വികസനത്തിന് കെ റെയിൽ

കേരളത്തിന്റെ വളർച്ചയ്ക്ക് ഒഴിച്ചു കൂടാനാവാത്ത ഒന്നാണ് പ്രകൃതി സൗഹൃദവും ചെലവു കുറഞ്ഞതുമായ അതിവേഗ ഗതാഗത സൗകര്യങ്ങൾ. കഴിഞ്ഞ സർക്കാരിന്റെ കാലത്തുതന്നെ അതിനുള്ള ശ്രമങ്ങൾ ആരംഭിച്ചിരുന്നു. കണ്ണൂർ വിമാനത്താവളം, ദേശീയപാത വികസനം, ദേശീയ ജലപാത, കൊച്ചി മെട്രോ വികസനം, കൊച്ചി വാട്ടർ മെട്രോ, റെയിൽവെ വികസനം, തീരദേശ മലയോര ഹൈവേകൾ, സോളാർബോട്ടുകൾ, വൈദ്യുത വാഹന നിർമ്മാണം തുടങ്ങിയവയൊക്കെ അതിന്റെ ഭാഗമായി ഏറ്റെടുത്തവ ആയിരുന്നു. അവയുടെ അടുത്ത ഘട്ടം എന്ന നിലയിലാണ് കെ റെയിൽ എന്ന അർദ്ധ അതിവേഗ റെയിൽ പാത ഒരുക്കുന്നതിനുള്ള പ്രവർത്തനങ്ങൾ നടത്തുന്നത്.

നമ്മുടെ സംസ്ഥാനത്ത് റോഡുകളിലുണ്ടാകുന്ന ഗതാഗതക്കുരുക്കും റോഡപകടങ്ങളും പൊതുവിൽ ആളുകളിൽ വലിയ ആശങ്കയാണുണ്ടാക്കുന്നത്. ഇതിനോടൊപ്പം തിരക്കേറിയ റോഡിലുണ്ടാകുന്ന അന്തരീക്ഷ മലിനീകരണവും വലിയൊരു പ്രശ്നമാണ്. കേരളത്തിന്റെ ഒരറ്റം മുതൽ മറ്റേ അറ്റംവരെ യാത്ര ചെയ്യാൻ 16 മണിക്കൂർ വരെ എടുക്കുന്ന അവസ്ഥയാണുള്ളത്. ഇത് മാറേണ്ടതുണ്ട്. അതിനുള്ള ഏറ്റവും വലിയ പരിഹാരമാർഗമാണ് അർദ്ധ അതിവേഗ റെയിൽ. തിരുവനന്തപുരം മുതൽ കാസർകോടുവരെ 4 മണിക്കൂറിനുള്ളിൽ യാത്ര ചെയ്യാൻ സൗകര്യമൊരുക്കുന്ന ഒരു പദ്ധതിയാണിത്. ഇത് യാഥാർത്ഥ്യമാകുന്നതോടെ നമ്മുടെ സംസ്ഥാനത്തിന്റെ പശ്ചാത്തലസൗകര്യ മേഖലയിൽ വലിയ മാറ്റങ്ങൾ ഉണ്ടാവുമെന്നതിൽ തർക്കമില്ല.

ഈ ലക്ഷ്യം സാക്ഷാൽക്കരിക്കാനാണ് 2017 ജനുവരിയിൽ 49 ശതമാനം ഓഹരി റെയിൽവേയും 51 ശതമാനം സംസ്ഥാന സർക്കാരും

എന്ന നിലയിൽ 100 കോടി രൂപ വകയിരുത്തിയത്. കേരള റെയിൽ ഡെവലപ്പ്മെന്റ് കോർപ്പറേഷൻ (കെ റെയിൽ) എന്ന സംയുക്തസംരംഭം രൂപീകരിച്ചത്. പദ്ധതിയുമായി ബന്ധപ്പെട്ട് നിർദ്ദിഷ്ട റെയിൽവെ ലൈൻ കടന്നുപോകുന്ന മണ്ഡലങ്ങളിലെ നിയമസഭാ സാമാജികരുടെ മുമ്പാകെ പദ്ധതിയുടെ വിശദാംശങ്ങൾ സർക്കാർ വിശദീകരിച്ചിട്ടുണ്ട്. സുതാര്യമായ സമീപനമാണ് സർക്കാരിനുള്ളത്. ഭൂമി ഏറ്റെടുക്കാനുള്ള സർവേ നടത്തുന്നതിനായി ഏറ്റവും ആധുനിക സാങ്കേതികവിദ്യയായ ലിഡാർ എന്ന റിമോട്ട് സെൻസിങ് സംവിധാനമാണ് പ്രയോജനപ്പെടുത്തുന്നത്.

ഭൂമി ഏറ്റെടുക്കലിന് നിലവിലുള്ള എല്ലാ നിയമങ്ങളും ചട്ടങ്ങളും മാർഗനിർദ്ദേശങ്ങളും പാലിച്ചുകൊണ്ട് അർഹമായ നഷ്ടപരിഹാരം സമയബന്ധിതമായി നൽകും. നിർദ്ദിഷ്ട പാത കടന്നുപോകുന്ന 11 ജില്ലകളിലെ ആരാധനാലയങ്ങളെയും പാടങ്ങളെയും കാവുകളെയും പരമാവധി ബാധിക്കാത്ത രീതിയിലാണ് പ്രസ്തുത പദ്ധതി വിഭാവനം ചെയ്തിട്ടുള്ളത്. ഈ പദ്ധതി സംസ്ഥാനത്തൊട്ടാകെ വീടുകൾ ഉൾപ്പെടെ 9,314 കെട്ടിടങ്ങളെ മാത്രമാണ് ബാധിക്കുന്നത്.

ഏറ്റവും സാങ്കേതികമായും സാമ്പത്തികമായും അതിലുപരി സാമൂഹ്യപ്രശ്നങ്ങൾക്ക് മുൻതൂക്കം നൽകിക്കൊണ്ട് ജനസാന്ദ്രത കുറഞ്ഞ പ്രദേശങ്ങളിലൂടെയാണ് ഈ പദ്ധതിക്കുള്ള അലൈന്മെന്റ് നിശ്ചയിച്ചിരിക്കുന്നത്. ഒരു ഹെക്ടറിന് ഏകദേശം 9 കോടി രൂപ നഷ്ടപരിഹാരമായി കണക്കാക്കിയിരിക്കുന്നു. മാത്രമല്ല, ജനവാസം കുറഞ്ഞ പ്രദേശങ്ങളിലൂടെയാണ് പാതയുടെ ഭൂരിഭാഗവും കടന്നുപോകുന്നത്. 115 കി.മി. പാടശേഖരങ്ങളിൽ 88 കി.മി. ആകാശപാതയിലൂടെയാണ് കടന്നുപോകുന്നത്. ജലാശയങ്ങളും തണ്ണീർത്തടങ്ങളും സംരക്ഷിക്കാൻ പാലങ്ങളും കൽവെർട്ടുകളും ഇതിനായി നിർമ്മിക്കുന്നതാണ്.

63,941 കോടി രൂപയുടെ ചെലവാണ് പ്രതീക്ഷിക്കുന്നത്. ഇതിൽ 6085 കോടി രൂപ കേന്ദ്ര സംസ്ഥാന സർക്കാരുകൾ നൽകേണ്ട നികുതി ഒഴിവാണ്. 975 കോടി രൂപ റെയിൽവെ ഭൂമിയുടെ വിലയാണ്. ഇതിന് പുറമെ 2150 കോടി രൂപയാണ് കേന്ദ്ര റെയിൽവെ വിഹിതം. സംസ്ഥാന സർക്കാർ 3225 കോടി രൂപയാണ് വഹിക്കുക. 4,252 കോടി രൂപ പൊതുജന ഓഹരി പങ്കാളിത്തത്തിലൂടെ സമാഹരിക്കും. അന്താരാഷ്ട്ര ധനകാര്യ സ്ഥാപനങ്ങളിൽ നിന്ന് 33,700 കോടി രൂപ സമാഹരിക്കാനാണ് ലക്ഷ്യമിടുന്നത്. 1,383 ഹെക്ടർ ഭൂമിയാണ് പുനരധിവാസത്തിനുൾപ്പെടെ ആവശ്യമായി വരിക. ഇതിൽ 1,198 ഹെക്ടർ സ്വകാര്യ ഭൂമിയാണ്. സ്ഥലം ഏറ്റെടുക്കുന്നതിനു മാത്രം 13,362.32 കോടി രൂപ ആവശ്യമാണ്. കിഫ്ബി വഴി 2,100 കോടി രൂപ ഭൂമി ഏറ്റെടുക്കലിനായി വകയിരുത്തുന്നുണ്ട്. സ്ഥലം ഏറ്റെടുക്കലുമായി മുന്നോട്ടുപോകാൻ കേന്ദ്രസർക്കാർ സംസ്ഥാന സർക്കാരിന് അനുമതി നൽകിയിട്ടുണ്ട്. റെയിൽവെ ബോർഡ് പദ്ധതിക്ക് തത്വത്തിൽ അംഗീകാരം നൽകിയിട്ടുണ്ട്.

ഭൂമി ഏറ്റെടുക്കുമ്പോഴാകട്ടെ, പുനരധിവാസ നിയമപ്രകാരം ഗ്രാമ

പ്രദേശങ്ങളിൽ വിപണി വിലയുടെ പരമാവധി നാലിരട്ടിയും നഗരങ്ങളിൽ രണ്ടിരട്ടിയുമാണ് നഷ്ടപരിഹാരമായി ലഭിക്കുക. 13,265 കോടി രൂപയാണ് സ്ഥലമേറ്റെടുക്കലിനും നഷ്ടപരിഹാരത്തിനുമായി കണക്കാക്കിയിരിക്കുന്നത്. ഇതിൽ 1,730 കോടി രൂപ പുനരധിവാസത്തിനും 4,460 കോടി രൂപ വീടുകളുടെ നഷ്ടപരിഹാരത്തിനുമാണ് നീക്കിവെച്ചിരിക്കുന്നത്.

പദ്ധതിയുടെ നടത്തിപ്പിനായി അന്താരാഷ്ട്ര സാമ്പത്തികസ്ഥാപനങ്ങളായ ജൈക്ക ഉൾപ്പെടെ സാമ്പത്തികസഹായം നൽകാൻ മുന്നോട്ടുവന്നിട്ടുണ്ട്. എ ഐ ഐ ബി, കെ എഫ് ഡബ്ല്യു, എ ഡി ബി എന്നീ ധനകാര്യസ്ഥാപനങ്ങളുമായി ചർച്ചകൾ പൂർത്തിയാക്കിയിട്ടുണ്ട്. പദ്ധതിക്കായി ഇത്തരം സാമ്പത്തിക സ്രോതസ്സുകൾ കണ്ടെത്തുന്നതിന് നിതി ആയോഗും കേന്ദ്ര ധനമന്ത്രാലയവും റെയിൽവെ മന്ത്രാലയവും അംഗീകാരം നല്കിയിട്ടുണ്ട്.

പദ്ധതി സംസ്ഥാനത്തിന്റെ സാമ്പത്തികസ്ഥിതിയെ തകർക്കുമെന്ന് പറയുന്നത് അടിസ്ഥാനരഹിതമാണ്. പശ്ചാത്തല സൗകര്യ വികസനപദ്ധതികൾക്കായി കടമെടുക്കാത്ത ഒരു സർക്കാരും ലോകത്ത് എവിടെയും ഇല്ല. പശ്ചാത്തലസൗകര്യ വികസനം സാമ്പത്തിക വളർച്ചയെ ഉത്തേജിപ്പിക്കുന്നതൊടൊപ്പം വരുമാനം വർദ്ധിപ്പിക്കുന്നതിനും ഉതകുമെന്ന കാര്യം ഏവരും അംഗീകരിക്കുന്നതാണ്. സംസ്ഥാനത്തിനുള്ളിലെ യാത്രാസമയം നാലിലൊന്നായി ചുരുങ്ങുന്നത്, ബിസിനസ്സ്, സാങ്കേതിക ടൂറിസം മേഖലകൾ എന്നിവ ഉൾപ്പെടെയുള്ള സമസ്ത മേഖലകളെയും പരിപോഷിപ്പിക്കുമെന്ന കാര്യത്തിൽ രണ്ടഭിപ്രായം ഉണ്ടാകില്ല.

പദ്ധതിക്കായുള്ള വിശദമായ പ്രോജക്ട് റിപ്പോർട്ട് SYSTRA എന്ന ഏജൻസിയാണ് തയ്യാറാക്കിയിട്ടുള്ളത്. ലോകത്തിൽ ഏറ്റവും സുരക്ഷിതവും സുഖപ്രദവും അന്തരീക്ഷ മലിനീകരണം കുറഞ്ഞതുമായ ഗതാഗത സംവിധാനമാണ് റെയിൽവെ. അതുകൊണ്ടുതന്നെയാണ് റെയിൽവെ പദ്ധതിക്ക് Mo-EFFE- യുടെ ഗൈഡ്‌ലൈൻ പ്രകാരം പരിസ്ഥിതി ആഘാത പഠനം ആവശ്യമില്ലാത്തത്.എന്നിരുന്നാലും പരിസ്ഥിതി ആഘാത പഠനം സെന്റർ ഫോർ എൻവയോൺമെന്റ് ആന്റ് ഡവലപ്പ്മെന്റ് മുഖേന നടത്തിക്കഴിഞ്ഞു. സി ആർ ഇസ്സഡ് സോണുകളെയും കണ്ടൽക്കാടുകളെയും കുറിച്ച് വിശദമായ റിപ്പോർട്ട് തയ്യാറാക്കാൻ കേന്ദ്രഗവണ്മെന്റിന്റെ കീഴിലുള്ള നാഷണൽ സെന്റർ ഫോർ സസ്റ്റൈനബിൾ കോസ്റ്റൽ മാനേജ്മെന്റിനെയാണ് ചുമതലപ്പെടുത്തിയിട്ടുള്ളത്. സർക്കാർ അതീവ്രജാഗ്രതയാണ് പരിസ്ഥിതിയുടെ കാര്യത്തിൽ പുലർത്തുന്നത് എന്നതിന്റെ ഉദാഹരണമാണിത്.

പദ്ധതി ആരംഭിക്കുന്നതിനുമുമ്പ് ഭൂമി ഏറ്റെടുക്കുന്നതിലൂടെ ആയിരക്കണക്കിന് കുടുംബങ്ങൾ ഭവനരഹിതരാകുന്നു എന്നാണ് ചിലർ പ്രചരിപ്പിക്കുന്നത്. നേരത്തെ സൂചിപ്പിച്ചതുപോലെ ഭൂമി ഏറ്റെടുക്കൽ

അർഹമായ നഷ്ടപരിഹാരം നൽകിക്കൊണ്ടാണ് നടപ്പാക്കാൻ ഉദ്ദേശിക്കുന്നത്. അതിനാൽ തന്നെ ഒരാളുപോലും ഇതിനാൽ ഭവനരഹിതനാകുന്ന പ്രശ്നം ഉദിക്കുന്നില്ല. ഇത്തരം പദ്ധതികൾ നിലവിൽ വരുമ്പോൾ തുടക്കത്തിൽ ഉണ്ടായ പ്രചരണവും ആശങ്കയും മറികടന്നുകൊണ്ട് അവ നടപ്പിലാക്കാൻ കഴിഞ്ഞ അനുഭവം ഗെയ്ൽ, പവർ ഹൈവേ, ജലപാത – നമ്മുടെ മുന്നിലുണ്ട് എന്ന യാഥാർത്ഥ്യവും കാണാതിരുന്നുകൂടാ.

പദ്ധതി സംബന്ധിച്ച് ജനങ്ങൾക്കുണ്ടാകുന്ന ആശങ്കകളും പ്രശ്നങ്ങളും ദൂരീകരിക്കുന്നതിനും ജനപ്രതിനിധികളുടെ അഭിപ്രായങ്ങൾ കണക്കിലെടുക്കുന്നതിനും സർക്കാർ നടപടികൾ സ്വീകരിച്ചുവരികയാണ്. പ്രശ്നങ്ങൾ കേൾക്കാനും പരിഹാരങ്ങൾ കണ്ടെത്താനും പബ്ലിക് ഹിയറിംഗ് നടത്തുന്നതാണ്. ഇതുകൂടാതെ വിവിധ സാമൂഹികസാംസ്കാരിക സംഘടനകൾ നടത്തുന്ന സെമിനാറുകളിലും കൂടിക്കാഴ്ചകളിലും പ്രസ്തുത വിഷയം അവതരിപ്പിക്കുകയും ജനങ്ങളുടെ ആശങ്കകൾ പരിഹരിക്കുന്നതിനുവേണ്ട നടപടികൾ സ്വീകരിക്കുകയും ചെയ്യുന്നതാണ്.

അതിനാൽ അനാവശ്യമായ ആശങ്കകൾ ജനങ്ങളുടെ ഇടയിൽ സൃഷ്ടിക്കുന്ന പ്രചരണങ്ങൾ നടത്തരുതെന്നാണ് ഈ ഘട്ടത്തിൽ അഭ്യർത്ഥിക്കാനുള്ളത്. നാടിന്റെ പൊതുവായ വികസനത്തിന് യോജിച്ചു നില്ക്കുന്നതിന് നമുക്ക് കഴിയേണ്ടതുണ്ട്. അതിനു പകരം തെറ്റായ പ്രചരണങ്ങൾ നടത്തി പദ്ധതിയെത്തന്നെ അട്ടിമറിക്കാനുള്ള ശ്രമങ്ങൾ നാടിന്റെ വികസനത്തെ പിന്നോട്ടു നയിക്കാനേ സഹായിക്കൂ എന്നത് നാം തിരിച്ചറിയണം. മികച്ച പശ്ചാത്തല സൗകര്യങ്ങൾ കേരളത്തിലെ നിക്ഷേപക സൗഹൃദ അന്തരീക്ഷത്തെ മെച്ചപ്പെടുത്തും. അത്തരം നിക്ഷേപങ്ങളിലൂടെ ലഭിക്കുന്ന അധികമൂലധനം സംസ്ഥാനത്തിന്റെ പൊതുവായ വികസനത്തിന് ആക്കം കൂട്ടും. അങ്ങനെ സൃഷ്ടിക്കപ്പെടുന്ന വിഭവങ്ങളുടെ നീതിയുക്തമായ വിതരണം സാധ്യമാക്കിക്കൊണ്ട് സാമൂഹിക നീതിയിലധിഷ്ഠിതമായ നവകേരളം സൃഷ്ടിക്കാനാണ് ഇടതുപക്ഷ സർക്കാർ ശ്രമിക്കുന്നത്. ചുരുക്കം ചിലയിടങ്ങളിൽ നിന്നും തെറ്റിദ്ധാരണ മൂലമുയരുന്ന എതിർപ്പുകൾ മാറ്റിനിർത്തിയാൽ ഈ പദ്ധതിയുടെ പ്രാധാന്യം കേരള സമൂഹം അംഗീകരിച്ചുകഴിഞ്ഞിട്ടുണ്ട്. അവശേഷിക്കുന്ന തെറ്റിദ്ധാരണകൾ കൂടി പരിഹരിച്ച് നിശ്ചയിച്ച സമയത്തിനുള്ളിൽ പദ്ധതി പൂർത്തീകരിച്ച് ജനങ്ങൾക്കു നൽകിയ ഉറപ്പ് സർക്കാർ പാലിക്കും.

നവകേരളം യാഥാർഥ്യമാക്കാൻ

പൊതുമരാമത്ത് വകുപ്പിന്റെ എല്ലാ പ്രവൃത്തികളെയും സംബന്ധിച്ച വിവരങ്ങൾ ഒറ്റ ക്ലിക്കിൽ ലഭ്യമാകുന്ന 'തൊട്ടറിയാം@പി ഡബ്ല്യൂഡി' എന്ന പേരിലുള്ള പ്രോജക്ട് മാനേജ്മെന്റ് സിസ്റ്റം യാഥാർത്ഥ്യമായി. പൊതുമരാമത്ത് പദ്ധതികളുടെ കാര്യക്ഷമമായ നടത്തിപ്പ് ഉറപ്പാക്കുന്നതിനായി സാങ്കേതികവിദ്യയെ ഉപയോഗപ്പെടുത്തിക്കൊണ്ട് വിഭാവനം ചെയ്തിരിക്കുന്നതാണ് ഈ പുതിയ സംവിധാനം. നിശ്ചയിച്ച സമയക്രമത്തിനകം പദ്ധതികൾ പൂർത്തിയാകുന്നുണ്ടോയെന്ന് പൊതുജനങ്ങൾക്ക് ഇതുവഴി വിലയിരുത്താനാവും. നൂതനവും ജനകീയവുമായ മാതൃകകളെ ഉപയോഗപ്പെടുത്തി കേരള വികസനത്തിന് അടിത്തറയൊരുക്കുന്ന ഇടതുപക്ഷ ജനാധിപത്യ മുന്നണി സർക്കാരിന്റെ പ്രധാനപ്പെട്ട ചുവടുവയ്പ്പാവുകയാണ് ഈ വെബ്പോർട്ടൽ.

അടിസ്ഥാന സൗകര്യ മേഖലയിൽ കിഫ്ബി മുഖേന 50,000 കോടി രൂപയുടെ വികസനം നടത്താനാണ് കഴിഞ്ഞ സർക്കാർ ലക്ഷ്യംവെച്ചിരുന്നത്. എന്നാൽ, അത് 62,500 കോടി രൂപയിലേക്കെത്തിക്കാൻ നമുക്കു കഴിഞ്ഞു. ഈ സർക്കാരിന്റെ കാലയളവിൽ 60,000 കോടി രൂപയുടെ വികസനപദ്ധതികളാണ് അടിസ്ഥാന സൗകര്യ മേഖലയിൽ നടപ്പാക്കാൻ ഉദ്ദേശിക്കുന്നത്. അതോടൊപ്പം തന്നെ സാമൂഹ്യ ക്ഷേമത്തിലും നൈപുണ്യ വികസനത്തിലും കാർഷിക നവീകരണത്തിലും വ്യവസായ പുനഃസംഘടനയിലും സവിശേഷമായ ഇടപെടലുകൾ നടത്തി നാടിന്റെ സമഗ്രവികസനം യാഥാർത്ഥ്യമാക്കാനും സർക്കാർ ശ്രമിക്കുന്നു.

കഴിഞ്ഞ എൽ ഡി എഫ് സർക്കാരിന്റെ കാലത്ത് പൊതുമരാമത്ത് വകുപ്പിൽ വന്ന ഏറ്റവും ഗുണപരമായ മാറ്റം പദ്ധതികളുടെ സമയബന്ധിതമായ പൂർത്തീകരണമാണ്. മഹാമാരിയും പ്രകൃതിക്ഷോഭങ്ങ

ളും ഉണ്ടായിട്ടുകൂടി ഏറ്റെടുത്ത ഏതാണ്ട് എല്ലാ പദ്ധതികളും നിശ്ചിത സമയത്തിനു മുമ്പുതന്നെ പൂർത്തിയാക്കാൻ നമുക്കു കഴിഞ്ഞു. ഈ സർക്കാരിന്റെ കാലത്താകട്ടെ, ഓരോ റോഡിന്റെയും നിർമ്മാണവും പരിപാലനവും നവീകരണവും സംബന്ധിച്ച വിവരങ്ങൾ ഉൾക്കൊള്ളുന്ന ഡിഫക്ട് ലയബിലിറ്റി ബോർഡ് എല്ലാ റോഡുകളിലും സ്ഥാപിക്കുന്ന പ്രക്രിയയ്ക്ക് തുടക്കമിട്ടിട്ടുണ്ട്. പദ്ധതികൾ സമയബന്ധിതമായി പൂർത്തിയാക്കിയും പദ്ധതികളുടെ ഉത്തരവാദിത്വം ആർക്കാണ് എന്ന് ജനങ്ങളെ അറിയിച്ചും വികസനപ്രവർത്തനങ്ങളെ കൂടുതൽ ജനകീയമാക്കുന്നതിന് പ്രതിജ്ഞാബദ്ധമാണ് ഇടതുപക്ഷ ജനാധിപത്യ മുന്നണി സർക്കാർ എന്നതിന്റെ ദൃഷ്ടാന്തമാണ് ഇവയെല്ലാം.

പദ്ധതികൾ സമയബന്ധിതമായി പൂർത്തിയാക്കി ഓരോ പദ്ധതി കൊണ്ടും ഉദ്ദേശിക്കുന്ന ഗുണഫലം ജനങ്ങൾക്കു ലഭ്യമാകുന്നു എന്നുറപ്പുവരുത്താൻ സാങ്കേതികവിദ്യയെ ഫലപ്രദമായി ഉപയോഗിക്കുകയാണ് പൊതുമരാമത്ത് വകുപ്പ്. ഇതിന്റെ ഭാഗമായി റോഡ് ആസ്തികൾ ഡിജിറ്റലൈസ് ചെയ്യാനുള്ള പ്രവൃത്തികൾ പുരോഗമിക്കുകയാണ്. 7, 000 കിലോമീറ്റർ റോഡുകളെ കോർ റോഡ് നെറ്റ്‌വർക്കിൽ ഉൾപ്പെടുത്തി സാങ്കേതികവിദ്യയുടെ സഹായത്തോടെ അവയുടെ ശാസ്ത്രീയ പരിപാലനം ഉറപ്പുവരുത്തുന്നതിനുള്ള പദ്ധതിയും നടപ്പാക്കുകയാണ്.

എല്ലാ ഓഫീസുകളെയും ഇ ഓഫീസ് സംവിധാനത്തിന്റെ കീഴിൽ കൊണ്ടുവന്നിട്ടുണ്ട്. പ്രവൃത്തികൾ സംബന്ധിച്ച വർക്കിംഗ് കലണ്ടർ പുറത്തിറക്കുകയും ചെയ്തിട്ടുണ്ട്. ഇതിനു പുറമെ നിയമസഭാ മണ്ഡലാടിസ്ഥാനത്തിൽ ഉന്നത ഉദ്യോഗസ്ഥർക്ക് ചുമതല നൽകി കോൺസ്റ്റിറ്റുവൻസി മോണിറ്ററിംഗ് കാര്യക്ഷമമായി നടപ്പാക്കുന്നുമുണ്ട്. ഇങ്ങനെ പൊതുമരാമത്ത് വകുപ്പിൽ ഉദ്യോഗസ്ഥ തലത്തിലും പ്രവർത്തന തലത്തിലും കാര്യക്ഷമമായി ഇടപെട്ടുകൊണ്ട് മുന്നോട്ടുപോവുകയാണ് നമ്മൾ.

അടിസ്ഥാനസൗകര്യ വികസന രംഗത്തെ മുന്നേറ്റം കൊണ്ടുമാത്രമേ നാം വിഭാവനം ചെയ്ത തരത്തിലുള്ള നവകേരള നിർമ്മിതി സാധ്യമാവുകയുള്ളൂ. ഇത് മുന്നിൽ കണ്ടുകൊണ്ടാണ് റോഡ്, റെയിൽ, ജലഗതാഗത സംവിധാനങ്ങൾക്ക് ഈ സർക്കാർ കൂടുതൽ പ്രാധാന്യം നൽകുന്നത്. റോഡുകൾക്കും പാലങ്ങൾക്കുമായി ആകെ 1,207 കോടി രൂപയാണ് വകയിരുത്തിയിരിക്കുന്നത്. പ്രധാന ജില്ലാ റോഡുകളുടെ വികസനത്തിനും പരിപാലനത്തിനുമായി 62 കോടി രൂപ നീക്കിവച്ചിട്ടുണ്ട്.

വാഹന പരിപാലന കേന്ദ്രങ്ങൾ, ക്ലിനിക്കുകൾ തുടങ്ങി എല്ലാ സൗകര്യങ്ങളും ഉൾക്കൊള്ളുന്ന റസ്റ്റ് സ്റ്റോപ്പുകൾ സംസ്ഥാന ദേശീയപാതകളിൽ സ്ഥാപിക്കുന്നതിന് 2 കോടി രൂപ നീക്കിവച്ചിട്ടുണ്ട്. പ്രളയം കാരണം കേടുപാടുകൾ സംഭവിച്ച പാലങ്ങളുടെ പുനർനിർമ്മാണത്തിനായി 93 കോടി രൂപയാണ് സർക്കാർ നീക്കിവച്ചിരിക്കുന്നത്. ഗതാഗത കുരുക്കുള്ള 20 ജംഗ്ഷനുകൾ കണ്ടെത്തി അവയ്ക്കായി പ്രത്യേക മാസ്റ്റർ

പ്ലാനുകൾ തയ്യാറാക്കുകയാണ്. ഇവിടുത്തെ ഗതാഗതക്കുരുക്ക് അഴിക്കുന്നതിനുള്ള പദ്ധതികളുടെ സ്ഥലമെടുപ്പ്, പദ്ധതിച്ചെലവ് എന്നിവയ്ക്കായി 200 കോടി രൂപയാണ് സർക്കാർ നീക്കിവച്ചിരിക്കുന്നത്.

കേരളത്തിൽ ആകെയുള്ളത് 1,782 കിലോമീറ്റർ ദേശീയപാതയാണ്. ഇതിൽ ദേശീയപാതാ അതോറിറ്റിയുടെ നേരിട്ടുള്ള നിയന്ത്രണത്തിലുള്ള റോഡുകളുടെ സ്ഥലം ഏറ്റെടുക്കലിന്റെ 25 ശതമാനം തുകയും മറ്റു റോഡുകളുടെ സ്ഥലം ഏറ്റെടുക്കലിന്റെ 50 ശതമാനം തുകയും സംസ്ഥാന സർക്കാരാണ് വഹിച്ചുവരുന്നത്. എൻ എച്ച് 66 ൽ പാരിപ്പള്ളിക്കു സമീപം നാവായിക്കുളത്തു നിന്നും ആരംഭിച്ച് വിഴിഞ്ഞം ബൈപ്പാസിൽ അവസാനിക്കുന്ന തിരുവനന്തപുരം ഔട്ടർ റിംഗ് റോഡിന്റെ നിർമ്മാണ പ്രവർത്തനം ഈ വർഷം തന്നെ ആരംഭിക്കും. 4,500 കോടി രൂപ ചെലവ് കണക്കാക്കുന്ന പദ്ധതിക്ക് സ്ഥലം ഏറ്റെടുക്കുന്നതിന് 1,000 കോടി രൂപ കിഫ്ബി മുഖേന അനുവദിച്ചിട്ടുണ്ട്. തിരുവനന്തപുരം അങ്കമാലി റോഡിന്റെയും കൊല്ലം ചെങ്കോട്ട റോഡിന്റെയും വികസനത്തിനായി ഈ വർഷം 1,500 കോടി രൂപയാണ് ചെലവഴിക്കുക. ഇത്തരത്തിൽ സമഗ്രമായ ഇടപെടലുകളാണ് പൊതുമരാമത്ത് വകുപ്പിലൂടെ അടിസ്ഥാന ഗതാഗത സൗകര്യങ്ങൾ മെച്ചപ്പെടുത്തുന്നതിനായി സർക്കാർ നടത്തുന്നത്.

അടിസ്ഥാനസൗകര്യ വികസനരംഗത്ത് കൃത്യമായ ദിശാബോധത്തോടെയാണ് ഈ സർക്കാർ വിവിധ പദ്ധതികൾ ആവിഷ്കരിക്കുന്നത്. അടുത്ത അഞ്ച് വർഷംകൊണ്ട് 20,000 കോടി രൂപയുടെ റോഡുകൾക്കും പാലങ്ങൾക്കും ഭരണാനുമതി നൽകും. മലയോര ഹൈവേ നിർമ്മാണം പൂർത്തിയാക്കും. ഇതിൽ 739.34 കിലോമീറ്ററിന്റെ ഡി പി ആർ തയ്യാറായിട്ടുണ്ട്. 652 കിലോമീറ്റർ പ്രവൃത്തിക്കു സാമ്പത്തികാനുമതിയും 441 കിലോമീറ്ററിനു സാങ്കേതിക അനുമതിയും നൽകിയിട്ടുണ്ട്.

റോഡുകൾ നവീകരിക്കുന്നതോടൊപ്പം തന്നെ അവയുടെ നിലവാരം ഉയർത്താനുള്ള ഇടപെടലുകൾ കൂടി സർക്കാരിന്റെ ഭാഗത്തുനിന്നും ഉണ്ടാവുകയാണ്. ഈ സർക്കാരിന്റെ കാലത്ത് 15,000 കിലോമീറ്റർ റോഡുകൾ ബി എം ആന്റ് ബി സി നിലവാരത്തിലേക്ക് ഉയർത്തുകയാണ് ലക്ഷ്യം. ഇതിനോടകം 1,410 കിലോമീറ്റർ റോഡ് ബി എം ആന്റ് ബി സി നിലവാരത്തിലേക്ക് ഉയർത്തിയിട്ടുണ്ട്. 2,546 കിലോമീറ്റർ റോഡുകളിൽ ഇപ്പോൾ ഈ പ്രവൃത്തി പുരോഗമിക്കുകയാണ്.

ലെവൽ ക്രോസ് ഇല്ലാത്ത കേരളം എന്നത് ഈ സർക്കാരിന്റെ ലക്ഷ്യമാണ്. 72 റെയിൽവേ മേൽപ്പാലങ്ങൾ കിഫ്ബി വഴി നിർമ്മിക്കാൻ തീരുമാനിച്ചിട്ടുണ്ട്. 10 ലെവൽ ക്രോസുകളുടെ നിർമ്മാണം ഈ വർഷം കൊണ്ടു പൂർത്തിയാക്കും. പ്രധാന ജംഗ്ഷനുകളിൽ ഫ്ളൈ ഓവറുകളും ബൈപ്പാസുകളും നിർമ്മിച്ച് ഗതാഗതക്കുരുക്ക് ഒഴിവാക്കും. റോഡ് നിർമ്മാണത്തിൽ പ്ലാസ്റ്റിക്, സ്വാഭാവിക റബർ, കയർ, ജിയോ ടെക്സ്റ്റയിൽസ് ഇനങ്ങൾ എന്നിവ ഉപയോഗിക്കുന്നത് ഇരട്ടിയാക്കും. അ

ങ്ങനെ കേരളത്തിലെ റോഡുകളുടെ നിലവാരം മെച്ചപ്പെടുത്തുന്നതിനു കൃത്യമായ ആസൂത്രണത്തോടെയുള്ള പദ്ധതികളാണ് സർക്കാർ നടപ്പാക്കുന്നത്.

ഇതോടൊപ്പം ഗതാഗത മേഖലയുൾപ്പെടെ അടിസ്ഥാന സൗകര്യങ്ങളിലുള്ള വികസനം നഗരഗ്രാമ ഭേദമന്യേ എല്ലായിടത്തും ഒരുപോലെ എത്തിക്കുക എന്നതും സർക്കാരിന്റെ പ്രഖ്യാപിത നയമാണ്. അതിന്റെ ഭാഗമായി നടപ്പാക്കുന്ന പ്രധാന പദ്ധതികളിലൊന്നാണ് തദ്ദേശ റോഡ് പുനരുദ്ധാരണ പദ്ധതി. 1,000 കോടി രൂപ അടങ്കലുള്ള ഈ പദ്ധതിയിലൂടെ 1,200 കിലോമീറ്റർ റോഡ് നവീകരിക്കാനാണ് ലക്ഷ്യമിട്ടത്. 140 നിയമസഭാ മണ്ഡലങ്ങളിലായി 5,115 പ്രവൃത്തികളാണ് ഇതിൽ ഉൾപ്പെട്ടിരിക്കുന്നത്. അതിന്റെ ആദ്യ മൂന്നു ഘട്ടങ്ങൾ പിന്നിട്ടു കഴിഞ്ഞു. മൂന്നാം ഘട്ടത്തിലെ 1200 റോഡുകളുടെ ഉദ്ഘാടനം ഈ നൂറു ദിന പദ്ധതികളുടെ ഭാഗമായാണ് നടന്നത്. ആദ്യ രണ്ടു ഘട്ടങ്ങളിൽ പൂർത്തിയാക്കിയത് 2200 റോഡുകളാണ്.

തദ്ദേശ റോഡ് പുനരുദ്ധാരണപദ്ധതി പ്രകാരം നവീകരിക്കുന്ന റോഡുകളുടെ രണ്ടു വർഷക്കാലത്തെ പരിപാലന ചുമതല ബന്ധപ്പെട്ട കരാറുകാരനായിരിക്കും. പ്രവൃത്തിയുടെ ഗുണമേന്മ പരിശോധിക്കുന്നതിനായി പ്രത്യേക ടെക്നിക്കൽ കമ്മിറ്റിയെ നിയോഗിച്ചിട്ടുണ്ട്. പദ്ധതിയുടെ ജനകീയ മേൽനോട്ടത്തിനായി തദ്ദേശസ്ഥാപന തലത്തിൽ വാർഡുകൗൺസിലർമാരുടെ നേതൃത്വത്തിലുള്ള സമിതിയും രൂപീകരിച്ചിട്ടുണ്ട്. അങ്ങനെ രൂപകല്പനയിലും നിർമ്മാണത്തിലും പരിപാലനത്തിലും ബഹുജന പങ്കാളിത്തം ഉറപ്പാക്കിക്കൊണ്ടുള്ള വികസന മാതൃകയാണ് ഈ പദ്ധതിയിൽ സർക്കാർ പിന്തുടരുന്നത്.

ആ വിധത്തിൽ ജനാധിപത്യത്തെ കൂടുതൽ ജനകേന്ദ്രീകൃതമാക്കുകയും ജനാഭിലാഷം ഉൾക്കൊണ്ട് പ്രവർത്തിക്കുന്ന സംവിധാനമായി സർക്കാരുകളെ മാറ്റിത്തീർക്കുകയും ചെയ്യുന്ന ബദൽ കാഴ്ചപ്പാടാണ് ഇടതുപക്ഷ ജനാധിപത്യ മുന്നണി സർക്കാർ മുന്നോട്ടുവെക്കുന്നത്. ആ കാഴ്ചപ്പാടിന്റെ സാക്ഷാത്കരണം എന്ന നിലയിൽക്കൂടി പ്രസക്തമാവുകയാണ് തദ്ദേശ റോഡ് പുനരുദ്ധാരണ പദ്ധതി.

അടുത്ത 25 വർഷം കൊണ്ട് കേരളത്തിലെ ജീവിതനിലവാരം മദ്ധ്യവരുമാന വികസിത രാഷ്ട്രങ്ങൾക്കു സമാനമാക്കാനാണ് ഇടതുപക്ഷ ജനാധിപത്യ മുന്നണി സർക്കാർ ശ്രമിക്കുന്നത്. അവിടങ്ങളിലുള്ളതുപോലത്തെ സൗകര്യങ്ങളും സേവനങ്ങളുമൊക്കെ ഇവിടെയുമുണ്ടാകണം. അതിനു വ്യക്തമായ ആസൂത്രണത്തോടെയും കൃത്യമായ നടത്തിപ്പോടെയും പദ്ധതികൾ യാഥാർത്ഥ്യമാക്കുകയാണ് സർക്കാർ ചെയ്യുന്നത്. അതു സമൂഹത്തിനൊന്നാകെ ലഭ്യമാക്കുക എന്ന ഇച്ഛാശക്തിയും രാഷ്ട്രീയബോധ്യവുമാണ് മുന്നോട്ടു നയിക്കുന്നത്. സമഗ്രവും സർവതലസ്പർശിയുമായ വികസനത്തിലൂടെ നവകേരളം യാഥാർത്ഥ്യമാക്കാൻ നമുക്ക് സാധിക്കും. അതിനായി ഒരുമിച്ച് ഒരേ മനസ്സോടെ മുന്നോട്ടു പോകാം.

വിദ്യാഭ്യാസം

വിദ്യാകിരണം പദ്ധതി ജനപങ്കാളിത്തത്തിലൂടെ വിദ്യാഭ്യാസ സൗകര്യം

കേരളത്തിന്റെ പൊതുവിദ്യാഭ്യാസ മേഖലയിൽ അഭൂതപൂർവമായ മുന്നേറ്റമാണ് കഴിഞ്ഞ അഞ്ചു വർഷങ്ങളായി നടന്നുകൊണ്ടിരിക്കുന്നത്. യു ഡി എഫിന്റെ ഭരണകാലത്ത് തകർച്ച നേരിട്ട സർക്കാർ/എയ്ഡഡ് സ്കൂളുകൾ ഉയിർത്തെഴുന്നേറ്റ് നാടിന്റെ അഭിമാനമായി മാറുന്ന കാഴ്ചയാണ് നമ്മൾ കണ്ടത്. നിലവാരത്തകർച്ച കാരണം ലക്ഷക്കണക്കിനു കുട്ടികൾ അൺഎയ്ഡഡ് സ്കൂളുകളിലേക്ക് ചേക്കേറിയിരുന്ന കാലം മാറുകയും അവരെല്ലാം തിരികെ പൊതുവിദ്യാലയങ്ങളിലേക്കു വരികയും ചെയ്യുന്ന സ്ഥിതിവിശേഷം സംജാതമായി.

എല്ലാവർക്കും ഒരുപോലെ ഏറ്റവും മികച്ച വിദ്യാഭ്യാസം ഒരുക്കുക എന്ന ഇടതുപക്ഷ നയം വിജയകരമായി സാക്ഷാൽക്കരിക്കാൻ കഴിഞ്ഞതാണ് ഈ നേട്ടങ്ങൾക്കു കാരണം. ആ പ്രവർത്തനങ്ങളുടെ തുടർച്ചയാണ് പുതിയ എൽഡിഎഫ് സർക്കാർ നടപ്പാക്കുന്ന വിദ്യാകിരണം പദ്ധതി. കോവിഡ് മഹാമാരിയുടെ പശ്ചാത്തലത്തിൽ ഇന്റർനെറ്റ് സാങ്കേതിക വിദ്യകളെ ആശ്രയിച്ച് അധ്യയനം മുന്നോട്ടു കൊണ്ടുപോകേണ്ട സാഹചര്യത്തിൽ ഉടലെടുത്ത വലിയ വെല്ലുവിളിയായിരുന്നു ഡിജിറ്റൽ ഡിവൈഡ്.

ഡിജിറ്റൽ പഠനോപകരണങ്ങൾ എല്ലാ കുട്ടികൾക്കും പ്രാപ്യമല്ലാത്ത സാമൂഹ്യസാഹചര്യത്തിൽ ആ പ്രതിസന്ധി മറികടക്കുക എന്ന ഭാരിച്ച ഉത്തരവാദിത്തമായിരുന്നു വിദ്യാകിരണം പദ്ധതിക്കുണ്ടായിരുന്നത്. സാമ്പത്തികവും സാമൂഹികവുമായ പിന്നാക്കാവസ്ഥ അനുഭവിക്കുന്ന കുഞ്ഞുങ്ങൾക്കുൾപ്പെടെ എല്ലാ വിദ്യാർത്ഥികൾക്കും ഡിജിറ്റൽ പഠനോപകരണങ്ങൾ ലഭ്യമാക്കുക എന്ന ലക്ഷ്യത്തിന് ഇതിലൂടെ തുടക്കമിടുകയാണ് സർക്കാർ ചെയ്തത്.

പൊതു വിദ്യാഭ്യാസ സംരക്ഷണ യജ്ഞത്തെപ്പോലെ തീർത്തും ജനകീയമായ ഒരിടപെടലാണ് വിദ്യാകിരണത്തിലൂടെയും സർക്കാർ ലക്ഷ്യം വച്ചത്. ലോകമാകെയുള്ള വ്യക്തികൾ, സംഘടനകൾ, കമ്പനികൾ തുടങ്ങി എല്ലാവരെയും ഈ പദ്ധതിയിൽ സഹകരിപ്പിച്ചു. വലിയ പിന്തുണയാണ് പൊതുസമൂഹത്തിൽനിന്നും ഈ പദ്ധതിക്കു ലഭിച്ചത്. സാധാരണ ജനങ്ങൾക്കു പുറമേ വ്യവസായ സ്ഥാപനങ്ങളും പദ്ധതിയുടെ വിജയത്തിനായി സംഭാവനകൾ അർപ്പിച്ചു.

വിദ്യാകിരണം പദ്ധതിയുടെ വെബ്സൈറ്റായ https://vidyakiranam.kerala.gov.in ലൂടെ സഹായം ലഭ്യമാക്കുമ്പോൾ ഒരു പ്രദേശത്തെ സ്കൂളിനെ പ്രത്യേകമായി സഹായിക്കുന്നതിനുള്ള സംവിധാനങ്ങളും ഒരുക്കി. എത്ര കുട്ടികൾക്ക് പഠനോപകരണങ്ങൾ ലഭ്യമാക്കാൻ ഉദ്ദേശിക്കുന്നുവെന്നു രേഖപ്പെടുത്താനും ആവശ്യമായ സാമ്പത്തിക സഹായം പോർട്ടലിലൂടെ തന്നെ നൽകാനും വേണ്ട സംവിധാനങ്ങളും വെബ്സൈറ്റിൽ ലഭ്യമായിരുന്നു. കമ്പനികളുടെ സി എസ് ആർ ഫണ്ട് ഉൾപ്പെടെ ഉപയോഗിച്ച് വിദ്യാകിരണം പദ്ധതിയുമായി സഹകരിക്കാൻ കഴിയുന്ന സംവിധാനമാണ് സജ്ജമാക്കിയിട്ടുള്ളത്. സംശയങ്ങൾക്ക് കൃത്യമായ മറുപടി നൽകാനുള്ള സംവിധാനവുമുണ്ട്.

കേരളത്തിലാകെ എത്ര കുട്ടികൾക്ക് ഡിജിറ്റൽ പഠനോപകരണങ്ങൾ ആവശ്യമാണ് എന്നതിന്റെ ജില്ല തിരിച്ചുള്ള കണക്കുകൾ തയ്യാറാക്കിയിട്ടുണ്ട്. ഓരോ സ്കൂളിലും എത്ര കുട്ടികൾക്കാണ് അവ ആവശ്യമെന്നത് ഉൾപ്പെടെയുള്ള വിവരങ്ങൾ വിദ്യാകിരണം വെബ്സൈറ്റിൽ ലഭ്യമാക്കിയിട്ടുണ്ട്.

ഒന്നരമാസത്തിനകം ഒരു ലക്ഷത്തിലധികം ഡിജിറ്റൽ ഉപകരണങ്ങളാണ് വിദ്യാകിരണം പദ്ധതി മുഖാന്തരം ലഭ്യമാക്കിയത്. ഇതോടെ സംസ്ഥാനത്തെ സ്കൂളുകളിൽ ഡിജിറ്റൽ ഉപകരണങ്ങൾ ആവശ്യമുള്ള കുട്ടികളുടെ എണ്ണം 3,70,416 ആയി കുറഞ്ഞു. വിദ്യാകിരണം പദ്ധതി ആരംഭിക്കുന്നതിനുമുമ്പ് കൈറ്റിന്റെ സമ്പൂർണ പോർട്ടൽ വഴി ജൂലൈ 26 വരെ ശേഖരിച്ച കണക്കുപ്രകാരം 4,72,445 കുട്ടികൾക്കായിരുന്നു ഉപകരണങ്ങൾ ആവശ്യമുണ്ടായിരുന്നത്.

ആഗസ്റ്റ് 4 ന് വിദ്യാകിരണം പദ്ധതിയുടെ പോർട്ടൽ ഉദ്ഘാടനം ചെയ്തതിനുശേഷം 1,02,029 കുട്ടികൾക്ക് ഒന്നരമാസത്തിനകം സാമൂഹ്യ പങ്കാളിത്തത്തോടെ ഡിജിറ്റൽ ഉപകരണങ്ങൾ ലഭ്യമായി എന്നതാണ് കണക്കുകൾ സൂചിപ്പിക്കുന്നത്. പോർട്ടൽ വഴിയുള്ള പർച്ചേസ് നടപടികൾ ആരംഭിക്കുന്നതിനുമുമ്പുതന്നെ 21.5% കുട്ടികൾക്കും സാമൂഹ്യപങ്കാളിത്തത്തോടെ ഉപകരണങ്ങൾ ലഭിച്ചത് ഈ പദ്ധതിയെ പൊതുസമൂഹം നെഞ്ചേറ്റി എന്നതിന്റെ ഏറ്റവും വലിയ തെളിവാണ്.

ഇതോടൊപ്പം, വിദ്യാകിരണം പദ്ധതിയുടെ ഭാഗമായി ഓൺലൈൻ പഠനത്തിന് ഡിജിറ്റൽ ഉപകരണങ്ങൾ ആവശ്യമുള്ള ഒന്നു മുതൽ പന്ത്രണ്ടുവരെ ക്ലാസുകളിൽ പഠിക്കുന്ന മുഴുവൻ പട്ടികവർഗ വിഭാഗം വി

ദ്യാർത്ഥികൾക്കും പുതിയ ലാപ്ടോപ്പുകൾ ലഭ്യമാക്കുന്ന പദ്ധതിക്കു തുടക്കം കുറിച്ചു. ഇതോടൊപ്പം 10, 12 ക്ലാസുകളിൽ പഠിക്കുന്ന ഉപകരണങ്ങൾ ആവശ്യമുള്ള മുഴുവൻ പട്ടികജാതി വിഭാഗത്തിൽപ്പെട്ട കുട്ടികൾക്കും ഈ ഘട്ടത്തിൽത്തന്നെ ഉപകരണങ്ങൾ നൽകും. പതിനാല് ജില്ലകളിലുമായി 45313 കുട്ടികൾക്കാണ് ആദ്യഘട്ടത്തിൽ ലാപ്ടോപ്പുകൾ ലഭ്യമാക്കുന്നത്.

പട്ടികവർഗ വിഭാഗം കുട്ടികൾക്ക് ഏറ്റവും ആദ്യം ഉപകരണങ്ങൾ ലഭിക്കാൻ സ്കൂളുകളിൽ ഹൈടെക് പദ്ധതിയുടെ ഭാഗമായി കൈറ്റ് വിന്യസിച്ച ലാപ്ടോപ്പുകൾ തിരിച്ചെടുത്തു നൽകുന്ന പദ്ധതിക്ക് സർക്കാർ തുടക്കമിട്ടിരുന്നു. എന്നാൽ തുടർന്ന് കെ എസ് എഫ് ഇ കുടുംബശ്രീ വഴി നടപ്പാക്കുന്ന 'വിദ്യാശ്രീ' പദ്ധതിയുടെ ഭാഗമായുള്ള ലാപ്ടോപ്പുകൾ 'വിദ്യാകിരണം' പദ്ധതിക്കുവേണ്ടി ലഭ്യമായ സാഹചര്യത്തിലാണ് ഇപ്രകാരം ആദ്യഘട്ടത്തിൽ 45,313 പുതിയ ലാപ്ടോപ്പുകൾ കുട്ടികൾക്ക് നൽകുന്നത്. രാജ്യത്ത് ആദ്യമായാണ് ഒരു സംസ്ഥാനത്തെ മുഴുവൻ പട്ടികവർഗ വിഭാഗം വിദ്യാർത്ഥികൾക്കും ലാപ്ടോപ്പുകൾ ഉറപ്പാക്കി ഓൺലൈൻ പഠനം ആരംഭിക്കുന്ന സംവിധാനത്തിന് കേരളത്തിൽ തുടക്കമിടുന്നത്. ഡിജിറ്റൽ വിഭജനത്തെ ഇല്ലാതാക്കാനും പാർശ്വവൽക്കരിക്കപ്പെട്ടവർക്ക് മുന്തിയ പരിഗണന നൽകി ഡിജിറ്റൽ ഉൾച്ചേർക്കൽ സാധ്യമാക്കിയതിന്റേയും അനന്യമായ മാതൃകകൂടിയാണിത്. നവംബർ മാസത്തിൽത്തന്നെ വിതരണം പൂർത്തിയാക്കാനാണ് ലക്ഷ്യമിടുന്നത്. ഒരു ലാപ്ടോപ്പിന് നികുതിയുൾപ്പെടെ 18,000 രൂപ എന്ന നിരക്കിൽ 81.56 കോടി രൂപയ്ക്കുള്ള ലാപ്ടോപ്പുകളാണ് ഒരു മാസത്തിനകം വിതരണം പൂർത്തിയാക്കുക.

വിദ്യാകിരണം പദ്ധതിയുടെ ഭാഗമായി ഇനി പൊതുവിഭാഗത്തിലുള്ളതും, ഒന്നു മുതൽ ഒൻപതുവരെ ക്ലാസുകളിലെ പട്ടികജാതി വിഭാഗത്തിലുള്ളതുമായ ഏകദേശം 3.5 ലക്ഷം കുട്ടികളാണുള്ളത്. ഇവർക്ക് ഘട്ടംഘട്ടമായി ഉപകരണങ്ങൾ നൽകി സ്കൂളുകൾ തുറന്നാലും ഓൺലൈൻ പഠന സാധ്യതകൂടി പ്രയോജനപ്പെടുത്തുന്ന വിധത്തിലാണ് സർക്കാർ പദ്ധതിയിടുന്നത്. പുസ്തകം, പെൻസിൽ, പേന തുടങ്ങി ഒരു കുട്ടിയുടെ വിദ്യാഭ്യാസത്തിനാവശ്യമായ പഠനോപകരണങ്ങൾ പോലെതന്നെ പ്രധാനമാണ് ഡിജിറ്റൽ ഉപകരണങ്ങളും എന്ന കാഴ്ചപ്പാടോടെയാണ് സർക്കാർ മുന്നോട്ടു നീങ്ങുന്നത്. ഈ വിഷയത്തിൽ സഹായിക്കുന്നതിന് പല പ്രദേശങ്ങളിലും അധ്യാപക രക്ഷകർതൃ സമിതികൾ വിവിധ മേഖലകളിലുള്ളവരെ ബന്ധപ്പെട്ടിട്ടുണ്ട്. സി ഐ ഐ പോലെയുള്ള വ്യവസായ സംഘടനകളും സഹായം വാഗ്ദാനം ചെയ്തിട്ടുണ്ട്. കേരളത്തിന്റെ എല്ലാ പ്രശ്നങ്ങളിലും നമ്മോടു ചേർന്നു നിൽക്കുന്ന പ്രവാസി സഹോദരങ്ങളും സഹായിക്കാൻ മുന്നോട്ടു വന്നിട്ടുണ്ട്.

നിലവിലെ സാഹചര്യത്തിൽ എല്ലാ വിദ്യാർത്ഥികൾക്കും ഒരുപോലെ പഠനാവസരം ലഭിക്കണമെങ്കിൽ ഡിജിറ്റൽ ഉപകരണങ്ങൾ കൈ

യിലുണ്ടാവണം. ഇവ വാങ്ങാൻ ശേഷിയില്ലാത്ത കുട്ടികളെ സഹായിക്കുകയാണ് വിദ്യാകിരണം പദ്ധതിയിലൂടെ ലക്ഷ്യമിടുന്നത്.

കേരളത്തിന്റെ വിദ്യാഭ്യാസ സംവിധാനത്തെ ലോകനിലവാരത്തിലേക്കു ഉയർത്താൻ നടത്തിയ ശ്രമങ്ങൾക്ക് കോവിഡ് വെല്ലുവിളിയായി. ഈ സാഹചര്യത്തിലാണ് സർക്കാർ കൃത്യമായ ഇടപെടൽ നടത്തുന്നത്. വീടുകളിലിരുന്ന് വിദ്യാഭ്യാസം നേടുമ്പോൾ കണക്റ്റിവിറ്റിയും പ്രധാനമാണ്. കണക്റ്റിവിറ്റി പ്രശ്നങ്ങളുള്ള മേഖലകളിൽ അവ ഉറപ്പാക്കാൻ കണക്റ്റിവിറ്റി പ്രൊവൈഡർ സ്ഥാപനങ്ങളുടെ പ്രതിനിധികളുമായി ചർച്ച നടത്തിയിട്ടുണ്ട്.

ഇതോടൊപ്പം ക്ലാസ്സ് മുറികളെ ഡിജിറ്റൽ സൗഹൃദമാക്കാൻ നടപ്പാക്കി വരുന്ന പദ്ധതികളെയും കൂടുതൽ വിപുലീകരിക്കാനുള്ള ശ്രമങ്ങളാണ് സർക്കാർ ആവിഷ്കരിക്കുന്നത്. എല്ലാ മിഷനുകളുടെയും വിവിധ വകുപ്പുകളുടെയും പദ്ധതികൾ വിദ്യാകിരണം പദ്ധതികളുമായി സംയോജിപ്പിക്കുകയും ചെയ്യും. ഇത്തരത്തിൽ ആധുനിക കാലത്തിന്റെ വെല്ലുവിളികൾ ഏറ്റെടുത്തുകൊണ്ട് ഏറ്റവും മികച്ച വിദ്യാഭ്യാസം സൗജന്യമായി കുട്ടികൾക്ക് നൽകുക എന്ന ഉത്തരവാദിത്തമാണ് സർക്കാർ ഏറ്റെടുത്തിട്ടുള്ളത്. അതേറ്റവും മികച്ച രീതിയിൽ ജനകീയ പങ്കാളിത്തത്തോടെ നിർവഹിക്കാൻ വിദ്യാകിരണം പദ്ധതിയിലൂടെ നമുക്ക് സാധിക്കും.

ഉന്നതവിദ്യാഭ്യാസ രംഗത്ത് സമഗ്ര മാറ്റം

ആധുനിക സമൂഹമെന്ന നിലയിൽ കേരളത്തെ വാർത്തെടുത്തതിൽ വിദ്യാഭ്യാസ മേഖലയിൽ ഉണ്ടായിട്ടുള്ള ഇടപെടലുകൾക്ക് വളരെ പ്രധാനപ്പെട്ട പങ്കുണ്ട്. നമ്മുടെ നവോത്ഥാന മുന്നേറ്റങ്ങളുടെ കേന്ദ്രസ്ഥാനത്തുതന്നെ വിദ്യാഭ്യാസവുമായി ബന്ധപ്പെട്ട വിഷയങ്ങളുണ്ടായിരുന്നു എന്നു വ്യക്തമാവും. ആ കാലം മുതൽക്കുതന്നെ സൗജന്യവും സാർവത്രികവുമായ വിദ്യാഭ്യാസത്തിനായുള്ള സമരമുന്നേറ്റങ്ങൾ കേരളത്തിൽ നടന്നിരുന്നു.

അവ മുന്നോട്ടുവെച്ച ആശയങ്ങളുടെ സാക്ഷാൽക്കാരമാണ് വിദ്യാഭ്യാസ ബില്ലിലൂടെ ഇ എം എസ് നയിച്ച ഐക്യകേരളത്തിലെ ആദ്യ സർക്കാർ നടപ്പാക്കിയത്. എല്ലാ കുട്ടികൾക്കും വിദ്യാഭ്യാസം ഉറപ്പുവരുത്തുന്നതിനുള്ള നടപടികൾക്ക് അതിലൂടെ തുടക്കം കുറിച്ചു. ആ വിദ്യാഭ്യാസ ബിൽ പാകിയ അടിത്തറയിലാണ് ആഗോളശ്രദ്ധയാർജ്ജിക്കുന്ന വിധത്തിൽ കേരളത്തിലെ വിദ്യാഭ്യാസമേഖല വളർന്നത്. ഇന്ന് ലോകശ്രദ്ധയാകർഷിച്ച കേരള വികസന മാതൃകയുടെ സുപ്രധാന ഘടകമായി പൊതുവിദ്യാഭ്യാസം അംഗീകരിക്കപ്പെടുന്നു.

സാർവത്രിക വിദ്യാഭ്യാസം എന്ന പ്രഥമ ലക്ഷ്യത്തോടൊപ്പം തന്നെ വിദ്യാഭ്യാസത്തിന്റെ ഗുണനിലവാരം വർദ്ധിപ്പിക്കാനുള്ള ശ്രമങ്ങളും ഇടതുപക്ഷ സർക്കാരുകൾ നിരന്തരം മുന്നോട്ടുകൊണ്ടുപോവുകയുണ്ടായി. കഴിഞ്ഞ സർക്കാരിന്റെ കാലത്ത് കേരളത്തിലെ വിദ്യാലയങ്ങളുടെ ഭൗതിക സൗകര്യങ്ങളിലും പഠന മികവിലും അഭൂതപൂർവമായ കുതിച്ചുചാട്ടമാണുണ്ടായത്. പ്രാഥമിക വിദ്യാഭ്യാസരംഗം ഇത്തരത്തിൽ ലോകശ്രദ്ധയാർജ്ജിച്ചു നിൽക്കുമ്പോൾ തന്നെ നമ്മുടെ ഉന്നതവിദ്യാഭ്യാസ

രംഗത്ത് അതിന് ആനുപാതികമായ നേട്ടം കൈവരിക്കുവാൻ കഴിഞ്ഞിട്ടില്ല എന്നത് വസ്തുതയാണ്.

ആഗോള വിജ്ഞാന മേഖലയുടെ നിലവാരത്തിനൊത്തുയരാൻ നമ്മുടെ വിദ്യാഭ്യാസ സമ്പ്രദായത്തെ പക്വമാക്കുക എന്നതൊരു പ്രധാന വെല്ലുവിളിയാണ്. അത് ഏറ്റെടുത്തുകൊണ്ടല്ലാതെ വിജ്ഞാനവിസ്ഫോടനത്തിന്റെ വർത്തമാനകാലത്തു നമുക്ക് വളരാൻ സാധിക്കില്ല. ലോക തൊഴിൽ കമ്പോളത്തിൽ വിജയിക്കാൻ പ്രാപ്തമാകും വിധം നമ്മുടെ പുതിയ തലമുറയെ സജ്ജമാക്കേണ്ടതുണ്ട്.

അതിന്, പ്രാഥമിക വിദ്യാഭ്യാസമേഖലയിൽ നാം ഒരുക്കിയ ശക്തമായ അടിത്തറയിന്മേൽ കേരളത്തിലെ ഉന്നതവിദ്യാഭ്യാസ മേഖലയുടെ വളർച്ചയും നവീകരണവും സാധ്യമാക്കേണ്ടതുണ്ട്. അങ്ങനെയാണ് വൈജ്ഞാനിക സമൂഹം എന്ന ലക്ഷ്യത്തിലേക്ക് നമുക്ക് എത്താൻ കഴിയുക. വിജ്ഞാന സമ്പദ്വ്യവസ്ഥയുടെ അടിസ്ഥാനം തന്നെ വിജ്ഞാനത്തെ ഉത്പാദന പ്രക്രിയയുമായി ബന്ധിപ്പിക്കുകയും അങ്ങനെ ഉത്പാദനരംഗത്ത് വലിയ മുന്നേറ്റമുണ്ടാക്കുകയുമാണ്. അതിന്റെ ഭാഗമായി കേരള സമ്പദ്ഘടനയെ നോളജ് എക്കണോമിയായി പരിവർത്തിപ്പിക്കാനുള്ള പദ്ധതികൾ ആവിഷ്ക്കരിച്ചിട്ടുണ്ട്. അവ ഇക്കഴിഞ്ഞ ബജറ്റുകളിൽ വ്യക്തമാക്കിയിട്ടുമുണ്ട്.

ആ നിലയ്ക്ക്, നമ്മുടെ ഉന്നതവിദ്യാഭ്യാസ രംഗത്തെ എപ്രകാരം മാറ്റിയെടുക്കണം എന്നതു സംബന്ധിച്ച് ഈ സർക്കാരിന് വ്യക്തമായ കാഴ്ചപ്പാടുകൾ ഉണ്ട്. അതിൽ ഏറ്റവും പ്രധാനം ഉന്നത വിദ്യാഭ്യാസ സ്ഥാപനങ്ങളും വ്യവസായ സംരംഭങ്ങളുമായുള്ള ബന്ധം വളർത്തിയെടുക്കുക എന്നതാണ്. ഉന്നതവിദ്യാഭ്യാസം കേവലം അറിവുല്പാദനമായി ചുരുങ്ങരുത്. ആ മേഖലയിൽ ഉത്പാദിപ്പിക്കപ്പെടുന്ന അറിവിനെ സമൂഹത്തിനു പ്രയോജനപ്രദമായ നൂതനാശയങ്ങളായി പരിവർത്തിപ്പിക്കാനാവണം. വിജ്ഞാനാധിഷ്ഠിത ഉല്പന്നങ്ങളാക്കി പരിവർത്തിപ്പിച്ചെടുക്കാൻ കഴിയണം. അതിന് വ്യവസായങ്ങളുമായുള്ള ബന്ധം അനിവാര്യമാണ്. അതിനുതകുന്ന വിധത്തിൽ പാഠ്യപദ്ധതികൾ കാലോചിതമായി പരിഷ്കരിക്കേണ്ടതുണ്ട്. അതിനായുള്ള പ്രവർത്തനങ്ങൾ കഴിഞ്ഞ സർക്കാരിന്റെ കാലത്തുതന്നെ ആരംഭിച്ചിട്ടുമുണ്ട്.

അതുപോലെ തന്നെ പ്രധാനപ്പെട്ടതാണ് ഉന്നതവിദ്യാഭ്യാസ മേഖലയിലെ അടിസ്ഥാനസൗകര്യ വികസനം. സർക്കാർ കോളേജുകളുടെയും, സർവ്വകലാശാലകളുടെയും അടിസ്ഥാന സൗകര്യങ്ങൾ നവീകരിക്കുന്നതിനും അവയെ മികവിന്റെ കേന്ദ്രങ്ങളാക്കി മാറ്റുന്നതിനുമായി വിവിധ പദ്ധതികൾ ഇതിനോടകം ആവിഷ്കരിച്ചിട്ടുണ്ട്.

ഉന്നതവിദ്യാഭ്യാസ സ്ഥാപനങ്ങളുടെ അടിസ്ഥാന സൗകര്യങ്ങൾ വികസിച്ചതുകൊണ്ടു മാത്രമായില്ല. ഉന്നതവിദ്യാഭ്യാസ മേഖലയിലേക്ക്,

പ്രത്യേകിച്ച് ഗവേഷണത്തിലേക്ക് കൂടുതൽ ചെറുപ്പക്കാരെ ആകർഷിക്കേണ്ടതുണ്ട്. അതിനുതകുന്ന വിധത്തിൽ ചീഫ് മിനിസ്റ്റേഴ്സ് ഫെലോഷിപ്പുകൾ ഏർപ്പെടുത്തുകയാണ്. അത്തരം ഫെലോകളെ ഉൾപ്പെടുത്താൻ കഴിയുന്ന വിധത്തിൽ ഉന്നതവിദ്യാഭ്യാസ മേഖലയിൽ സെന്റേഴ്സ് ഓഫ് എക്സലൻസുകൾ ഒരുക്കുകയാണ്. കേവലം ഉപരിതലസ്പർശിയായ മാറ്റങ്ങൾ അല്ല, സമഗ്രമായ മാറ്റങ്ങളാണ് ഉന്നതവിദ്യാഭ്യാസ മേഖലയിൽ വരുത്തുന്നത്.

ഉന്നതവിദ്യാഭ്യാസ രംഗത്ത് നമ്മുടെ എൻറോൾമെന്റ് അനുപാതം 37 ശതമാനം മാത്രമാണ്. അഖിലേന്ത്യാ ശരാശരി 27 ശതമാനമാണ്. നമ്മുടെ പൊതുവിദ്യാഭ്യാസ രംഗത്തെ കണക്കുകൾ വെച്ചുനോക്കുമ്പോൾ ഇത് തീരെ കുറഞ്ഞ നിരക്കാണ് എന്നതിൽ തർക്കമില്ല. വൈജ്ഞാനിക സമൂഹം എന്ന ലക്ഷ്യത്തിലേക്കുള്ള യാത്രയിൽ ഇതൊരു പ്രതിസന്ധി ആയേക്കാം. അതുകൊണ്ടുതന്നെ സംസ്ഥാനത്തെ ഉന്നതവിദ്യാഭ്യാസ മേഖലയിലെ എൻറോൾമെന്റ് റേഷ്യോ ഘട്ടംഘട്ടമായി 75 ശതമാനമായി ഉയർത്തണമെന്നതാണ് സർക്കാരിന്റെ ലക്ഷ്യം. അധിക പഠന സൗകര്യങ്ങൾ, ഗവേഷണ സൗകര്യങ്ങൾ എന്നിവ ഒരുക്കിയും, പുതിയ കോഴ്സുകൾ ആരംഭിച്ചും സീറ്റുകൾ വർധിപ്പിച്ചും അത് വർധിപ്പിക്കാനാണ് സർക്കാർ ആലോചിക്കുന്നത്. ഇതിനോടകം ബിരുദ, ബിരുദാനന്തര ബിരുദ പ്രോഗ്രാമുകളിൽ സീറ്റ് വർദ്ധിപ്പിച്ചിട്ടുണ്ട്.

സർവകലാശാലകളിലും മറ്റും പഠിക്കുന്നവരുടെ എണ്ണത്തെപ്പോലെ തന്നെ പ്രധാനമാണ് ഉന്നതവിദ്യാഭ്യാസ സ്ഥാപനങ്ങളുടെ നിലവാരവും. നിലവിൽ അതു പരിശോധിക്കാൻ എൻ എ എ സി പോലെയുള്ള സംവിധാനങ്ങളുണ്ട്. നമ്മുടെ എല്ലാ സർവകലാശാലകൾക്കും 3.5 സ്കോറോടെ എ ഗ്രേഡ് ലഭിക്കണമെന്നതാണ് സർക്കാരിന്റെ ലക്ഷ്യം. അതിനായി സമഗ്രമായ പ്രവർത്തനങ്ങൾ ഏറ്റെടുക്കേണ്ടതുണ്ട്. അതിൽ ഏറെ പ്രധാനപ്പെട്ടതാണ് പരീക്ഷകളുടെ സമയബന്ധിതമായ പൂർത്തീകരണം.

പലപ്പോഴും പരീക്ഷകളുടെ നടത്തിപ്പിലും ഫലപ്രഖ്യാപനത്തിലും ഉണ്ടാകുന്ന കാലതാമസം നമ്മുടെ കുട്ടികൾക്കു കേരളത്തിനു പുറത്ത് ഉപരിപഠനം നടത്തുന്നതിനു കഴിയാത്ത അവസ്ഥ സൃഷ്ടിക്കുന്നുണ്ട്. ഇതു നാം ഗൗരവമായി പരിഗണിക്കേണ്ടതും അടിയന്തര പ്രാധാന്യത്തോടെ പരിഹരിക്കേണ്ടതുമായ ഒരു വിഷയമാണ്. പരീക്ഷകളും ഫലപ്രഖ്യാപനവും സമയബന്ധിതമായി പൂർത്തീകരിക്കാനുള്ള നടപടികൾ ഉണ്ടാകണം.

അതുപോലെതന്നെ ഏറെ പ്രധാനപ്പെട്ടതാണ് ശാസ്ത്ര വിദ്യാഭ്യാസ രംഗത്തെ മുന്നേറ്റം. പലപ്പോഴും നാമതിന് അർഹിക്കുന്ന പ്രാധാന്യം നൽകുന്നതായി കാണുന്നില്ല. അടിസ്ഥാനപരമായ ശാസ്ത്രഗവേ

ഷണങ്ങൾ നടത്തുന്നതിനു മതിയായ സൗകര്യങ്ങളില്ല എന്നത് ഒരു കാരണമാണ്. ശാസ്ത്രബോധം ഏറെയുള്ള സമൂഹമായിട്ടുപോലും ശാസ്ത്ര വിദ്യാഭ്യാസത്തിൽ നമുക്കു വേണ്ടത്ര നേട്ടം കൈവരിക്കാൻ കഴിഞ്ഞിട്ടില്ല എന്നത് വലിയ പോരായ്മയാണ്. അത് പരിഹരിക്കാൻ കൂടിയാണ് ഇന്റർ ഡിസിപ്ലിനറി അടിസ്ഥാനത്തിൽ മികവിന്റെ കേന്ദ്രങ്ങൾ ആരംഭിക്കുന്നതും പോസ്റ്റ് ഡോക്ടറൽ ഫെലോഷിപ്പുകൾ നൽകുന്നതും.

വൈജ്ഞാനിക രംഗത്ത് ലോകത്തുണ്ടാകുന്ന മാറ്റങ്ങൾ നമ്മുടെ വിദ്യാർത്ഥികളിലും എത്തിച്ചേരേണ്ടതുണ്ട്. ഇതിനായി അന്താരാഷ്ട്ര ജേർണലുകൾ, വൈജ്ഞാനിക രംഗത്തെ പുസ്തകങ്ങൾ എന്നിവയുമായി വിദ്യാർത്ഥികൾക്കു പരിചിതത്വം ഉണ്ടാകേണ്ടത് അനിവാര്യമാണ്. അതുപോലെ തന്നെ പ്രധാനമാണ് ഡിജിറ്റൽ ലൈബ്രറികളുടെ സ്ഥാപനവും. അതോടൊപ്പം അന്താരാഷ്ട്ര പ്രശസ്തരായ അദ്ധ്യാപകരുടെ ക്ലാസ്സുകൾകൂടി കുട്ടികൾക്കു ലഭ്യമാക്കേണ്ടതുണ്ട്. ഇതു ലക്ഷ്യംവെച്ചാണ് എമിനന്റ് സ്കോളർ എന്ന പരിപാടി ആവിഷ്ക്കരിച്ചത്.

അറിവിന്റെ നിരന്തരമായ ഉൽപാദനവും കൈമാറ്റവും കൊണ്ടു മാത്രമേ വിദ്യാഭ്യാസരംഗത്തു മുന്നേറ്റം സാധ്യമാകൂ. ഇതിനായി പഠനത്തിനുള്ള പുതിയ അവസരങ്ങൾ സൃഷ്ടിക്കേണ്ടതുണ്ട്. ഇതു ലക്ഷ്യം വെച്ചാണ് വിദൂര വിദ്യാഭ്യാസരംഗത്ത് ശ്രീനാരായണഗുരു ഓപ്പൺ യുണിവേഴ്സിറ്റിക്ക് തുടക്കം കുറിച്ചത്. സർവകലാശാല ആരംഭിക്കാൻ ഉദ്ദേശിക്കുന്ന എല്ലാ പ്രോഗ്രാമുകളുടെയും പഠനസാമഗ്രികൾ തയ്യാറാക്കുന്ന പ്രവർത്തനങ്ങൾ അവസാന ഘട്ടത്തിലാണ്. സർവകലാശാലയുടെ പഠന കേന്ദ്രങ്ങളായി സർക്കാർ കോളേജുകളെ അനുവദിക്കാൻ തത്ത്വത്തിൽ തീരുമാനമെടുത്തിട്ടുണ്ട്. നാലു റീജിയണൽ കേന്ദ്രങ്ങൾ സ്ഥാപിച്ച് അവയുടെ പ്രവർത്തനം ആരംഭിക്കാനുള്ള തീരുമാനവും തത്ത്വത്തിൽ കൈക്കൊണ്ടിട്ടുണ്ട്.

ആധുനിക സാങ്കേതികവിദ്യയുടെ വികാസം ഉന്നതവിദ്യാഭ്യാസമേഖലയിൽ നാം കാര്യക്ഷമമായി ഉപയോഗപ്പെടുത്തേണ്ടതുണ്ട്. അതിലേക്കുള്ള ചുവടുവെയ്പ് എന്ന നിലയിൽ വിദ്യാർത്ഥികൾക്ക് സൗകര്യപ്രദമായ സമയക്രമങ്ങളിൽ ഓൺലൈൻ പഠനസംവിധാനങ്ങൾ ഉപയോഗിച്ചുകൊണ്ട് ക്ലാസുകൾ നടത്തുകയും ആവശ്യമായ പഠന സഹായികളും നോട്ടുകളും പി ഡി എഫ് രൂപത്തിൽ നൽകുകയും ചെയ്യുന്നുണ്ട്. ഇതോടൊപ്പം ഓൺലൈൻ മാധ്യമത്തിലൂടെ പഠനം മുന്നോട്ടുകൊണ്ടുപോകുന്നതിനായി ഒരു ഏകീകൃത സംവിധാനമായ എൽ എം എസ് (ലേണിങ്ങ് മാനേജ്മെന്റ് സിസ്റ്റം) സംസ്ഥാനമൊട്ടാകെ 'ലെറ്റ്സ് ഗോ ഡിജിറ്റൽ' എന്ന പദ്ധതിയിലൂടെ നടപ്പാക്കുന്നതിനും തീരുമാനിച്ചിട്ടുണ്ട്.

നവകേരള സൃഷ്ടിക്കായുള്ള പ്രവർത്തനങ്ങളാണ് ഇടതുപക്ഷ ജനാധിപത്യമുന്നണി സർക്കാർ നടത്തിക്കൊണ്ടിരിക്കുന്നത്. എല്ലാവരെ

യും ഉൾക്കൊള്ളുന്ന നവകേരള സങ്കൽപ്പത്തിൽ ഉത്പാദനമേഖലയിലെ വളർച്ചയും അങ്ങനെ സൃഷ്ടിക്കപ്പെടുന്ന അധിക വിഭവങ്ങളുടെ നീതിയുക്തമായ വിതരണവും ഉള്ളടങ്ങിയിട്ടുണ്ട്. സുസ്ഥിരമായ സാമ്പത്തിക വളർച്ച കൈവരിക്കുന്നതിനോടൊപ്പം സാമൂഹ്യനീതി ഉറപ്പുവരുത്തുക എന്നതുകൂടിയാണ് നവകേരളത്തിന്റെ സാരാംശം. ഇവ രണ്ടിലും ഉന്നതവിദ്യാഭ്യാസ മേഖലയ്ക്ക് കാര്യമായ പങ്കാണ് വഹിക്കാനുള്ളത്. ഇവയിലേക്കുള്ള പ്രയാണത്തിന്റെ ദിശയും വേഗവും തീരുമാനിക്കാൻ ശേഷിയുള്ള ഒന്നായി നമ്മുടെ ഉന്നതവിദ്യാഭ്യാസ മേഖല വളരണം.

ഔന്നത്യത്തോടെ ഉന്നതവിദ്യാഭ്യാസ മേഖല

പൊതുവിദ്യാഭ്യാസ രംഗത്ത് ഇക്കാലമത്രയും കൊണ്ട് നാം ആർജ്ജിച്ച നേട്ടങ്ങൾക്ക് ആനുപാതികമായ നിലയിലേക്ക് ഉന്നത വിദ്യാഭ്യാസ മേഖലയെയും ഉയർത്തുന്നതിൽ പ്രതിജ്ഞാബദ്ധമാണ് ഈ സർക്കാർ. അതിനായി നടത്തുന്ന സമഗ്ര ഇടപെടലുകൾ ഫലം കാണുന്നു എന്നതിന്റെ തെളിവാണ് കേരള സർവകലാശാലയ്ക്ക് ലഭിച്ച നാഷണൽ അഅസ്മെന്റ് ആൻഡ് അക്രഡിറ്റേഷൻ കൗൺസിലി (നാക്ക്) ന്റെ എ പ്ലസ് പ്ലസ് ഗ്രേഡ്.

അത്തരം നേട്ടങ്ങളിൽ മതിമറക്കുകയല്ല, മറിച്ച്, നമ്മുടെ ഉന്നതവിദ്യാഭ്യാസ രംഗത്തെയും ഉന്നതവിദ്യാഭ്യാസ സ്ഥാപനങ്ങളെയും അന്തർദേശീയ നിലവാരത്തിലേക്കുയർത്താനുള്ള നടപടികളുമായി മുന്നോട്ടുപോവുകയാണ് സർക്കാർ. കേരളത്തെ ഉന്നതവിദ്യാഭ്യാസത്തിന്റെ ഹബ്ബാക്കി മാറ്റുക എന്നതാണ് ലക്ഷ്യം. അതിന്റെ ദൃഷ്ടാന്തമായി വേണം നൂറു കോടി രൂപയോളം ചെലവഴിച്ച് ഉന്നതവിദ്യാഭ്യാസ മേഖലയിൽ നടപ്പാക്കുന്ന വിവിധ പദ്ധതികളെ കാണാൻ.

ഉന്നതവിദ്യാഭ്യാസ രംഗത്ത് ഈ സർക്കാർ നടത്തുന്ന സവിശേഷമായ ഇടപെടലുകളുടെ വ്യാപ്തി നേരിട്ടറിയാൻ ഇത്തവണത്തെ സംസ്ഥാന ബജറ്റ് പരിശോധിച്ചാൽ മാത്രം മതിയാകും. കേരളം ഉന്നതവിദ്യാഭ്യാസത്തിന്റെ ഹബ്ബായി മാറുമ്പോൾ സ്വാഭാവികമായും ഇവിടേക്ക് ദേശീയ–അന്തർദേശീയ തലങ്ങളിൽ നിന്നുള്ള വിദ്യാർത്ഥികൾ ധാരാളമായി എത്തിച്ചേരും. അവരെക്കൂടി ഉൾക്കൊള്ളാൻ കഴിയുന്നവിധം അന്താരാഷ്ട്ര നിലവാരമുള്ളവ ഉൾപ്പെടെ 1,500 പുതിയ ഹോസ്റ്റൽ മുറികൾ നിർമിക്കുന്നതിന് 100 കോടി രൂപയാണ് ബജറ്റിൽ സർക്കാർ നീക്കിവെച്ചിരിക്കുന്നത്.

അക്കാദമിക് വൃത്തങ്ങളിൽ മാത്രം ഒതുങ്ങി നിൽക്കാതെ പ്രായോഗിക ജീവിതത്തിനു ഗുണപ്പെടുന്ന വിധത്തിൽ ഉന്നതവിദ്യാഭ്യാസ മേഖലയെ മാറ്റിത്തീർക്കുക എന്ന ലക്ഷ്യത്തോടെ നിരവധി പ്രഖ്യാപനങ്ങളാണ് ബജറ്റിലുണ്ടായത്. എഞ്ചിനീയറിങ് കോളേജുകൾ, പോളിടെക്നിക്കുകൾ, ഐ ടി ഐകൾ എന്നിവയോടു ചേർന്നു വ്യവസായ യൂണിറ്റുകൾ രൂപീകരിക്കുന്നതിനായി 25 കോടി രൂപ സർക്കാർ അനുവദിച്ചു. എഞ്ചിനീയറിങ് കോളേജുകളുടെ വികസനത്തിന് 38 കോടി രൂപയും പോളിടെക്നിക്കുകളുടെ വികസനത്തിന് 42 കോടി രൂപയും വകയിരുത്തുകയുണ്ടായി. ഐ എച്ച് ആർ ഡി വിദ്യാഭ്യാസ സ്ഥാപനങ്ങളുടെ വികസനത്തിനായി 23 കോടി രൂപയാണ് അനുവദിച്ചത്.

ഉന്നതവിദ്യാഭ്യാസ സ്ഥാപനങ്ങളിൽ നൈപുണ്യ വികസനത്തിനുള്ള അവസരം ഒരുക്കുന്നതിനായി 140 കോടി രൂപയാണ് സർക്കാർ നീക്കിവെച്ചത്. കഴക്കൂട്ടത്തും കളമശ്ശേരിയിലുമുള്ള അസാപ് സ്കിൽ പാർക്കുകളിൽ ഓഗ്മെൻറ് റിയാലിറ്റി, വെർച്വൽ റിയാലിറ്റി ലാബുകൾ സ്ഥാപിക്കുന്നതിന് 35 കോടി രൂപയും വകയിരുത്തി. സ്റ്റാർട്ടപ്പ് ഇൻക്യുബേഷൻ സെന്ററുകൾക്കായി 200 കോടി രൂപ അനുവദിക്കുകയുണ്ടായി. കേരളത്തിന്റെ ചരിത്രത്തിൽ ആദ്യമായാണ് നമ്മുടെ ഉന്നതവിദ്യാഭ്യാസ മേഖലയ്ക്ക് ഇത്രയും വലിയ പരിഗണന ലഭിക്കുന്നത്. ഇതിന്റെയെല്ലാം തുടർച്ചയായാണ് ഉന്നതവിദ്യാഭ്യാസ മേഖലയിൽ വിവിധ പദ്ധതികൾ നടപ്പാക്കപ്പെടുന്നത്.

അവയിൽ ഏറെ പ്രധാനപ്പെട്ട ഒന്നാണ് ഇ–ജേർണൽ കൺസോർഷ്യം. ഇരുപതു കോടി രൂപയാണ് ഇതിനായി സർക്കാർ നീക്കിവെച്ചിരിക്കുന്നത്. സർവകലാശാലകൾക്ക് യുജിസി നൽകിവന്നിരുന്ന ഇ – ജേർണൽ പദ്ധതി നിർത്തലാക്കിയ സാഹചര്യത്തിൽ സംസ്ഥാനത്തെ എല്ലാ സർവകലാശാലകൾക്കും ഉന്നതവിദ്യാഭ്യാസ സ്ഥാപനങ്ങൾക്കും അനിവാര്യമായ ഇ – ജേർണൽ വിഭവങ്ങൾ ലഭ്യമാക്കാനുള്ള ഉത്തരവാദിത്വം സംസ്ഥാന സർക്കാർ ഏറ്റെടുക്കുകയാണ്. പ്രമുഖ പ്രസാധകരുമായി കരാർ ഉണ്ടാക്കുന്നതിനുള്ള നടപടികൾ ഇതിന്റെ ഭാഗമായി ആരംഭിച്ചിട്ടുണ്ട്.

ഗവേഷണ പ്രവർത്തനങ്ങൾക്കും മറ്റും ആവശ്യമായിവരുന്ന ഇ – ജേർണലുകളുടെ പ്രാധാന്യം മനസ്സിലാക്കിക്കൊണ്ടുള്ള ഇടപെടലാണ് ഇ – ജേർണൽ കൺസോർഷ്യത്തിലൂടെ സർക്കാർ നടത്തുന്നത്. കേന്ദ്ര സർക്കാർ വിവിധ മേഖലകളിലെ തങ്ങളുടെ ഉത്തരവാദിത്വങ്ങളിൽ നിന്നു പിൻവാങ്ങുമ്പോൾ സംസ്ഥാനത്തിന്റെ പരിമിതികൾക്കുള്ളിൽ നിന്നുകൊണ്ട് കഴിയാവുന്ന വിധത്തിൽ അതിനു ബദൽ ഒരുക്കുക എന്ന ഇടതുപക്ഷ ജനാധിപത്യ മുന്നണി സർക്കാരിന്റെ നയം തന്നെയാണ് ഇതിലൂടെ വെളിവാകുന്നത്.

കഴിഞ്ഞ ലോക കേരളസഭാ സമ്മേളനത്തിൽ കേരളത്തിനുപുറ

ത്തുള്ള പ്രവാസികളുടെ വൈജ്ഞാനിക സമ്പത്ത് കേരളത്തിന് എപ്രകാരം ഉപയോഗിക്കാം എന്നതു സംബന്ധിച്ച് ക്രിയാത്മകമായ ചർച്ചകൾ നടന്നിരുന്നു. പ്രവാസികളായ മലയാളി പ്രതിഭകളുടെ സേവനം നമ്മുടെ ഉന്നതവിദ്യാഭ്യാസ രംഗത്തിന് ലഭ്യമാക്കാൻ ബ്രെയിൻ ഗെയിൻ എന്ന പദ്ധതി നടപ്പാക്കുകയാണ്. അത്തരത്തിൽ നമ്മുടെ ഉന്നതവിദ്യാഭ്യാസ രംഗത്തെ പരിപോഷിപ്പിക്കുന്നതിന്റെ ഭാഗമായി എത്തുന്ന വിദഗ്ധരുടെ മുഴുവൻ ചെലവും ഉന്നതവിദ്യാഭ്യാസ കൗൺസിൽ വഹിക്കുന്നതാണ്. ഉന്നത വിദ്യാഭ്യാസ രംഗത്തെ ലോകനിലവാരത്തിലേക്കു നയിക്കുന്നതിന് പിന്തുണ നൽകാൻ കഴിയുന്ന പ്രവാസി പ്രതിഭകളെ സംബന്ധിച്ചുള്ള വിവരശേഖരണം ഇതിനോടകം നടത്തിക്കഴിഞ്ഞിട്ടുണ്ട്.

സംസ്ഥാനത്തെ സർവകലാശാലകളുടെയും കോളേജുകളുടെയും ഗുണനിലവാരപരിശോധന ഏറെ അനിവാര്യമായ ഘട്ടമാണിത്. ഗുണനിലവാരമുള്ള വിദ്യാഭ്യാസ സ്ഥാപനങ്ങൾ ഉണ്ടെങ്കിൽ മാത്രമേ ഗുണനിലവാരമുള്ള ഉന്നതവിദ്യാഭ്യാസം സാധ്യമാവുകയുള്ളൂ. അത് ഉറപ്പുവരുത്താനാണ് സ്റ്റേറ്റ് അസസ്മെന്റ് ആൻഡ് അക്രഡിറ്റേഷൻ സെന്റർ സ്ഥാപിക്കുന്നത്. സംസ്ഥാനത്തെ എല്ലാ സർവകലാശാലകളും സർക്കാർ എയ്ഡഡ് കോളേജുകളും സ്വയംഭരണ കോളേജുകളും സ്വാശ്രയ കോളേജുകളും ഇതിന്റെ അവലോകന പരിധിയിൽ വരും.

നാക് (എൻഎഎസി) അക്രഡിറ്റേഷൻ പിന്തുടർന്നുവരുന്ന അഞ്ച് കോർ വാല്യൂസിനു പുറമെ സോഷ്യൽ ഇൻക്ലൂസീവ്നെസ്, ഇകിറ്റി ആൻഡ് എക്സലൻസ്, സയന്റി ഫിക് ടെമ്പർ, സെക്യുലർ ഔട്ട്ലുക്ക് എന്നീ മൂല്യങ്ങൾ കൂടി പരിശോധിച്ചാകും ഗുണനിലവാര ഗ്രേഡ് ഉറപ്പുവരുത്തുക. അതായത് വിജ്ഞാന വിതരണത്തോടൊപ്പം സാമൂഹിക മൂല്യങ്ങൾ കൂടി ഉയർത്തിപ്പിടിച്ചാൽ മാത്രമേ സ്ഥാപനങ്ങൾക്ക് മികച്ച റാങ്കിങ് ലഭ്യമാകൂ എന്നർത്ഥം. ഇതു തന്നെയാണ് കേരളം ഉയർത്തുന്ന ബദൽ കാഴ്ചപ്പാടിന്റെ അന്തഃസത്ത.

ഡിജിറ്റൽ യുഗത്തിലാണ് നാം ജീവിക്കുന്നത്. വിദ്യാഭ്യാസ നവീകരണത്തിന് ഡിജിറ്റൽ സാങ്കേതികവിദ്യയുടെ വികാസത്തെ പ്രയോജനപ്പെടുത്തേണ്ടത് അനിവാര്യമാണ്. അതുകൊണ്ടുതന്നെയാണ് കേരളത്തിലെ എല്ലാ ഉന്നതവിദ്യാഭ്യാസ സ്ഥാപനങ്ങളിലും ഡിജിറ്റൽ സൗകര്യങ്ങൾ ഒരുക്കാൻ സർക്കാർ തയ്യാറാകുന്നത്. കഴിഞ്ഞ സർക്കാരിന്റെ കാലഘട്ടത്തിൽ യാഥാർത്ഥ്യമായ ഡിജിറ്റൽ സർവകലാശാലയും ഉന്നതവിദ്യാഭ്യാസ കൗൺസിലും സംയുക്തമായാണ് ഈ പദ്ധതി നടപ്പാക്കുന്നത്.

കേരളത്തിലെ എല്ലാ ഉന്നതവിദ്യാഭ്യാസ സ്ഥാപനങ്ങളുടെയും അധ്യയനം, പരീക്ഷ, വിലയിരുത്തൽ, എന്നിവയെല്ലാം പൊതുവായ ലേണിങ് മാനേജ്മെന്റ് സിസ്റ്റത്തിന്റെ കീഴിൽ കൊണ്ടുവരികയാണ്. ചെലവു കുറഞ്ഞതും എന്നാൽ അതിവേഗം തന്നെ പ്രാവർത്തികമാക്കാൻ

കഴിയുന്നതുമായ ഒരു കേന്ദ്രീകൃത മാതൃകയിലാണ് ഇതു നടപ്പാക്കുന്നത്. ഇരുപത്തിയൊന്നോളം കോളേജുകൾക്ക് ഇതിനോടകം സൗജന്യ സെർവർ സ്പെയ്സ് ലഭ്യമാക്കാൻ കഴിഞ്ഞിട്ടുണ്ട്. ഇരുപതു കോടി രൂപയാണ് ഇതിനായി വകയിരുത്തിയിട്ടുള്ളത്.

സംസ്ഥാനത്തെ 11 സർവകലാശാല ലൈബ്രറികളിലെ പതിനഞ്ച് ലക്ഷത്തോളം പുസ്തകങ്ങളും തീസീസുകളും കൂട്ടിയിണക്കി കേരള അക്കാദമിക് ലൈബ്രറി നെറ്റ്വർക്ക് പ്രവർത്തനമാരംഭിച്ചിട്ടുണ്ട്. ഇതിനായി പത്തുകോടി രൂപയാണ് സർക്കാർ നീക്കിവെച്ചിരിക്കുന്നത്. അതോടൊപ്പം പഠനസാമഗ്രികൾ ഓൺലൈനായി ലഭ്യമാക്കാൻ ഒരു കോടി രൂപയും നീക്കിവെച്ചിട്ടുണ്ട്.

മാറുന്ന കാലത്തിനനുസരിച്ച് ബോധന സമ്പ്രദായങ്ങളെ നവീകരിക്കേണ്ടതുണ്ട്. അതിൽ ഏറെ പ്രാധാനപ്പെട്ടതാണ് അദ്ധ്യാപകർക്ക് പരിശീലനം ലഭ്യമാക്കുക എന്നത്. ഇതിനായി ഉന്നതവിദ്യാഭ്യാസ കൗൺസിലിന്റെ കീഴിൽ ഫാക്കൽറ്റി ഡെവലപ്മെന്റ് സെന്റർ ആരംഭിച്ചിട്ടുണ്ട്. അക്കാദമിക മേന്മ, ഗവേഷണപരത, ബോധന വൈദഗ്ധ്യം എന്നിവയിലൂന്നി അധ്യാപകരുടെ പ്രാപ്തി വർദ്ധിപ്പിക്കാനാണ് ഇതിലൂടെ ശ്രമിക്കുന്നത്. പുതുതായി ജോലിക്ക് എത്തിച്ചേരുന്ന അധ്യാപകർക്ക് പ്രാരംഭ ദിശയിൽത്തന്നെ പരിശീലനം നൽകുകയും ചെയ്യും.

നൂതന സങ്കേതങ്ങളിലൂന്നിയ ഉപകരണങ്ങളുടെ ഉപയോഗത്തിൽ നൈപുണ്യം നേടാനും ഉന്നതവിദ്യാഭ്യാസ മേഖലയിൽ ഉയർന്നുവരുന്ന വെല്ലുവിളികളെ അതിജീവിക്കുന്നതിന് അധ്യാപകരെ പ്രാപ്തരാക്കാനും ഇതുവഴി കഴിയും. നാളിതുവരെ മൂവായിരത്തി അഞ്ഞൂറിലധികം അധ്യാപകർക്ക് പരിശീലനം നൽകിക്കഴിഞ്ഞു. എട്ടു കോടി രൂപയാണ് ഇതിനായി നീക്കിവെച്ചിരിക്കുന്നത്.

അഞ്ച് കോടി രൂപ ചെലവഴിച്ചുള്ള എറുഡൈറ്റ് സ്കോളർ ഇൻ റസിഡൻസ് പ്രോഗ്രാം, പത്തു കോടി രൂപ ചെലവഴിച്ചുള്ള കോളേജുകളുടെ ക്ലസ്റ്റർ പദ്ധതി, ഇരുപതു ലക്ഷം രൂപ ചെലവഴിച്ച് നടത്തുന്ന ഉന്നത വിദ്യാഭ്യാസ സർവേ എന്നിവയെല്ലാം ഉന്നത വിദ്യാഭ്യാസ മേഖലയെ മെച്ചപ്പെടുത്താനും നവീകരിക്കാനും ഉതകുന്ന പദ്ധതികളാണ്.

ഉന്നതവിദ്യാഭ്യാസത്തിലൂടെ സൃഷ്ടിക്കപ്പെടുന്ന ഉയർന്ന മാനവവിഭവശേഷിയെ നമ്മുടെ നാടിന്റെ പുരോഗതിക്കു തന്നെ ഉപയോഗിക്കാൻ കഴിഞ്ഞാൽ മാത്രമേ നാം വിഭാവനം ചെയ്യുന്ന തരത്തിലുള്ള നവ കേരളം സൃഷ്ടിക്കാൻ കഴിയുകയുള്ളൂ. അതിന് ഉത്പാദന മേഖലയും ഉന്നത വിദ്യാഭ്യാസ മേഖലയും തമ്മിലുള്ള ബന്ധം വളർത്തിയെടുക്കേണ്ടതുണ്ട്. അങ്ങനെ കേരളത്തിന്റെ ആഭ്യന്തര ഉത്പാദനവും നമ്മുടെ ഉത്പാദനക്ഷമതയും വർദ്ധിപ്പിക്കാൻ കഴിയണം. അതിന്റെ ഫലമായി വലിയ തോതിലുള്ള വ്യാവസായിക മുന്നേറ്റം സാധ്യമാക്കേണ്ടതുണ്ട്. ഗവേഷണം അതിനുകൂടി ഉതകണം.

ലോകത്താകെ സൃഷ്ടിക്കപ്പെടുന്ന വിജ്ഞാനത്തെ സമൂഹത്തിന്റെ പുരോഗതിക്ക് ഉപയോഗിക്കാൻ കഴിയുംവിധം നമ്മുടെ ഉന്നതവിദ്യാഭ്യാസ മേഖലയെയും ഗവേഷണ മേഖലയെയും മാറ്റിത്തീർക്കേണ്ടതുകൂടിയുണ്ട്. അത്തരം പ്രവർത്തനങ്ങൾ ഏറ്റെടുക്കാൻ സർക്കാർ തയ്യാറാണ് എന്നതിന്റെ ദൃഷ്ടാന്തമാണ് ഉന്നതവിദ്യാഭ്യാസ മേഖലയിൽ നടപ്പാക്കുന്ന വിവിധ പദ്ധതികൾ.

ഉന്നതവിദ്യാഭ്യാസ രംഗം പുത്തൻ കുതിപ്പിലേക്ക്

കേരളത്തെ ഒരു ആധുനിക വൈജ്ഞാനിക സമൂഹമായി വാർത്തെടുക്കാനുള്ള വലിയ പരിശ്രമങ്ങളാണ് ഇടതുപക്ഷ ജനാധിപത്യ മുന്നണി സർക്കാർ കഴിഞ്ഞ ആറു വർഷമായി നടത്തുന്നത്. ഉന്നത വിദ്യാഭ്യാസ മേഖലയിൽ വിപ്ലവകരമായ പരിഷ്കാരങ്ങൾ വഴി നമ്മുടെ സംസ്ഥാനത്തെ ഒരു വിജ്ഞാന സമ്പദ് വ്യവസ്ഥയാക്കി മാറ്റുക എന്ന ലക്ഷ്യത്തിലേക്ക് നമ്മൾ നടന്നടുക്കുകയാണ്. ഉന്നത വിദ്യാഭ്യാസ രംഗത്തെ നിശ്ചയദാർഢ്യത്തോടെയുള്ള എൽഡിഎഫ് സർക്കാരിന്റെ ഇടപെടലുകളാണ് ഈയൊരു നേട്ടത്തിന് കാരണമായിട്ടുള്ളത്.

മാറ്റത്തിനായുള്ള സംവാദം

പൊതുവിദ്യാഭ്യാസ രംഗത്ത് സംഭവിച്ച മാറ്റത്തിനും ഉണർവിനും അനുസൃതമായ മാറ്റം ഉന്നതവിദ്യാഭ്യാസ രംഗത്ത് പ്രകടമായില്ല എന്ന വിമർശനം പല കോണുകളിൽനിന്നും ഉയർന്നുവന്നിട്ടുണ്ട്. കാലാനുസൃതമായ മാറ്റം ഉന്നതവിദ്യാഭ്യാസ രംഗത്തും പ്രതിഫലിക്കേണ്ടതുണ്ട്. ഉന്നതവിദ്യാഭ്യാസ രംഗത്തെ മാറ്റങ്ങൾ എങ്ങനെയൊക്കെയാകണം എന്നതു സംബന്ധിച്ച് വ്യത്യസ്തങ്ങളായ അന്വേഷണങ്ങൾ സംസ്ഥാന സർക്കാർ നടത്തുകയുണ്ടായി. കഴിഞ്ഞ സർക്കാരിന്റെ കാലത്തു തന്നെ ഇതിനുള്ള പ്രാഥമിക പ്രവർത്തനങ്ങൾ ആരംഭിച്ചിരുന്നു. ഇതിന്റെ ഭാഗമായാണ് അന്ന് സംസ്ഥാനത്തെ മുഴുവൻ ക്യാമ്പസുകളിലെയും വിദ്യാർത്ഥികളുമായി സംവദിച്ചത്. 'സിഎം@ക്യാമ്പസ്' പരിപാടിയുടെ ഭാഗമായി വിദ്യാർത്ഥികൾ മുന്നോട്ടുവെച്ച ധാരാളം ആശയങ്ങളുണ്ട്. അവ അനുഭാവപൂർവമാണ് സർക്കാർ പരിഗണിച്ചത്. ഈ നിർദ്ദേശങ്ങൾക്കൊപ്പം വിദഗ്ധാഭിപ്രായങ്ങൾ തേടുന്നതിന് ഈ രംഗത്തെ വിദഗ്ദ്ധരുമാ

യും സംവദിച്ചു. ഇവയുടെയെല്ലാം പരിണിതിയായാണ് സംസ്ഥാന സർക്കാർ ഉന്നതവിദ്യാഭ്യാസ ശാക്തീകരണത്തിന് മൂർത്തമായ നിർദ്ദേശങ്ങൾ സമർപ്പിക്കാൻ മൂന്ന് കമ്മീഷനുകളെ നിയോഗിച്ചത്. ഈ കമ്മീഷനുകൾ ഒൻപത് മാസത്തിനകം തങ്ങളുടെ റിപ്പോർട്ടുകൾ സർക്കാരിനു സമർപ്പിച്ചു. ഓരോ നിർദ്ദേശവും സൂക്ഷ്മമായി പരിശോധിച്ച് നടപ്പിലാക്കാവുന്നവ സമയബന്ധിതമായി നടപ്പിലാക്കുന്നതിനുള്ള പ്രവർത്തനങ്ങളുമായി സർക്കാർ മുന്നോട്ടുപോവുകയാണ്.

ഉന്നതവിദ്യാഭ്യാസ രംഗത്തിന്റെ ശാക്തീകരണത്തിനായി സർക്കാർ നടത്തിയ ഇടപെടലുകൾ ഫലം കാണുന്നു എന്നതിന്റെ സൂചനകൾ കണ്ടുതുടങ്ങിയിട്ടുണ്ട്. നാഷണൽ അസസ്മെന്റ് ആൻഡ് അക്രഡിറ്റേഷൻ കൗൺസിലിന്റെ പരിശോധനയിൽ കേരള സർവകലാശാലയ്ക്ക് എ പ്ലസ് പ്ലസ് ഗ്രേഡും കാലിക്കറ്റ്, ശ്രീ ശങ്കരാചാര്യ, കുസാറ്റ് എന്നീ സർവകലാശാലകൾക്ക് എ പ്ലസ് ഗ്രേഡും കരസ്ഥമാക്കാൻ കഴിഞ്ഞിട്ടുണ്ട്. മറ്റ് സർവകലാശാലകളും മികച്ച പ്രകടനമാണ് വിവിധ മേഖലകളിൽ കാഴ്ചവെച്ചുകൊണ്ടിരിക്കുന്നത്.

കഴിഞ്ഞ ജൂൺ മാസത്തിൽ പുറത്തിറങ്ങിയ നാഷണൽ ഇൻസ്റ്റിറ്റ്യൂഷണൽ റാങ്കിങ് ഫ്രെയിംവർക്ക് റിപ്പോർട്ട് പ്രകാരം കേരളത്തിലെ പല സ്ഥാപനങ്ങളും ആദ്യ നൂറിൽ ഇടം നേടിയിട്ടുണ്ട്. കേരളത്തിലെ മൂന്ന് സർവകലാശാലകൾ ഓവറോൾ റാങ്കിങ്ങിലെ ആദ്യ നൂറിലുണ്ട്. യൂണിവേഴ്സിറ്റികളുടെ റാങ്കിങ്ങിൽ നമ്മുടെ നാലു സർവകലാശാലകൾ ആദ്യ നൂറിലുണ്ട്. കോളേജുകളിൽ 17 എണ്ണമുണ്ട്. മാനേജ്മെന്റ്, ആർക്കിടെക്ചർ, ഫാർമസി, ഡെൻറൽ എന്നിവയിൽ ഓരോന്ന് വീതവുമുണ്ട്.

കേന്ദ്ര സർക്കാരിന്റെ കീഴിലുള്ളതും എന്നാൽ കേരളത്തിൽ സ്ഥിതി ചെയ്യുന്നതുമായ മൂന്ന് എഞ്ചിനീയറിംഗ് കോളേജുകൾ, രണ്ട് മാനേജ്മെന്റ് കോളേജുകൾ, ആർക്കിടെക്ച്ചർ, മെഡിക്കൽ എന്നിവയിലെ ഓരോ കോളേജുകൾ വീതവും അതത് പഠന ശാഖകളുടെ ആദ്യ നൂറെണ്ണത്തിൽ ഉൾപ്പെട്ടിട്ടുണ്ട്. ഈ കണക്കുകൾ നമ്മുടെ ഉന്നതവിദ്യാഭ്യാസ രംഗത്തിനാകെ പ്രചോദനമാണ്.

അടിസ്ഥാനസൗകര്യം ഉറപ്പാക്കും

സർവകലാശാലകളിൽ 24 മണിക്കൂറും പ്രവർത്തിക്കുന്ന ലൈബ്രറിയും ലബോറട്ടറികളും ഉണ്ടാകണമെന്നാണ് സർക്കാർ കാണുന്നത്. വിദ്യാർത്ഥികൾക്ക് ഏതു സമയത്തും സ്വതന്ത്രമായും നിർഭയമായും പഠനഗവേഷണ പ്രവർത്തനങ്ങൾ നടത്താനുള്ള അന്തരീക്ഷം ഒരുക്കേണ്ടതുണ്ട്. ഇതിന് മികച്ച ഹോസ്റ്റൽ സൗകര്യം ആവശ്യമാണ്. ആദ്യഘട്ടമെന്ന നിലയിൽ 5 സർവകലാശാലകളിൽ (കേരള, മഹാത്മാഗാന്ധി, കുസാറ്റ്, കാലിക്കറ്റ്, കണ്ണൂർ) ആധുനിക സൗകര്യങ്ങളുള്ള ഹോസ്റ്റലു

കൾ നിർമ്മിക്കാൻ നടപടി സ്വീകരിച്ചുകഴിഞ്ഞു. ഹോസ്റ്റൽ സൗകര്യങ്ങൾ മെച്ചപ്പെടുത്തി 1,500 പുതിയ ഹോസ്റ്റൽ മുറികൾ ലഭ്യമാക്കുന്നതിന് 100 കോടി രൂപയാണ് സർക്കാർ നീക്കിവെച്ചിരിക്കുന്നത്. അന്താരാഷ്ട്ര രംഗത്തു നിന്നുള്ള വിദ്യാർത്ഥികൾക്കായി 50 വീതം മുറികളുള്ള ഹോസ്റ്റലുകൾ ഉൾപ്പെടെ ഈ പദ്ധതിയുടെ ഭാഗമാണ്. കിഫ്ബി വഴി നടപ്പിലാക്കുന്ന ഹോസ്റ്റൽ നിർമ്മാണ പദ്ധതിയുടെ സ്പെഷ്യൽ വെഹിക്കിൾ ആയി അതത് സർവകലാശാലകളെ നിശ്ചയിച്ച് ഉത്തരവിറക്കിയിട്ടുണ്ട്. മറ്റ് നടപടികൾ പുരോഗമിച്ചുവരികയാണ്. 2024 നകം നിർമ്മാണ പ്രവർത്തനങ്ങൾ പൂർത്തീകരിക്കാനാണ് ലക്ഷ്യമിട്ടിട്ടുള്ളത്.

അടിസ്ഥാന സൗകര്യ വികസനം ഉറപ്പാക്കാൻ സർക്കാർ പരമാവധി സഹായം നൽകും. കോളേജുകളുടെ അടിസ്ഥാന സൗകര്യ വികസനത്തിന് ഇപ്പോൾ 14 കോടി രൂപ മാറ്റിവെച്ചിട്ടുണ്ട്. ഐ എച്ച് ആർ ഡി വിദ്യാഭ്യാസ സ്ഥാപനങ്ങളുടെ വികസനത്തിനായി 22.80 കോടി രൂപയാണ് അനുവദിച്ചത്. എഞ്ചിനീയറിങ് കോളേജുകളുടെ വികസനത്തിന് 37.60 കോടി രൂപയും പോളിടെക്നിക്കുകളുടെ വികസനത്തിന് 42 കോടി രൂപയുമാണ് വകയിരുത്തിയിരിക്കുന്നത്. നൈപുണ്യ വികസനം ലക്ഷ്യം വെച്ചാണ് ഇക്കൊല്ലം കെ ഡിസ്കിലൂടെ 200 കോടി രൂപയുടെ പദ്ധതികൾ നടപ്പാക്കാൻ ഉദ്ദേശിക്കുന്നത്.

കോൺസ്റ്റിറ്റ്യുവന്റ് കോളേജുകൾ

ഘട്ടംഘട്ടമായി കോളേജുകളെല്ലാം കോൺസ്റ്റിറ്റ്യുവന്റ് കോളേജുകളാക്കണമെന്നാണ് നാം ലക്ഷ്യമിടുന്നത്. ഓരോ കോൺസ്റ്റിറ്റ്യുവന്റ്ള കോളേജും മികവിന്റെ കേന്ദ്രങ്ങളായി മാറും. അക്കാദമിക സ്വാതന്ത്ര്യവും സമഗ്രതയും ഉറപ്പാക്കി സാമൂഹ്യനീതിയിലധിഷ്ഠിതമായ ഗുണമേന്മ വിദ്യാഭ്യാസ കേന്ദ്രങ്ങളായി കോൺസ്റ്റിറ്റ്യുവന്റ് കോളേജുകൾ മാറണം. അതിന് സഹായകമാകുംവിധം പ്രഗത്ഭരായ അധ്യാപകരുടെ സേവനവും ഗവേഷണാവസരവും ഉറപ്പാക്കും. ആദ്യ ഘട്ടമെന്ന നിലയിൽ പത്ത് കോളേജുകളെ കോൺസ്റ്റിറ്റ്യുവന്റ് പദവിയിലേക്ക് ഉയർത്തും. ഘട്ടംഘട്ടമായി എല്ലാ കോളേജുകളെയും കോൺസ്റ്റിറ്റ്യുവന്റ് കോളേജുകളാക്കും.

പാഠ്യപദ്ധതിയും സിലബസും പരിഷ്കരിക്കും

പാഠ്യപദ്ധതിയും സിലബസും അടിമുടി പരിഷ്കരിക്കേണ്ടതുണ്ട്. സമകാലികമായ അക്കാദമിക അനുഭവങ്ങൾ സ്വാംശീകരിച്ച് മുന്നേറാൻ സാധിക്കുംവിധമാണ് പാഠ്യപദ്ധതി പരിഷ്കരിക്കുക. വിമർശനാത്മക ചിന്തയുണർത്തുന്നതും സർഗ്ഗാത്മകപോഷണം പ്രോത്സാഹിപ്പിക്കുന്നതും സാങ്കേതികവിദ്യാധിഷ്ഠിത പഠനത്തെ പ്രയോജനപ്പെടുത്തുന്നതുമായ പാഠ്യപദ്ധതിക്കു രൂപം കുറിക്കേണ്ടതുണ്ട്. വിദ്യാർത്ഥികളുടെ സ്വതന്ത്രാവിഷ്കാരത്തിനും ഗവേഷണപരതയ്ക്കും അവസരമൊരുക്കും.

ലോകത്തിന്റെ ഏതു ഭാഗത്തുമുള്ള വിദ്യാർത്ഥികളുമായി കിടപിടിക്കാനാകുംവിധം നമ്മുടെ സർവകലാശാലകളിലെയും കോളേജുകളിലെയും വിദ്യാർത്ഥികളെ പരുവപ്പെടുത്തണം. അതുവഴി വിശ്വപൗരരായി നമ്മുടെ വിദ്യാർത്ഥികൾ മാറുന്നതിനൊപ്പം മറ്റ് രാജ്യങ്ങളിലെ വിദ്യാർത്ഥികളെ കേരളത്തിലെ ക്യാമ്പസുകളിലേക്ക് ആകർഷിക്കാനും കഴിയേണ്ടതുണ്ട്. ഇതിനെല്ലാം സഹായകമാകുംവിധം സമഗ്രമായ പാഠ്യപദ്ധതി പരിഷ്കരണമാണ് ലക്ഷ്യം.

അക്കാദമിക വിദഗ്ധരുടെ സഹായത്തോടെ രൂപീകരിക്കുന്ന കേരള ഹയർ എജ്യുക്കേഷൻ കരിക്കുലം ഫ്രെയിംവർക്ക് ജനകീയ ചർച്ചകളിലൂടെ അന്തിമമാക്കും. ജനകീയ ചർച്ചകൾക്കായി ലഭ്യമാക്കേണ്ട കരട് കേരള ഹയർ എജ്യുക്കേഷൻ കരിക്കുലം ഫ്രെയിംവർക്ക് 2023 മാർച്ച് മാസത്തോടെ തയ്യാറാക്കേണ്ടതുണ്ട്. ഈ ചട്ടക്കൂടിന് അനുസൃതമായി പാഠ്യപദ്ധതി പരിഷ്കരണവും നവീകരണവും അതത് സർവകലാശാലകൾ ഉറപ്പാക്കണം. വൈജ്ഞാനിക സമൂഹമായി കേരളത്തെ പരിവർത്തിപ്പിക്കുകയും നവകേരളം സൃഷ്ടിക്കുകയും ചെയ്യുക എന്നതാണ് സർക്കാരിന്റെ ലക്ഷ്യം.

നാലു വർഷ ബിരുദ കോഴ്സ്

ബിരുദ കോഴ്സുകളെക്കുറിച്ചുള്ള ചിന്ത മാറിവരുകയാണ്. മൂന്ന് വർഷ ബിരുദ കോഴ്സ് എന്ന ആശയം ഇപ്പോൾ ലോകത്തിന്റെ വിവിധ ഭാഗങ്ങളിലെ പ്രഗത്ഭമായ സർവകലാശാലകളിൽ നിലനിൽക്കുന്നില്ല. ഈ മാതൃക പിന്തുടർന്ന് കേരളത്തിലും നാല് വർഷ ബിരുദ കോഴ്സ് വിഭാവനം ചെയ്യും. ഈ വർഷം തന്നെ അതിന് അവസരം ഒരുക്കുന്നത് സംബന്ധിച്ച് അക്കാദമിക ചർച്ചകൾ ആരംഭിക്കേണ്ടതുണ്ട്. മുന്നൊരുക്കങ്ങളെല്ലാം പൂർത്തീകരിച്ച് അടുത്ത അക്കാദമിക വർഷം നാല് വർഷ ബിരുദ കോഴ്സുകൾ ആരംഭിക്കാൻ സാധിക്കണം. ഉദ്ഗ്രഥിത ബിരുദാനന്തര ബിരുദ, പി എച്ച് ഡി കോഴ്സുകളെ സംബന്ധിച്ചും ആലോചിക്കേണ്ടതുണ്ട്.

പഠനത്തിനൊപ്പം തൊഴിലിനും പ്രാമുഖ്യം കൽപ്പിക്കേണ്ടതുണ്ട്. അക്കാദമിക പരിപാടികളിൽ ഈ ഭാഗത്തിനു വേണ്ടത്ര പരിഗണന ലഭിക്കുന്നില്ല എന്നതാണ് നമ്മുടെ അനുഭവം. പ്രായോഗിക പരിശീലനം ആവശ്യമുള്ള കോഴ്സുകൾക്കുപോലും വേണ്ടവിധം അത് ലഭിക്കുന്നില്ല എന്നത് യാഥാർത്ഥ്യമാണ്. മാറിയ സാഹചര്യത്തിൽ ചെറുതും വലുതുമായ നിരവധി കമ്പനികൾ കേരളത്തിൽ നിക്ഷേപത്തിനായി എത്തുന്നുണ്ട്. അവർക്ക് ആവശ്യമായ തൊഴിൽ പരിചയമുള്ള വിദഗ്ധരെ കേരളത്തിൽ നിന്നും ലഭിക്കുന്നില്ല എന്ന പരിമിതി പല നിക്ഷേപകരും ചൂണ്ടിക്കാട്ടിയിട്ടുണ്ട്. മികച്ച പ്രതിഭകളുള്ള നമ്മുടെ യുവത്വം അവരുടെ കഴിവും ശേഷിയും ഇതര രാജ്യങ്ങൾക്കായി വിനിയോഗിക്കുന്ന കാഴ്ചയാണ് ഇപ്പോൾ നാം കാണുന്നത്. ഈ നിലയ്ക്ക് കാര്യമായ മാറ്റമു

ണ്ടാകണം. അവരുടെ നൈപുണിയും പ്രാഗത്ഭ്യവും നമ്മുടെ സംസ്ഥാനത്ത് വിനിയോഗിക്കപ്പെടണം. അതിനാവശ്യമായ സൗകര്യങ്ങൾ ഒരുക്കേണ്ടതുണ്ട്. വൈജ്ഞാനിക സമൂഹസൃഷ്ടിയിലൂടെ നാം ലക്ഷ്യംവെക്കുന്നത് അത്തരത്തിലുള്ള മുന്നേറ്റമാണ്.

നൈപുണ്യ വികസനത്തിന് അവസരമൊരുക്കും

പഠന കാലത്തു തന്നെ തങ്ങളുടെ അറിവുകളും കഴിവുകളും പ്രയോഗിക്കാൻ അവസരമുണ്ടാവുക പ്രധാനമാണെന്ന് സർക്കാർ കാണുന്നു. ഇതിനായി സർവകലാശാലകളും സ്റ്റാർട്ടപ്പുകളും ഇൻക്യുബേഷൻ സെന്ററുകളും സ്ഥാപിക്കും. ചില സർവകലാശാലകളിൽ ഇവ നിലവിൽ വന്നു കഴിഞ്ഞു. വിദ്യാർത്ഥികളുടെ ഭാവനയ്ക്കും നൈപുണ്യത്തിനും അനുസൃതമായി അവരുടെ മുൻകൈയിൽ ആരംഭിക്കുന്ന സംരംഭങ്ങളിലൂടെ നമ്മുടെ വിദ്യാർത്ഥികൾ സംരംഭകരായും തൊഴിൽ ദാതാക്കളായും മാറും. അതിനാവശ്യമായ സൗകര്യങ്ങളും പിന്തുണയും സർക്കാർ നൽകും. സ്റ്റാർട്ടപ്പ് ഇൻക്യുബേഷൻ സെന്ററുകൾക്കായി 200 കോടി രൂപ അനുവദിച്ചിട്ടുണ്ട്.

വ്യവസായ യൂണിറ്റുകൾ രൂപീകരിക്കുന്നതിനായി 25 കോടി രൂപ അനുവദിച്ചു. വിദ്യാഭ്യാസ സ്ഥാപനങ്ങളിൽ നൈപുണ്യ വികസനത്തിനുള്ള അവസരം ഒരുക്കുന്നതിനായി 140 കോടി രൂപ നീക്കിവെച്ചു. കഴക്കൂട്ടത്തും കളമശ്ശേരിയിലുമുള്ള അസാപ് സ്കിൽ പാർക്കുകളിൽ ഓഗ്മെന്റ് റിയാലിറ്റി, വെർച്വൽ റിയാലിറ്റി ലാബുകൾ സ്ഥാപിക്കുന്നതിന് 35 കോടി രൂപയും വകയിരുത്തി. വ്യവസായ സംരംഭവുമായി ചേർന്ന് പ്രവർത്തിക്കാവുന്ന സൗകര്യവും ഒരുക്കും. സർവകലാശാലകൾക്കൊപ്പം ഇതര ഉന്നതവിദ്യാഭ്യാസ സ്ഥാപനങ്ങളുടെ ഭാഗമായും ഇത്തരം സംരംഭങ്ങൾ ഉണ്ടാകണം.

ഗവേഷണതൽപ്പരരും തൊഴിലാഭിമുഖ്യമുള്ളവരുമായ വിദ്യാർത്ഥികളുടെ കഴിവുകൾ പ്രയോജനപ്പെടുത്തുന്നതിനുള്ള അവസരമാണ് ട്രാൻസ്ലേഷണൽ ലാബുകളിലൂടെ സൃഷ്ടിക്കാനാവുക.

നവകേരള പോസ്റ്റ് ഡോക്ടറൽ ഫെലോഷിപ്പ്

നാടിന്റെ വികസനത്തിന് സഹായകമാകുംവിധം ഗവേഷണ പ്രവർത്തനങ്ങൾ നടത്തുന്നതിന് നവകേരള പോസ്റ്റ് ഡോക്ടറൽ ഫെലോഷിപ്പ് നൽകാനാണ് ഉദ്ദേശിക്കുന്നത്. നവകേരള സങ്കൽപ്പം യാഥാർത്ഥ്യമാക്കാൻ ഉപകരിക്കുന്ന ഗവേഷണ ഫലങ്ങൾ ഈ ഗവേഷണ പദ്ധതികളിലൂടെ ലഭിക്കണമെന്നാണ് സർക്കാർ ഉദ്ദേശിക്കുന്നത്. ഈ വർഷം മികച്ച ഗവേഷണ രൂപരേഖ സമർപ്പിച്ച 77 പേർക്ക് ഫെലോഷിപ്പ് നൽകിക്കഴിഞ്ഞു.

പരീക്ഷ പരിഷ്കരണം

പരീക്ഷ പരിഷ്കരണമാണ് സർക്കാർ ലക്ഷ്യമിടുന്ന മറ്റൊരു അക്കാദമിക ഇടപെടൽ മേഖല. പരീക്ഷയുടെ നടത്തിപ്പും ഫലപ്രഖ്യാപനവും ഉദ്ദേശിച്ച അക്കാദമിക നേട്ടങ്ങളെ പ്രതിഫലിപ്പിക്കാൻ സഹായകമാകുന്നില്ല എന്ന വിമർശനം നിലനിൽക്കുന്നുണ്ട്. നിർദ്ദിഷ്ട സമയത്തിനുള്ളിൽ കോഴ്സ് പൂർത്തീകരിക്കാൻ സാധിക്കാത്തത് പലവിധ പ്രയാസങ്ങൾ സൃഷ്ടിക്കുന്നുമുണ്ട്. ഈ നിലയ്ക്കെല്ലാം നല്ല മാറ്റമുണ്ടാകണം. എല്ലാ സർവകലാശാലകളുടെയും അക്കാദമിക കലണ്ടർ പ്രസിദ്ധീകരിക്കണം. പരീക്ഷകളുടേതുൾപ്പെടെ എല്ലാ പ്രവർത്തനങ്ങളുടെയും തീയതികൾ മുൻകൂട്ടി പ്രഖ്യാപിക്കുകയും അതനുസരിച്ച് കാര്യങ്ങൾ നടക്കുകയും വേണം. സമയബന്ധിതമായി അക്കാദമിക പ്രവർത്തനങ്ങളും പരീക്ഷയും പൂർത്തീകരിച്ച് അധികം താമസമില്ലാതെ സർട്ടിഫിക്കറ്റ് ലഭ്യമാക്കാൻ കഴിയണം. നിലവിലെ 80:20 അനുപാതത്തിലുള്ള ഗ്രേഡ് സമ്പ്രദായം 60:40 ആക്കണമെന്ന നിർദ്ദേശം ഉയർന്നുവന്നിട്ടുണ്ട്. പൊതുവിൽ അക്കാദമിക സമൂഹം ഇതിനോട് യോജിപ്പ് പ്രകടിപ്പിച്ചിട്ടുമുണ്ട്. ഒപ്പം ഒന്നിടവിട്ട സെമസ്റ്റർ പരീക്ഷകളുടെ മൂല്യനിർണ്ണയം അതത് കോളേജുകളിൽ അധ്യാപകർ നിർവഹിക്കണമെന്ന നിർദ്ദേശവുമുണ്ട്.

ഇ-ഗവേണൻസ്

പ്രവേശനത്തിനായി അപേക്ഷ ക്ഷണിക്കുന്നതു മുതൽ പ്രൊവിഷണൽ സർട്ടിഫിക്കറ്റ് നൽകുന്നതുവരെയുള്ള മുഴുവൻ പ്രവർത്തനങ്ങളും ഓട്ടോമേറ്റ് ചെയ്യുന്നതിന്റെ ഭാഗമായി ഇ ഗവേണൻസ് സംവിധാനമൊരുക്കും. വിദ്യാർത്ഥി ജീവിത ചക്രത്തിന്റെ എല്ലാഭാഗങ്ങളും ഉൾക്കൊള്ളിച്ചുകൊണ്ടുള്ള സമഗ്രമായ പരിഷ്കരണമാണ് ലക്ഷ്യം. ഇതിനായി കേരള റിസോഴ്സ് ഫോർ എജ്യുക്കേഷണൽ അഡ്മിനിസ്ട്രേഷൻ ആൻഡ് പ്ലാനിംഗ് (കെറീപ്) ആരംഭിക്കും. ഭരണപരവും അക്കാദമികവുമായ എല്ലാ ഘടകങ്ങളും ഉൾച്ചേർന്ന കെറീപ് സോഫ്റ്റ്വെയർ നിർമ്മാണം ഈ വർഷം ആരംഭിക്കും. ആദ്യ ഭാഗങ്ങൾ ഒന്നര വർഷം കൊണ്ടും വിമർശനാത്മക ചിന്തയുണർത്തുന്ന ലേണിംഗ് മാനേജ്മെന്റ് സിസ്റ്റം മൂന്ന് വർഷങ്ങൾക്കുള്ളിലും പൂർത്തീകരിക്കാനാണ് ലക്ഷ്യമിടുന്നത്. ഉദ്ദേശിച്ച രീതിയിൽ നടപ്പിലാവുകയാണെങ്കിൽ ലോകത്തിന്റെ നാനാ ഭാഗത്തു നിന്നുമുള്ള വിദ്യാർത്ഥികൾക്കും അധ്യാപകർക്കും അക്കാദമിക വിദഗ്ധർക്കും പ്രയോജനപ്പെടുത്താൻ സാധിക്കുന്ന സമഗ്രമായ വിദ്യാഭ്യാസ ഇ ഗവേണൻസ് കം ലേണിംഗ് മാനേജ്മെന്റ് സിസ്റ്റമായി ഇത് മാറും.

വർഗീയവല്ക്കരണത്തിനെതിരെ കേരളത്തിന്റെ ബദൽ

ദേശീയ വിദ്യാഭ്യാസ നയം 2020 വിദ്യാഭ്യാസ രംഗത്തിന് കാര്യ

മായ പരിക്കുകളാണ് ഏൽപ്പിക്കുക. വാണിജ്യവൽക്കരണം, വർഗീയ വൽക്കരണം, കേന്ദ്രീകരണം എന്നിവയാണ് ഈ നയത്തിന്റെ പ്രധാന സവിശേഷത. ഫെഡറൽ തത്ത്വങ്ങൾക്കുപോലും ഭീഷണി ഉയർത്തിക്കൊണ്ടാണ് ദേശീയ വിദ്യാഭ്യാസനയം അടിച്ചേൽപ്പിക്കാൻ ശ്രമിക്കുന്നത്. യൂണിയൻ ലിസ്റ്റിലെ 66–ാം ഇനമായ ഉന്നതവിദ്യാഭ്യാസ രംഗത്തെ ഗവേഷണവും ശാസ്ത്ര – സാങ്കേതിക സ്ഥാപനവും അവയുടെ നിലവാരവും ഏകോപനവും പ്രയോജനപ്പെടുത്തിയാണ് കേന്ദ്രീകൃത സംവിധാനങ്ങൾ ഒരുക്കുന്നത്. ചരിത്രത്തെ മാത്രമല്ല ശാസ്ത്രമുൾപ്പെടെ എല്ലാ വിഷയങ്ങളെയും കാവിവൽക്കരിക്കാനും വർഗ്ഗീയവൽക്കരിക്കാനും ബോധപൂർവമായ നീക്കം നടക്കുന്നു. ക്യാമ്പസുകളെ വർഗ്ഗീയവൽക്കരിച്ച് സമൂഹത്തിൽ ഭിന്നിപ്പുണ്ടാക്കുന്നതിനുള്ള ശ്രമങ്ങൾ തീവ്രമാകുന്നു. ഈ സാഹചര്യത്തിലാണ് കേരളം ജനകീയ ജനാധിപത്യ മതനിരപേക്ഷ ബദൽ വിദ്യാഭ്യാസം ഒരുക്കാൻ ശ്രമിക്കുന്നത്. ഈ ബദൽ അന്വേഷണം കേരളത്തിന്റെ പ്രാദേശിക സമ്പദ്ഘടനയെ ശക്തിപ്പെടുത്തുന്നതും വൈജ്ഞാനിക സമൂഹ സൃഷ്ടിക്ക് ഉതകുന്നതുമാകണം. അതിനായുള്ള പരിശ്രമത്തിന്റെ മുന്നുപാധി കൂടിയാണ് നമ്മെ സംബന്ധിച്ചിടത്തോളം ഉന്നതവിദ്യാഭ്യാസ രംഗത്തിന്റെ ശാക്തീകരണം.

റോബോട്ടിക് സാങ്കേതികവിദ്യയുടെ പ്രാധാന്യം കുട്ടികളിലെത്തിക്കാൻ

മാറുന്ന ലോകത്തിനും കാലത്തിനുമനുസരിച്ച് മനുഷ്യന്റെ അഭിരുചികൾക്കും ആവശ്യങ്ങൾക്കും മാറ്റങ്ങൾ വന്നുകൊണ്ടിരിക്കുകയാണ്. മുൻപ് ഇത്തരം മാറ്റങ്ങൾ വളരെ പതിയെ മാത്രമേ ലോകത്തിലെ വിവിധ ഭാഗങ്ങളിൽ എത്തിച്ചേരുമായിരുന്നുള്ളൂ. എന്നാൽ വിവരസാങ്കേതികവിദ്യയുടെ വികാസം ആ അവസ്ഥയ്ക്കു വലിയതോതിലുള്ള മാറ്റമുണ്ടാക്കിയിരിക്കുകയാണ്. ഇന്ന് ആവശ്യങ്ങളും അഭിരുചികളും മാറുന്നത് വളരെ വേഗത്തിലാണ്. അതിനുതകുന്ന വിധമുള്ള സാങ്കേതികവിദ്യകളും ചടുലമായിത്തന്നെ ഉയർന്നുവരുന്നുണ്ട്.

ആ മാറ്റം നമ്മുടെ വിദ്യാഭ്യാസ മേഖലയിലും പ്രതിഫലിക്കുക എന്നത് നാടിന്റെ പുരോഗതിക്ക് അനിവാര്യമാണ്. എങ്കിൽ മാത്രമേ കാലഘട്ടത്തിന് അനുസൃതമായ വിദ്യാഭ്യാസം നമ്മുടെ കുഞ്ഞുങ്ങൾക്കുറപ്പുവരുത്താനും തൊഴിൽ മേഖലകളിൽ അവർക്ക് കൂടുതൽ അവസരങ്ങൾ ലഭ്യമാക്കാനും സാധിക്കുകയുള്ളൂ. ഈ ലക്ഷ്യം മുൻനിർത്തിയാണ് പൊതുവിദ്യാലയങ്ങൾക്ക് റോബോട്ടിക് കിറ്റുകൾ സജ്ജമാക്കുന്ന പദ്ധതി സർക്കാർ ആരംഭിച്ചിരിക്കുന്നത്. ആദ്യഘട്ടത്തിൽ 2,000 സ്കൂളുകളിലായി 9,000 റോബോട്ടിക് കിറ്റുകളാണ് സജ്ജമാക്കുക. കുട്ടികളുടെ സാങ്കേതിക പരിജ്ഞാനം പരിപോഷിപ്പിക്കുക എന്ന ലക്ഷ്യത്തോടെ രൂപീകരിച്ചിട്ടുള്ള ലിറ്റിൽ കൈറ്റ്സ് ഐ ടി ക്ലബ്ബുകൾ മുഖേനയാണ് ഈ കിറ്റുകൾ തയ്യാറാക്കിയിരിക്കുന്നത്. സാങ്കേതികവിദ്യാ രംഗത്തെ നൂതന മേഖലകളുമായി ഇടപഴകാനും അവയെ അടുത്തറിയാനും കുട്ടികളെ സഹായിക്കുന്നതാകും ഈ പദ്ധതി.

വ്യവസായ വിപ്ലവത്തിന്റെ മറ്റൊരു ദശയിലൂടെ ലോകം കടന്നുപോകുന്ന ഈ ഘട്ടത്തിൽ ഏറെ പ്രാധാന്യത്തോടെ ഉയർന്നുവരുന്ന

മേഖലകളാണ് നിർമ്മിത ബുദ്ധി, റോബോട്ടിക്സ് തുടങ്ങിയവ. ഈ സാങ്കേതിക മുന്നേറ്റങ്ങളെ അടുത്തറിയുന്നതിൽ നമ്മുടെ കുട്ടികൾ ഒട്ടും പിറകിലായിക്കൂടല്ലോ. പ്രാഥമിക വിദ്യാഭ്യാസത്തിന്റെ രംഗത്ത് ലോകത്തിനുതന്നെ മാതൃകയായി മാറിയ ഒരു നാടാണ് നമ്മുടേത്. ആ നേട്ടങ്ങളെ കാലാനുസൃതമായി പരിവർത്തിപ്പിച്ചുകൊണ്ട് വിജ്ഞാനത്തിന്റെ അടുത്ത ഘട്ടത്തിലേക്ക് കടക്കുകയാണ് നാം. അതിനുള്ള മുൻകൈകളിലൊന്നായി വേണം ഈ റോബോട്ടിക് കിറ്റുകൾ സജ്ജമാക്കുന്നതിനെയും കാണാൻ.

ആധുനിക കാലത്ത് റോബോട്ടിക് സാങ്കേതികവിദ്യക്ക് വളരെയേറെ പ്രസക്തിയുണ്ട്. അപകടകരമായ പല ജോലികളിൽ നിന്നും തൊഴിലാളികളെ ഒഴിവാക്കി പകരം റോബോട്ടിക് സാങ്കേതികവിദ്യ കൊണ്ടുവരാൻ ലോകമാകെ ഗവേഷണങ്ങൾ നടക്കുകയാണ്. ഖനികൾ, വലിയ ടണലുകൾ, ദുഷ്കരമായ ജലാശയങ്ങൾ എന്നിവയിലെല്ലാം ഈ സാങ്കേതികവിദ്യ ഉപയോഗിച്ചുള്ള പഠനങ്ങളും പ്രവർത്തനങ്ങളും നിലവിൽ നടന്നുവരുന്നുണ്ട്. റോബോട്ടിക് സാങ്കേതികവിദ്യയെ മാനവരാശിയുടെ പുരോഗതിക്കുതകും വിധം എങ്ങനെ മാറ്റിത്തീർക്കാം എന്നതാണ് ലോകമാകെയുള്ള സാങ്കേതിക വിദഗ്ധരുടെ ഇപ്പോഴത്തെ ചിന്ത. ആ നിലയ്ക്ക് റോബോട്ടിക് സാങ്കേതികവിദ്യ അടക്കമുള്ള നൂതന സാങ്കേതികവിദ്യകളെ തുറന്ന മനസ്സോടെ സമീപിക്കുന്ന നയമാണ് സംസ്ഥാന സർക്കാർ മുന്നോട്ടുവെക്കുന്നത്.

ഈ ദിശയിൽ നടക്കുന്ന മറ്റൊരു പദ്ധതിയാണ് കേരളത്തിലെ വിദ്യാർത്ഥികൾക്കിടയിൽ നൂതന ആശയ സംസ്കാരം വളർത്തിയെടുക്കാൻ ലക്ഷ്യമിട്ടുള്ള യങ് ഇന്നോവേറ്റേഴ്സ് പ്രോഗ്രാം. 2018ൽ ആരംഭിച്ച ഈ പ്രോഗ്രാമിലൂടെ 17 പേരുടെ നൂതന ആശയങ്ങളെയാണ് വിപണി സാധ്യതയുള്ള ഉൽപ്പന്നങ്ങളാക്കി മാറ്റാൻ തെരഞ്ഞെടുത്തിരിക്കുന്നത്. ഇത്തരം മത്സരങ്ങളിൽ വിജയികളാകുന്നവർക്ക് വിവിധ മേഖലകളിൽ പ്രത്യേക പരിശീലനം നൽകുന്നതിനുള്ള നടപടികൾ സ്വീകരിച്ചുവരികയാണ്. കേരളത്തിന്റെ ആർട്ടിഫിഷ്യൽ ഇന്റലിജന്റ് ഹബ്ബാക്കി തിരുവനന്തപുരത്തെ മാറ്റുന്നതിനുള്ള പദ്ധതിയും ആവിഷ്കരിച്ചുവരികയാണ്.

ഇതിനായി ഉന്നതവിദ്യാഭ്യാസ സ്ഥാപനങ്ങളുടെയും സ്റ്റാർട്ടപ്പ് മിഷന്റെയും മറ്റും നേതൃത്വത്തിൽ വിപുലമായ പദ്ധതികളാണ് ആവിഷ്കരിച്ചുവരുന്നത്. ബൃഹത്തായ ഒരു സ്റ്റാർട്ടപ്പ് പ്രോത്സാഹന നയം സർക്കാർ രൂപീകരിച്ചിട്ടുണ്ട്. ഇത് പ്രായോഗികമാക്കാൻ വേണ്ട കാര്യക്ഷമമായ തൊഴിൽ ശക്തി സൃഷ്ടിക്കേണ്ടതുണ്ട്. ഇതിനായി ഉന്നതവിദ്യാഭ്യാസ രംഗത്തെ വ്യവസായിക മേഖലയുമായി ബന്ധിപ്പിക്കുന്നതിനുള്ള പല പദ്ധതികളും സർക്കാർ നടപ്പാക്കിവരുന്നു.

അതിന് സ്കൂൾ തലം മുതലേയുള്ള ഇടപെടലുകൾ ഏറെ ആവശ്യമാണ് എന്നു തിരിച്ചറിഞ്ഞുകൊണ്ടാണ് സ്കൂളുകളിൽ റോബോട്ടി

ക് കിറ്റുകൾ സജ്ജമാക്കുന്ന ഈ പദ്ധതി ആരംഭിച്ചിരിക്കുന്നത്. ഇതിലൂടെ പുത്തൻ സാങ്കേതിക മേഖലകളിൽ പ്രായോഗിക പരിശീലനം നേടുന്നതിന് കുട്ടികൾക്ക് അവസരം ഒരുക്കുകയാണ്. പദ്ധതി നടപ്പാക്കുന്നതിനായി അധ്യാപകർക്ക് പ്രത്യേക പരിശീലനം ലഭ്യമാക്കും. ഇവരുടെ നേതൃത്വത്തിൽ 60,000 കുട്ടികൾക്ക് നേരിട്ട് പരിശീലനം നൽകും. പരിശീലനം നേടുന്ന ഐ ടി ക്ലബ്ബിലെ കുട്ടികൾ മറ്റു കുട്ടികൾക്കും പരിശീലനം നൽകും. അങ്ങനെ ആകെ 12 ലക്ഷത്തോളം കുട്ടികൾക്ക് പരിശീലനം ലഭ്യമാക്കാനാണ് സർക്കാർ ഉദ്ദേശിച്ചിട്ടുള്ളത്.

നമ്മുടെ പൊതുവിദ്യാഭ്യാസ മേഖലയെ പടിപടിയായി മുന്നോട്ടു നയിക്കുന്ന നയങ്ങളാണ് കേരളത്തിലെ ഇടതുപക്ഷ സർക്കാരുകൾ എന്നും നടപ്പാക്കിയിട്ടുള്ളത്. ഹൈസ്കൂൾ തലം വരെയുള്ള വിദ്യാഭ്യാസം സൗജന്യമാക്കിയും സാക്ഷരതായജ്ഞത്തിനു നേതൃത്വം നൽകിയും ജനകീയാസൂത്രണത്തിലൂടെ പൊതുവിദ്യാഭ്യാസ സ്ഥാപനങ്ങളെ ശക്തിപ്പെടുത്തിയും പൊതുവിദ്യാഭ്യാസ സംരക്ഷണയജ്ഞത്തിലൂടെ അവയെ മെച്ചപ്പെടുത്തിയും ഒക്കെ പ്രാഥമിക വിദ്യാഭ്യാസത്തിൽ വലിയ മുന്നേറ്റമാണ് നമ്മൾ കൈവരിച്ചിട്ടുള്ളത്.

2016 ൽ ഇടതുപക്ഷ ജനാധിപത്യ മുന്നണി സർക്കാർ അധികാരത്തിൽ വരുന്നതിനുമുമ്പ് സർക്കാർ സ്കൂളുകൾ പൂട്ടിയിടുകയോ ഇടിച്ചുനിരത്തുകയോ ചെയ്യുന്ന അവസ്ഥയാണുണ്ടായിരുന്നത്. അവിടെനിന്നും കഴിഞ്ഞ ആറു വർഷംകൊണ്ട് 10 ലക്ഷത്തിലധികം കുട്ടികളെ പൊതുവിദ്യാലയങ്ങളിലേക്ക് അധികമായി എത്തിക്കാൻ നമുക്കു കഴിഞ്ഞിരിക്കുന്നു. ഇത് വെറുതെയുണ്ടായ മാറ്റമല്ല. പൊതുവിദ്യാലയങ്ങളിൽ സ്മാർട്ട് ക്ലാസ്റൂമുകൾ ഒരുക്കിയും അധ്യയന നിലവാരം ഉയർത്തിയും പുതിയ കെട്ടിടങ്ങൾ പണിതും ലാബുകളും ലൈബ്രറികളും പണികഴിപ്പിച്ചുമെല്ലാം സ്കൂളുകളെ മികച്ച നിലവാരത്തിലേക്ക് ഉയർത്തിയതിന്റെ ഫലമായുണ്ടായ മാറ്റമാണ്.

പൊതുവിദ്യാഭ്യാസ സംരക്ഷണയജ്ഞം നിലവിൽ വന്നതിനുശേഷം കിഫ്ബി വഴി മാത്രം 2,500 കോടി രൂപയുടെ അടിസ്ഥാനസൗകര്യ വികസനമാണ് പൊതുവിദ്യാലയങ്ങളിൽ നടന്നത്. അഞ്ചുകോടി മുതൽമുടക്കി 141 സ്കൂൾ കെട്ടിടങ്ങളും മൂന്ന് കോടി മുതൽമുടക്കി 386 സ്കൂൾ കെട്ടിടങ്ങളും ഒരു കോടി മുതൽമുടക്കി 446 സ്കൂൾ കെട്ടിടങ്ങളും നിർമ്മിക്കുന്നതിനുള്ള നടപടികൾ സ്വീകരിച്ചു. പ്ലാൻ ഫണ്ട് ഉപയോഗിച്ച് 654 കോടി രൂപയ്ക്ക് 549 സ്കൂൾ കെട്ടിടങ്ങൾക്കാണ് ഭരണാനുമതി നൽകിയത്. 45,790 ലാപ്ടോപ്പുകൾ വിദ്യാകിരണം പദ്ധതിയുടെ ഭാഗമായി വിതരണം ചെയ്തു. 4,752 സ്കൂളുകളിലായി 45,000 ഹൈടെക് ക്ലാസ്മുറികളും 11,257 ഹൈടെക് ലാബുകളും സജ്ജമാക്കി. ഇത്തരം നേട്ടങ്ങളെ അടുത്ത തലത്തിലേക്ക് ഉയർത്തുകയാണ് ഇപ്പോൾ സർക്കാർ ചെയ്യുന്നത്. അതിനുതകുന്നതാവും റോബോട്ടിക് കിറ്റുകൾ സജ്ജമാക്കുന്ന പുതിയ പദ്ധതിയും.

ഒരു വൈജ്ഞാനിക നൂതനത്വ സമൂഹമായി കേരളത്തെ പരിവർത്തിപ്പിക്കാൻ പ്രതിജ്ഞാബദ്ധമാണ് ഇടതുപക്ഷ ജനാധിപത്യ മുന്നണി സർക്കാർ. അതിനായി സമഗ്രമായ ഇടപെടലുകൾ ആവശ്യമാണ്. ആഗോള പ്രശസ്തമായ കേരളത്തിന്റെ ജനകീയ വിദ്യാഭ്യാസ മാതൃക വലിയ ഒരു അടിത്തറയാണ്. അതിൽ ഉറച്ചു നിന്നുകൊണ്ട് നാം വിജ്ഞാനത്തെ ഉൽപാദനോന്മുഖമായി മാറ്റുകയും അങ്ങനെ ഒരു നവകേരളം സൃഷ്ടിക്കുകയുമാണ് നമ്മുടെ ഉദ്ദേശ്യം. വിജ്ഞാനത്തിന്റെ സാർവത്രികമായ വിതരണവും നവീകരണവും അതിന് അനിവാര്യമാണ്. ലോകത്ത് എവിടെ ഉണ്ടാകുന്ന അറിവുകളെയും നമ്മുടെ സമ്പദ്ഘടനയോട് വിളക്കിച്ചേർക്കാനും അവയെ നാടിന്റെ പുരോഗതിക്കായി ഉപയോഗിക്കാനും കഴിയണം. അതിനുള്ള ശ്രമങ്ങളാണ് എൽഡിഎഫ് സർക്കാർ നടത്തിവരുന്നത്. അവ തീർച്ചയായും ഗുണകരമായ ഫലങ്ങൾ നമ്മുടെ പൊതുവിദ്യാഭ്യാസ രംഗത്ത് സൃഷ്ടിക്കുകയും ചെയ്യും.

കൃഷി

കാർഷിക മേഖലയുടെ ശാക്തീകരണത്തിന് 'ഞങ്ങളും കൃഷിയിലേക്ക്'

കാർഷികരംഗത്ത് എല്ലാ കുടുംബങ്ങളുടെയും ക്രിയാത്മകമായ ഇടപെടലുകൾ ഉറപ്പുവരുത്തുന്നതിനും കേരളത്തെ ഭക്ഷ്യ സ്വയംപര്യാപ്തതയിലേക്ക് എത്തിക്കുന്നതിനുമായി സംസ്ഥാന സർക്കാർ പുതുതായി ആവിഷ്കരിച്ച പദ്ധതിയാണ് 'ഞങ്ങളും കൃഷിയിലേക്ക്' എന്നത്. കേരളത്തിന്റെ വിവിധ മേഖലകളിലായി ഈ വർഷം കുറഞ്ഞത് പതിനായിരം കൃഷിക്കൂട്ടങ്ങൾ രൂപീകരിച്ച് കാർഷികമേഖലയെ ശാക്തീകരിക്കുന്നതിനും കർഷക വരുമാനം വർദ്ധിപ്പിക്കുന്നതിനുമാണ് ഈ പദ്ധതി ലക്ഷ്യമിടുന്നത്.

കാർഷിക സ്വയംപര്യാപ്തതയിലേക്കുള്ള വളർച്ചയിൽ ജനകീയ ഇടപെടലുകൾ വളരെ പ്രധാനമാണ്. അതുറപ്പുവരുത്താൻ കൂടി ഇതുവഴി സാധിക്കും. അതിനുതകുന്ന വിധത്തിൽ വിദ്യാർത്ഥികളും സ്ത്രീകളും തൊഴിലാളികളും പ്രൊഫഷണലുകളും ഉൾപ്പെടെ സമൂഹത്തിന്റെ നാനാതുറകളിലുള്ള വ്യക്തികളുടെ പങ്കാളിത്തം ഉറപ്പുവരുത്തിക്കൊണ്ടാണ് പദ്ധതി നടപ്പാക്കുന്നത്.

കാർഷികമേഖലയിലെ സ്വയംപര്യാപ്തത എന്ന ലക്ഷ്യം മുൻനിർത്തി നിരവധി ഇടപെടലുകളാണ് കഴിഞ്ഞ ഇടതുപക്ഷ ജനാധിപത്യ മുന്നണി സർക്കാർ നടത്തിയത്. പതിനാറിനം പച്ചക്കറികൾക്ക് തറവില പ്രഖ്യാപിച്ചു. നെല്ലിന് ഉയർന്ന സംഭരണ വില നൽകി. കേരഗ്രാമം, സുഭിക്ഷ കേരളം, വിള ഇൻഷുറൻസ് തുടങ്ങിയ പദ്ധതികൾ ആവിഷ്കരിച്ചു. അങ്ങനെ കാർഷികവിളകളുടെ ഉത്പാദനം, വിപണനം, കർഷകരുടെ ക്ഷേമം തുടങ്ങി വിവിധ മേഖലകളിൽ വലിയ തോതിലുള്ള മുന്നേറ്റം കൈവരിക്കാൻ കഴിഞ്ഞ ഇടതുപക്ഷ ജനാധിപത്യ മുന്നണി സർക്കാരിന്റെ കാലത്ത് നമുക്കു സാധിച്ചു. ആ മുന്നേറ്റത്തെ കൂടുതൽ ശാ

ക്തീകരിക്കാൻ കഴിയുന്ന ഇടപെടലുകളാണ് ഇപ്പോൾ അധികാരത്തിലുള്ള ഇടതുപക്ഷ ജനാധിപത്യ മുന്നണി സർക്കാർ നടത്തുന്നത്.

തരിശു ഭൂമിയിലടക്കം കൃഷിയിറക്കുന്ന പ്രവർത്തനങ്ങളാണ് നമ്മൾ ആവിഷ്കരിച്ചിട്ടുള്ളത്. കഴിഞ്ഞ ആറു വർഷത്തിനുള്ളിൽ 50,000 ഏക്കർ തരിശുഭൂമിയിലാണ് ഇത്തരത്തിൽ കൃഷിയിറക്കിയത്. ഇതുവഴി നെല്ലിന്റെ ഉത്പാദനവും ഉത്പാദനക്ഷമതയും സംസ്ഥാനത്ത് വർദ്ധിച്ചിട്ടുണ്ട്. 2016 ൽ 1.71 ലക്ഷം ഹെക്ടറിൽ മാത്രമുണ്ടായിരുന്ന നെൽകൃഷി പ്രളയം പോലെയുള്ള പ്രകൃതിദുരന്തങ്ങളെ അതിജീവിച്ച് ഇപ്പോൾ 2.3 ലക്ഷം ഹെക്ടറിലേക്ക് എത്തിനിൽക്കുന്നു. 2016 ൽ 6.28 മെട്രിക് ടണ്ണായിരുന്നു നമ്മുടെ പച്ചക്കറി ഉത്പാദനമെങ്കിൽ 2021 ൽ അത് 15.7 ലക്ഷം മെട്രിക് ടണ്ണിൽ എത്തിക്കാൻ നമുക്കായി. 7 ലക്ഷം മെട്രിക് ടൺ കൂടി ഉത്പാദിപ്പിക്കാന് കഴിഞ്ഞാൽ പച്ചക്കറി സ്വയംപര്യാപ്തതയിലേക്ക് നമുക്ക് എത്തിച്ചേരാനാവും.

2018 ൽ രൂപീകരിച്ച നാളികേര വികസന കൗൺസിൽ മുഖേന എല്ലാ വർഷവും തദ്ദേശസ്വയംഭരണ വാർഡുകളിൽ 75 തെങ്ങൻ തൈകൾ വിതരണം ചെയ്തു വരികയാണ്. 10 വർഷംകൊണ്ട് 2 കോടി തെങ്ങിൻ തൈകളാണ് ഇത്തരത്തിൽ വിതരണം ചെയ്യാൻ ലക്ഷ്യമിടുന്നത്. കഴിഞ്ഞ ആറു വർഷത്തിനുള്ളിൽ 250 ഹെക്ടർ വീതമുള്ള 335 കേരഗ്രാമങ്ങളാണ് യാഥാർത്ഥ്യമാക്കിയത്. കർഷകർക്ക് ശാസ്ത്രീയ പരിചരണമുറകൾ പരിചയപ്പെടാനും രോഗബാധിതമായ തെങ്ങുകൾ നീക്കം ചെയ്ത് സംസ്കരിക്കാനുമുള്ള സഹായങ്ങൾ ഇതുവഴി ലഭ്യമാക്കുന്നുണ്ട്.

കർഷകരുടെ ക്ഷേമം മുൻനിർത്തി രാജ്യത്തു തന്നെ ആദ്യമായി കർഷക ക്ഷേമനിധി ബോർഡ് ആരംഭിച്ച സംസ്ഥാനമാണ് കേരളം. വിവിധ പ്രകൃതിക്ഷോഭ ദുരന്തങ്ങളുടെ നഷ്ടപരിഹാര തുകയായി കർഷകർക്ക് 113.64 കോടി രൂപയാണ് കഴിഞ്ഞ സാമ്പത്തിക വർഷത്തിൽ അനുവദിച്ചത്. സംസ്ഥാന വിള ഇൻഷുറൻസ് പദ്ധതിയിൽ നിന്നും 31. 79 കോടി രൂപയും പ്രകൃതിക്ഷോഭ ദുരന്തത്തിന്റെ നഷ്ടപരിഹാരത്തിനായുള്ള പ്ലാൻ ഫണ്ടിൽ നിന്നും 67.29 കോടി രൂപയും ദുരന്ത പ്രതികരണ ഫണ്ടിൽ നിന്നും 16.92 കോടി രൂപയുമാണ് 1,10,677 കർഷകർക്കായി അനുവദിച്ചത്. കഴിഞ്ഞ വർഷം 2,04,100 കർഷകരാണ് സംസ്ഥാന വിള ഇൻഷുറൻസ് പദ്ധതിയിൽ അംഗങ്ങളായത്.

കാർഷികോത്പാദനം മെച്ചപ്പെടുത്തുന്നതു പോലെ തന്നെ പ്രധാനമാണ് കർഷകരുടെ ക്ഷേമം ഉറപ്പുവരുത്തുന്നതും എന്ന് മനസ്സിലാക്കി പ്രവർത്തിക്കുന്ന സർക്കാരാണ് ഇവിടെയുള്ളത് എന്നത് ഇതിൽനിന്നു തന്നെ വ്യക്തമാണ്. കാർഷിക മേഖലയ്ക്ക് ഈ സർക്കാർ നൽകുന്ന പ്രാധാന്യം മനസ്സിലാക്കാൻ ബജറ്റിലൂടെ ഒന്ന് കണ്ണോടിച്ചാൽ മതിയാകും. ഈ വർഷം കൃഷിവകുപ്പിനുള്ള ആകെ അടങ്കൽ 881.96 കോടി രൂപയാണ്. ഇത് മുൻവർഷത്തേക്കാൾ 48 കോടി രൂപ അധികമാണ്.

മുൻപുതന്നെ കേരളത്തിൽ റബർ വിലസ്ഥിരതാ ഫണ്ട് ഏർപ്പെടു

ത്തിയിട്ടുണ്ട്. സുഗന്ധവ്യഞ്ജനങ്ങൾ ഉൾപ്പെടെയുള്ള കാർഷിക വിളകളുടെ മൂല്യവർദ്ധനവിന് സ്പൈസസ്, റബർ, ഫുഡ്, കോഫി, കോക്കനട്ട് തുടങ്ങിയ പാർക്കുകളും മറ്റു പ്രത്യേക സംവിധാനങ്ങളും ഒരുക്കുകയാണ്. കർഷകരുടെ വരുമാനം വർധിപ്പിക്കുന്നതിനും കാർഷികോത്പാദനം കാര്യക്ഷമമാക്കുന്നതിനും മൂല്യവർദ്ധനവ് പ്രധാനമാണ്. ഇത്തരത്തിൽ സമൂലമായ ഇടപെടലുകളാണ് കാർഷികമേഖലയിൽ സംസ്ഥാന സർക്കാർ നടത്തുന്നത്.

കാർഷിക മേഖലയെ സ്വകാര്യ കമ്പനികൾക്കായി തുറന്നുകൊടുക്കുന്ന സമീപനം രാജ്യത്ത് നിലനിൽക്കുമ്പോഴാണ് കേരളത്തിൽ ഇപ്രകാരം കാർഷിക മേഖലയിലെ പൊതുഇടപെടൽ വർദ്ധിപ്പിച്ചുകൊണ്ട് കാർഷിക വളർച്ചയും കർഷക ക്ഷേമവും ഉറപ്പുവരുത്തുന്നത് എന്നതു നാം ഓർക്കണം. ഇടതുപക്ഷം മുന്നോട്ടുവയ്ക്കുന്ന ബദലാണിത്.

കൃഷിയിടത്തെ അടിസ്ഥാന യൂണിറ്റാക്കി കണക്കാക്കി ലഭ്യമായ വിഭവശേഷി ശാസ്ത്രീയമായി ഉപയോഗപ്പെടുത്തി ഉത്പാദനവും വരുമാനവും വർദ്ധിപ്പിക്കുക എന്ന ലക്ഷ്യത്തോടെയാണ് ഇത്തവണത്തെ ബജറ്റിൽ ഫാം പ്ലാൻ ആവിഷ്കരിച്ചിട്ടുള്ളത്. മൂന്ന് പുതിയ സ്കീമുകളിലൂടെയാണ് ഈ വികസന സമീപനം ലക്ഷ്യപ്രാപ്തിയിലെത്തിക്കുക. ആകെ 29 കോടി രൂപയാണ് ഇതിനായി നീക്കിവെച്ചിരിക്കുന്നത്. വിളനാശത്തിന്റെ വ്യാപ്തി, കീടബാധയുടെ വിശദാംശങ്ങൾ എന്നിവയുടെ സൂക്ഷ്മമായ വിവര ശേഖരണം നടത്തുന്നതിനായി സ്റ്റാർട്ടപ്പുകൾ മുഖേന ഡ്രോണുകളുടെ നിർമ്മാണവും ഉപയോഗവും കൂടി ഈ പദ്ധതി വഴി ലക്ഷ്യമിടുന്നുണ്ട്.

സുസ്ഥിര നെൽകൃഷി വികസനത്തിന് ഉത്പാദനോപാധികൾക്കുള്ള സഹായം ഹെക്ടറിന് 550 രൂപ നിരക്കിൽ നൽകുന്നതിനും നെൽവയൽ ഉടമസ്ഥർക്ക് ഹെക്ടറിന് 300 രൂപ നിരക്കിൽ റോയൽറ്റി നൽകുന്നതിനും ഉൾപ്പെടെ 76 കോടി രൂപയാണ് നെൽകൃഷി വികസനത്തിനായി നീക്കിവെച്ചിരിക്കുന്നത്. നെല്ലിന്റെ താങ്ങുവില 28.20 രൂപയായി ഉയർത്തുന്നതിന് 50 കോടി രൂപയും വകയിരുത്തിയിട്ടുണ്ട്. കർഷകർക്കും വിളകൾക്കുമുള്ള ഇൻഷുറൻസ് പരിരക്ഷയുടെ വിഹിതം 30 കോടി രൂപയായി ഉയർത്തുകയാണ്.

പച്ചക്കറി കൃഷി പ്രോത്സാഹിപ്പിക്കുന്നതിന് വെജിറ്റബിൾ ആന്റ് ഫ്രൂട്ട് പ്രൊമോഷൻ കൗൺസിൽ കേരളയ്ക്കുള്ള അടങ്കൽ തുക 25 കോടി രൂപയായി വർദ്ധിപ്പിച്ചിട്ടുണ്ട്. കർഷകരുടെ ഉത്പന്നങ്ങൾ വിൽക്കാൻ ഇക്കോ ഷോപ്പുകളുടെ പുതിയ ശൃംഖലയും വിഭാവനം ചെയ്തിട്ടുണ്ട്. മലയോര മേഖലകളിൽ ഉത്പാദിപ്പിക്കപ്പെടുന്ന പഴവർഗ്ഗങ്ങളും പച്ചക്കറികളും കേടുകൂടാതെ ഉപഭോക്താക്കളിൽ എത്തിക്കുന്നതിനുള്ള കോൾഡ് ചെയിൻ സൗകര്യം കൂടുതൽ ശക്തിപ്പെടുത്തുന്നതിനായി 10 കോടി രൂപയാണ് അനുവദിച്ചിരിക്കുന്നത്. പഴവർഗ്ഗങ്ങളുടെ ഉത്പാദനവും ഉത്പാദനക്ഷമതയും വർദ്ധിപ്പിക്കുന്നതിനുള്ള പ്രവർത്തനങ്ങൾക്കും

18.92 കോടി രൂപയും കാലാവസ്ഥാ വ്യതിയാനത്തിന്റെ അടിസ്ഥാനത്തിൽ ശാസ്ത്രീയ കാർബൺ തുല്യതാ കാർഷിക രീതികൾക്ക് 6 കോടി രൂപയും നീക്കിവെച്ചിട്ടുണ്ട്.

കാർഷിക സേവനങ്ങളും കാർഷിക കർമ്മസേനകളും ശക്തിപ്പെടുത്തി ഏകജാലക വിതരണ സംവിധാനം വികസിപ്പിക്കുന്നതിന് കൃഷിശ്രീ കേന്ദ്രങ്ങൾ എന്ന പേരിൽ കാർഷിക മേഖലയിൽ സ്വയംസഹായ ഗ്രൂപ്പുകൾ രൂപീകരിക്കാൻ സർക്കാർ തയ്യാറായിട്ടുണ്ട്. സംസ്ഥാനത്തെ വിദ്യാഭ്യാസ മേഖലയെ കാർഷികരംഗവുമായി ബന്ധിപ്പിക്കേണ്ടതുണ്ട്. യുവതലമുറ ആർജിക്കുന്ന നൂതനമായ അറിവുകളെ കാർഷിക മേഖലയ്ക്ക് പ്രയോജനകരമാക്കിത്തീർക്കാൻ ഉതകുന്ന വ്യക്തമായ പദ്ധതികളാണ് സർക്കാരിനുള്ളത്. അതിന്റെ ആദ്യ ഘട്ടമെന്ന നിലയിൽ അവസാന വർഷ അഗ്രികൾച്ചർ ഓർഗാനിക് ഫാമിംഗ് കോഴ്സ് വിദ്യാർത്ഥികൾക്കും, ഈ കോഴ്സ് പൂർത്തീകരിച്ചവർക്കും 2,500 രൂപ പ്രതിമാസ ഇൻസെന്റീവോടു കൂടി ആറു മാസത്തെ പ്രായോഗിക പരിശീലന പരിപാടിയും നടപ്പിലാക്കാൻ ഉദ്ദേശിക്കുന്നുണ്ട്.

ഇത്തരത്തിൽ കാർഷികമേഖലയിൽ വലിയ തോതിലുള്ള ഇടപെടലുകൾ തുടർന്നും നടത്തിയാൽ മാത്രമേ നാം വിഭാവനം ചെയ്യുന്ന തരത്തിൽ സ്വയംപര്യാപ്തതയിലേക്കുള്ള മുന്നേറ്റം സാധ്യമാവുകയുള്ളൂ. അതുകൊണ്ടുതന്നെയാണ് ഇത്തരത്തിലുള്ള പദ്ധതികൾ കാർഷികരംഗത്ത് സർക്കാർ നടപ്പാക്കുന്നത്. കേരളത്തിന്റെ കാർഷികാഭിവൃദ്ധി ഉറപ്പുവരുത്താൻ സർക്കാർ പ്രതിബദ്ധമാണ് എന്ന് ഇതിൽനിന്നൊക്കെ തന്നെ വ്യക്തമാണ്. ആ പ്രതിബദ്ധത വ്യക്തമാക്കുന്ന വിധത്തിലാണ് 2021 ലെ തിരഞ്ഞെടുപ്പ് പ്രകടന പത്രികയിൽ കാർഷികമേഖലയുമായി ബന്ധപ്പെട്ട വാഗ്ദാനങ്ങൾ മുന്നോട്ടുവച്ചത്.

ഏകോപിത പ്രവർത്തനങ്ങളിലൂടെ അഞ്ചു വർഷംകൊണ്ട് കേരളത്തിലെ കൃഷിക്കാരുടെ വരുമാനത്തിൽ 50 ശതമാനം വർദ്ധന സൃഷ്ടിക്കാനാണ് ശ്രമിക്കുന്നത്. ഇതു മോണിറ്റർ ചെയ്യുന്നതിന് എല്ലാ വർഷവും ശാസ്ത്രീയാടിസ്ഥാനത്തിൽ തെരഞ്ഞെടുത്ത കുടുംബങ്ങളുടെ വരുമാന കണക്ക് ഇക്കണോമിക്സ് & സ്റ്റാറ്റിസ്റ്റിക്സ് വകുപ്പു വഴി ശേഖരിക്കും. നെല്ലിന്റെ ഉൽപ്പാദനക്ഷമത ഹെക്ടറിന് 45 ടണ്ണായി ഉയർത്തും. അതുപോലെ ഓരോ വിളയുടെയും ഉൽപ്പാദനക്ഷമതയുടെ ടാർഗറ്റുകൾ നിശ്ചയിക്കുകയും വിത്ത്, വളം, വെള്ളം, കാർഷികവൃത്തി എന്നിവയിലെ ശാസ്ത്രീയ ഇടപെടലുകളിലൂടെ അവ കൈവരിക്കുകയും ചെയ്യും.

നീർത്തട പദ്ധതികളുടെ അടിസ്ഥാനത്തിൽ നദീതട പദ്ധതികൾ രൂപീകരിക്കും. വിള കലണ്ടറും പ്ലാനും തയ്യാറാക്കും. അയൽക്കൂട്ട ക്ലസ്റ്ററുകളുടെ അടിസ്ഥാനത്തിൽ സംയോജിത ബഹുവിള പുരയിടകൃഷിയെ പ്രോത്സാഹിപ്പിക്കും. വിത്ത്, വളം തുടങ്ങിയവയുടെ വിതരണം, ചെറുകിട യന്ത്രവൽക്കരണം, സസ്യസംരക്ഷണ പ്രവർത്തനങ്ങൾ എന്നിവ കൂട്ടായി നടത്തും. നഗര കൃഷിയെ പ്രോത്സാഹിപ്പിക്കും. റസി

ഡന്റ്സ് അസോസിയേഷനുകൾ കേന്ദ്രീകരിച്ച് ടെറസ്, മുറ്റംകൃഷികൾ പ്രോത്സാഹിപ്പിക്കും. ഗാർഹിക മാലിന്യ കമ്പോസ്റ്റിങ്ങിനെയും നഗര കൃഷിയേയും സംയോജിപ്പിക്കും. ഫ്ളാറ്റുകളിലും മറ്റും മലിനജല പുനഃചംക്രമണം പച്ചക്കറി കൃഷിക്ക് ഉപയോഗപ്പെടുത്തും.

കേരളത്തിലെ വലിയൊരു കാർഷിക മേഖലയാണ് റബർ ഉത്പാദനം. എന്നാൽ, അന്താരാഷ്ട്ര വാണിജ്യ കരാറുകളുടെ പാർശ്വഫലങ്ങൾ ആ മേഖല അഭിമുഖീകരിക്കുന്നുണ്ട്. അതിനറുതി വരുത്താൻ റബർ ലാറ്റക്സും റബർ ഷീറ്റും കാർഷികോത്പന്നമായി പ്രഖ്യാപിക്കുന്നതിന് കേന്ദ്രസർക്കാരിൽ സമ്മർദ്ദം ചെലുത്തുകയാണ്. അതിനു പുറമെ റബർ ഇറക്കുമതി നിയന്ത്രിക്കുന്നതിനുള്ള ഇടപെടലും നടത്തുകയാണ്. കോട്ടയത്ത് ന്യൂസ് പ്രിന്റ് ഫാക്ടറി സർക്കാർ ഏറ്റെടുത്തിട്ടുണ്ട്. അവിടുത്തെ മിച്ചഭൂമിയിൽ ടയർ ഫാക്ടറി അടക്കമുള്ള റബർ പാർക്ക് സ്ഥാപിക്കുന്ന കാര്യം പരിശോധിക്കുകയാണ്. കൃഷിക്കാരിൽ നിന്നും ലാറ്റക്സ് സംഭരിക്കുന്നതിന് അമുൽ മോഡലിൽ സഹകരണസംഘം സ്ഥാപിക്കും. ലാറ്റക്സ് അധിഷ്ഠിത വ്യവസായങ്ങൾക്ക് പലിശ സബ്സിഡിയും സൗജന്യ പാട്ടഭൂമിയും അനുവദിക്കും.

ഇത്തരം മുൻകൈകൾ സർക്കാരിന്റെ ഭാഗത്തുനിന്നുണ്ടാകുമ്പോൾത്തന്നെ കാർഷിക സ്വയംപര്യാപ്തത എന്നത് ഓരോ പൗരനും സ്വന്തം ഉത്തരവാദിത്വമായി ഏറ്റെടുക്കേണ്ടതു കൂടിയുണ്ട്. അപ്പോൾ മാത്രമേ സർക്കാർ വിഭാവനം ചെയ്ത തരത്തിലുള്ള കാർഷിക മുന്നേറ്റം നമുക്കു കൈവരിക്കാനാവൂ. കാർഷിക സ്വയംപര്യാപ്തത നമ്മുടെ സമ്പദ്ഘടനയുടെ സുസ്ഥിരമായ നിലനിൽപ്പിന് എത്രത്തോളം അനിവാര്യമാണെന്ന് നമ്മുടെ അയൽ രാജ്യങ്ങളുടെ അവസ്ഥ നമ്മെ ഓർമ്മിപ്പിക്കുന്നുണ്ട്. അതുകൊണ്ടുതന്നെ കാർഷിക സ്വയംപര്യാപ്തത നാം കൈവരിച്ചേ മതിയാവൂ. അതിലേക്കുള്ള സുപ്രധാന ചുവടുവെയ്പ്പായിരിക്കും പുതിയ പദ്ധതി.

കർഷകത്തൊഴിലാളികളുടെ അവകാശങ്ങൾക്കായി ഒന്നിച്ചു മുന്നോട്ട്

നമ്മുടെ രാജ്യത്തുടനീളമുള്ള കർഷകത്തൊഴിലാളികൾ അനുഭവിക്കുന്ന ചൂഷണത്തിന് അറുതിവരുത്താനാണ് കർഷകത്തൊഴിലാളി യൂണിയൻ രൂപീകരിച്ചത്. പോരാട്ടങ്ങളുടെ ഭാഗമായി നിസ്വാർത്ഥമായി ജീവൻ വെടിഞ്ഞ നിരവധി രക്തസാക്ഷികൾ തീർത്ത അടിത്തറയിലാണ് ഈ പ്രസ്ഥാനം കെട്ടിപ്പടുത്തത്.

കർഷകരും കർഷകത്തൊഴിലാളികളും നയിച്ച സമരങ്ങളുടെ സമ്പന്നമായ പാരമ്പര്യമാണ് തെലങ്കാനയ്ക്കുള്ളത്. ഇവിടെ നിൽക്കുമ്പോൾ, ഞാൻ അവരെ ഓർമ്മിക്കുകയാണ്. 1940കളുടെ അവസാനത്തിൽ തെലങ്കാനയിലെ കർഷകരുടെ വീരോചിതമായ പോരാട്ടമാണ് ഭൂപരിഷ്കരണമെന്ന വിഷയം രാജ്യത്തിന്റെ അജൻഡയിൽ പ്രതിഷ്ഠിച്ചത്. ഖമ്മം ജില്ലയിൽ തന്നെ, 15 വർഷം മുമ്പ്, മുതിഗോണ്ടയിൽ ഭൂമിക്കുവേണ്ടിയുള്ള ധീരമായ സമരങ്ങൾ നാം കണ്ടു. ആ പോരാട്ടങ്ങൾ സമ്മാനിക്കുന്ന ഊർജമുൾക്കൊണ്ട് നവ ഇന്ത്യ കെട്ടിപ്പടുക്കാൻ പര്യാപ്തമായ ജനകീയ മുന്നേറ്റങ്ങൾക്ക് നേതൃത്വം നൽകാൻ നമുക്ക് സാധിക്കണം. തൊഴിലാളികളുടെ അവകാശങ്ങൾ സംരക്ഷിക്കപ്പെടുന്ന, കർഷകർക്കും കർഷകത്തൊഴിലാളികൾക്കും അവരുടെ മൊത്തം ഉൽപ്പാദനച്ചെലവിനേക്കാൾ അധിക വരുമാനം ഉറപ്പുനൽകുന്ന ഒരു പുതിയ ഇന്ത്യയാണ് നമുക്കാവശ്യം.

നാനാത്വത്തിൽ ഏകത്വം എന്ന നമ്മുടെ ആദരണീയമായ ആദർശത്തിന് ഭീഷണിയായി, ന്യൂനപക്ഷങ്ങൾക്കും പാർശ്വവൽക്കരിക്കപ്പെട്ടവർക്കും എതിരായ ആക്രമണങ്ങൾ രാജ്യത്തുടനീളം വർദ്ധിച്ചുവരികയാണ്. 2014ൽ കേന്ദ്രത്തിൽ ബി.ജെ.പി അധികാരത്തിൽ വന്നതിനുശേഷം അതിന്റെ തോത് വർധിച്ചു. ഭക്ഷണത്തിനും വസ്ത്രത്തിനുമുള്ള

അവകാശം പോലും ലംഘിക്കപ്പെടുന്നു. പാർശ്വവൽക്കരിക്കപ്പെട്ട വിഭാഗങ്ങളെ രണ്ടാംതരം പൗരന്മാരായി മാത്രമാണ് സംഘപരിവാർ കാണുന്നത്. ഭയത്തിന്റെ അന്തരീക്ഷം സൃഷ്ടിച്ച്, അവരെ കീഴ്പ്പെടുത്തുകയും തങ്ങളുടെ നിബന്ധനകൾ പാലിക്കാൻ അവരെ നിർബന്ധിക്കുകയും ചെയ്യുന്നു.

വിവിധ സംസ്കാരങ്ങളുടെയും ഭാഷകളുടെയും വിശ്വാസങ്ങളുടെയും ജനങ്ങളുടെയും നാടാണ് ഇന്ത്യ. സ്വാതന്ത്ര്യ സമരകാലത്ത് അവരെല്ലാം ഒരു രാഷ്ട്രമായി ഒന്നിച്ചു. കൊളോണിയൽ വിരുദ്ധ പോരാട്ടത്തിൽ മതത്തിന്റെയോ ജാതിയുടെയോ പ്രദേശത്തിന്റെയോ പേരിലുള്ള വ്യത്യാസങ്ങൾക്ക് ഇടമുണ്ടായിരുന്നില്ല. ഇന്ന് ആ ദേശീയതയെ വർഗീയവാദികളായ ഹിന്ദുത്വ ശക്തികൾ സ്വന്തമാക്കാൻ ശ്രമിക്കുകയാണ്. എന്താണ് ദേശീയതയെന്നും ആരാണ് ദേശവിരുദ്ധരെന്നും അവർ നിശ്ചയിക്കുന്ന നിലവന്നിരിക്കുന്നു.

അത്തരം സർട്ടിഫിക്കറ്റുകൾ നൽകാൻ ശ്രമിക്കുന്നവർ ആകസ്മികമായി പോലും നമ്മുടെ ദേശീയ പ്രസ്ഥാനത്തിന്റെ ഭാഗമായിരുന്നില്ല എന്നത് ശ്രദ്ധിക്കേണ്ടതാണ്. യാതൊരു വിമുഖതയും കൂടാതെ ബ്രിട്ടീഷ് സാമ്രാജ്യത്തിന്റെ വിശ്വസ്ത പ്രജകളായി കഴിഞ്ഞവരാണവർ. ബ്രിട്ടീഷുകാരോട് പോരാടി ഊർജ്ജം പാഴാക്കരുതെന്ന് ഹിന്ദു യുവാക്കളെ ഉദ്ബോധിപ്പിച്ചത് ആർ എസ് എസ് സൈദ്ധാന്തികനായ ഗോൾവാൾക്കറാണ്. ദ്വിരാഷ്ട്ര സിദ്ധാന്തം മുഹമ്മദ് അലി ജിന്ന അവതരിപ്പിക്കുന്നതിന് പത്തു വർഷം മുമ്പ് വി ഡി സവർക്കർ ഉയർത്തിപ്പിടിച്ചതാണ്.

അത്തരം ശ്രമങ്ങളെ ചെറുക്കുകയും സംഘപരിവാർ അജൻഡയെ ചോദ്യംചെയ്യുകയും ചെയ്യുന്നവരെയെല്ലാം ദേശവിരുദ്ധരായി മുദ്രകുത്തുകയാണ്. ജനങ്ങൾക്കുവേണ്ടി പോരാടുന്നവരെ അറസ്റ്റുചെയ്യുന്നു. ആർ എസ് എസും അതിന്റെ നേതൃത്വത്തിലുള്ള ബി ജെ പി സർക്കാരും നമ്മുടെ രാജ്യത്ത് സ്വേച്ഛാധിപത്യപരവും ജനാധിപത്യവിരുദ്ധവുമായ ഭരണത്തിന് വഴിയൊരുക്കുകയാണ്.

നവലിബറൽ നയങ്ങൾ നിർദ്ദയം നടപ്പാക്കാൻ അവർ വർഗീയതയെ പുകമറയാക്കുകയാണ് ചെയ്യുന്നത്. തൽഫലമായി, കോർപ്പറേറ്റുകൾ കൂടുതൽ സമ്പന്നരാകുകയും ജനങ്ങൾ കൂടുതൽ ദരിദ്രരാകുകയും ചെയ്യുന്നു. തൊഴിലില്ലായ്മ എക്കാലത്തേക്കാളും വളർന്നിരിക്കുന്നു. 2014ൽ എൻഡിഎ സർക്കാർ അധികാരത്തിൽ വരുമ്പോൾ കേന്ദ്രസർവീസുകളിൽ 4.21 ലക്ഷം തസ്തികകൾ ഒഴിഞ്ഞുകിടക്കുകയായിരുന്നു. ഇപ്പോഴത് 10 ലക്ഷമായി ഉയർന്നു. ഇതിൽ 8.5 ലക്ഷം തസ്തികകൾ സാധാരണക്കാർ കൂടുതലായി ആശ്രയിക്കുന്ന ഗ്രൂപ്പ് സിയിലാണ് ഉൾപ്പെട്ടിരിക്കുന്നത്.

കേന്ദ്രസർവീസുകളിൽ 10 ലക്ഷം തസ്തികകൾ ഒഴിഞ്ഞുകിടക്കുമ്പോൾ, കഴിഞ്ഞ 8 വർഷത്തിനിടയിൽ 0.33% അപേക്ഷകർക്ക് മാത്രമേ നിയമനം ലഭിച്ചിട്ടുള്ളു. ഇന്ത്യൻ റെയിൽവേയിൽ 3.03 ലക്ഷം ഒഴിവു

കൾ നികത്താതെ അവശേഷിക്കുന്നു. ആംഡ് ഫോഴ്സിൽ 1.25 ലക്ഷവും ഡിഫൻസ് സർവീസിൽ 2 ലക്ഷവും തസ്തികകൾ ഒഴിഞ്ഞുകിടക്കുകയാണ്. എന്നിട്ടും താൽക്കാലിക നിയമനങ്ങളോടെയുള്ള അഗ്നിപഥ് പദ്ധതി നടപ്പാക്കുകയാണ്. 20 നും 24 നും ഇടയിൽ പ്രായമുള്ള യുവാക്കളിൽ 42 % പേർ തൊഴിൽരഹിതരായ ഒരു രാജ്യത്താണ് ഇത് സംഭവിക്കുന്നത്.

സെന്റർ ഫോർ മോണിറ്ററിംഗ് ഇന്ത്യൻ ഇക്കണോമിയുടെ കണക്കനുസരിച്ച് ജൂൺ, ജൂലൈ മാസങ്ങളിൽ മാത്രം വ്യവസായ, സേവന മേഖലകളിൽ 80 ലക്ഷം തൊഴിലവസരങ്ങൾ നഷ്ടപ്പെട്ടു. ജോലി ചെയ്യാൻ കഴിവുള്ള 90 കോടിയിൽ 61.2% പേർ ജോലികൾ ലഭ്യമല്ലാത്തതിനാൽ തൊഴിൽ തേടുന്നത് നിർത്തി. 2016–17ൽ കേന്ദ്ര പൊതുമേഖലാ സ്ഥാപനങ്ങളിൽ 11.29 ലക്ഷം ജീവനക്കാരാണ് ഉണ്ടായിരുന്നത്. 2021 ൽ ഇത് 8.61 ലക്ഷമായി കുറഞ്ഞു. അഞ്ച് വർഷത്തിനിടെ 2.68 ലക്ഷം ജീവനക്കാരുടെ കുറവുണ്ടായി.

2017–18 ൽ രാജ്യത്ത് 19.2% തൊഴിലാളികൾ സംഘടിത മേഖലയിലാണ് ജോലി ചെയ്തിരുന്നത്. 2019–20 ൽ ഇത് 17.8 ശതമാനമായി കുറഞ്ഞു. സംഘടിത മേഖലകളിൽ നിന്ന് അസംഘടിത മേഖലകളിലേക്ക് പ്രവേശിക്കാൻ ആളുകൾ നിർബ്ബന്ധിതരാകുകയാണ്. ഇപ്പോൾ ഇന്ത്യയിലെ 82% തൊഴിലാളികളും മതിയായ തൊഴിൽ സുരക്ഷയോ ആനുകൂല്യങ്ങളോ ഇല്ലാതെയാണ് ജോലി ചെയ്യുന്നത്. തൊഴിലാളികളുടെയും കർഷകരുടെയും കർഷക തൊഴിലാളികളുടെയും അവകാശങ്ങൾ കൂടുതൽ വെട്ടിച്ചുരുക്കുന്നു. തൊഴിൽ നിയമങ്ങൾ വഴി തൊഴിൽ സുരക്ഷയും തൊഴിലാളികളുടെ അവകാശങ്ങളും ഇല്ലാതാക്കുകയാണ്. തൊഴിലാളികൾക്ക് യൂണിയനുണ്ടാക്കാൻ കഴിയില്ല, തൊഴിലാളികളുടെ പ്രശ്നങ്ങൾ ഏറ്റെടുക്കാൻ യൂണിയനുകൾക്ക് കഴിയില്ല.

കാർഷികോൽപ്പന്നങ്ങളുടെ ഉൽപ്പാദനവും സംഭരണവും വിതരണവും കോർപ്പറേറ്റുകളെ ഏൽപ്പിക്കാൻ കാർഷിക നിയമങ്ങൾ കൊണ്ടുവന്നു. അഖിലേന്ത്യാ കിസാൻ സഭ പോലുള്ള സംഘടനകളുടെ നേതൃത്വത്തിലും ഓൾ ഇന്ത്യ അഗ്രികൾച്ചറൽ വർക്കേഴ്സ് യൂണിയൻ പോലുള്ള സംഘടനകളുടെ പിന്തുണയോടെയും നടന്ന കർഷക സമരങ്ങൾ കർഷക നിയമങ്ങൾ പിൻവലിക്കാൻ കേന്ദ്ര സർക്കാരിനെ നിർബന്ധിതമാക്കിയെങ്കിലും, അവ മറ്റ് രൂപങ്ങളിൽ അവതരിപ്പിക്കാനുള്ള ശ്രമങ്ങൾ തുടരുകയാണ്.

2014 നും 2021 നും ഇടയിൽ ദിവസ വേതന തൊഴിലാളികളുടെ ആത്മഹത്യയിൽ ഇരട്ടി വർധനയുണ്ടായി. കഴിഞ്ഞ 3 വർഷത്തിനിടെ മാത്രം ഒരു ലക്ഷത്തിലധികം തൊഴിലാളികൾ ആത്മഹത്യ ചെയ്തു. നവലിബറൽ സാമ്പത്തിക നയങ്ങളുടെ ഇരകളാണിവർ. നവലിബറൽ സാമ്പത്തിക നയങ്ങൾ രാജ്യത്ത് നാശം വിതയ്ക്കുകയാണ്. 1991 ൽ കോൺഗ്രസ് സർക്കാരാണ് നവലിബറൽ പരിഷ്കാരങ്ങൾക്ക് തുടക്കമി

ട്ടത്. തുടർന്ന്, ബി ജെ പി സർക്കാരുകൾ കൂടുതൽ ഊർജസ്വലതയോടെ ഇത്തരം നയങ്ങൾ നടപ്പാക്കുകയാണ്.

കർഷകത്തൊഴിലാളികളും കർഷകരും ഈ രാജ്യത്തിന്റെ നട്ടെല്ലാണ്. ജനസംഖ്യയുടെ 50 ശതമാനത്തോളം ആളുകൾ കൃഷിയെ ഉപജീവനത്തിനായി ആശ്രയിക്കുന്ന രാജ്യമാണ് നമ്മുടേത്. എന്നിട്ടും, ഈ മേഖലയിൽ പണിയെടുക്കുന്നവരുടെ ദുരിതങ്ങൾ അനുദിനം വർധിച്ചുവരുന്നതായി നാം കാണുന്നു. നമ്മുടെ കാർഷിക മേഖല അനുഭവിക്കുന്ന നിരാശയുടെ യഥാർത്ഥ ചിത്രം ലഭിക്കാൻ വർഷങ്ങളായി കൃഷി ഉപേക്ഷിച്ചവരുടെയും ആത്മഹത്യ ചെയ്തവരുടെയും എണ്ണം മാത്രം നോക്കിയാൽ മതിയാകും.

1991 ൽ ഇന്ത്യ നവലിബറൽ പരിഷ്കരണങ്ങളിലേക്ക് തിരിഞ്ഞതിനുശേഷം 25 വർഷത്തിനുള്ളിൽ, 1.5 കോടിയിലധികം പ്രധാന കർഷകർ കൃഷി ഉപേക്ഷിച്ചു. കർഷകരുടെ കാര്യം അങ്ങനെയാണെങ്കിൽ, കർഷകത്തൊഴിലാളികളുടെ ദുരവസ്ഥ അതിലും ഭീതിദമായിരിക്കുമെന്നതിൽ സംശയമില്ല. ഓരോ അരമണിക്കൂറിലും ഒരാൾ എന്ന കണക്കിൽ 1995 മുതൽ 4 ലക്ഷം കർഷകർ ആത്മഹത്യ ചെയ്തിട്ടുണ്ട്. 2015 മുതൽ ലഭ്യമായ സ്ഥിതിവിവരക്കണക്കുകൾ പ്രകാരം, പ്രതിവർഷം ശരാശരി 16,000 കർഷകർ അവരുടെ ജീവിതം അവസാനിപ്പിക്കുന്നു. നമ്മുടെ രാജ്യത്തെ കർഷകരുടെയും കർഷകത്തൊഴിലാളികളുടെയും പരമമായ ദുരിതത്തിലേക്ക് വിരൽചൂണ്ടാൻ ഈ കണക്കുകൾ മതിയാകും. ഈ ആത്മഹത്യകൾ നിസ്സംശയമായും കാണിക്കുന്നത് ഇന്ത്യയിലെ കാർഷികമേഖല തീർത്തും തകർച്ചയിലാണെന്ന യാഥാർത്ഥ്യമാണ്.

മുതലാളിത്ത, വർഗീയ, സ്വേച്ഛാധിപത്യ സ്വഭാവവുമുള്ള ഒരു ഗവൺമെന്റാണ് ഇന്ന് നമുക്കുള്ളത്. യു പി എയ്ക്ക് ശേഷം വന്ന ബി ജെ പിയുടെ നേതൃത്വത്തിലുള്ള എൻഡിഎ സർക്കാർ നവലിബറൽ നയങ്ങൾ കാർഷികമേഖലയിൽ നവോന്മേഷത്തോടെ നടപ്പാക്കുകയാണ്. അതാണ് നമ്മുടെ കർഷകരുടെ ജീവിതത്തെ തകർത്തത്. കൃഷിക്കുള്ള ബജറ്റ് വിഹിതം വർഷം തോറും വെട്ടിക്കുറച്ചു. 2019-20ൽ 5% ആയിരുന്നത് 2022-23ൽ 3.4% ആയി കുറഞ്ഞു. കർഷകസൗഹൃദമായി ആഘോഷിച്ച ബജറ്റുകളിൽ പോലും കാർഷികമേഖലയ്ക്ക് അനുവദിച്ച ഫണ്ടിൽ വൻ വെട്ടിക്കുറവ് ഉണ്ടായി എന്നതാണ് യാഥാർഥ്യം.

നിസ്സംശയമായും, കാൽനൂറ്റാണ്ടിലെ നവലിബറൽ നയങ്ങൾ നമ്മുടെ രാജ്യത്ത് കൃഷിയുടെ മരണമണി മുഴക്കുക മാത്രമാണ് ചെയ്തത്. 1991ൽ കാർഷിക വളർച്ച 5.8% ആയിരുന്നെങ്കിൽ 2021-22 ൽ അത് 3.9% ആയി കുറഞ്ഞു. യു പി എയുടെ ജനദ്രോഹ നടപടികൾ അവസാനിപ്പിക്കുമെന്ന് പ്രതിജ്ഞ ചെയ്ത് അധികാരത്തിൽ വന്ന എൻഡിഎ അത്തരം നടപടികൾ തുടരുക മാത്രമാണ് ചെയ്യുന്നത്. യു പി എ സർക്കാരും എൻഡിഎ സർക്കാരും ഒരേ നാണയത്തിന്റെ ഇരുവശങ്ങളാണ്.

ഒരേയൊരു വ്യത്യാസം, രണ്ടാമത്തേത് പ്രത്യക്ഷമായും വർഗീയവും തീവ്ര ദേശീയവുമാണ് എന്നതാണ്.

കാർഷികമേഖലയിലെ പൊതുനിക്ഷേപം ഗണ്യമായി കുറയുമ്പോൾ കൃഷി ലാഭകരമല്ലാതായി മാറുന്നു. തന്മൂലം കാർഷികോൽപ്പാദനത്തിൽ ഇടിവ് സംഭവിക്കുന്നു. കാർഷികമേഖലയിൽ നിക്ഷേപിക്കുന്നതിൽ നിന്ന് സർക്കാർ പിൻവാങ്ങുമ്പോൾ, അത് കർഷകരെയും കർഷകത്തൊഴിലാളികളെയും സ്വകാര്യ പണമിടപാടുകാരിലേക്ക് നയിക്കുകയും കോർപ്പറേറ്റുകൾക്ക് കാർഷിക മേഖല അനായാസം പിടിച്ചെടുക്കാനുള്ള അവസരം സംജാതമാവുകയും ചെയ്യും.

വിത്തുപോലും ബഹുരാഷ്ട്ര കോർപ്പറേറ്റുകൾ പേറ്റന്റ് ചെയ്യുന്നു. കൃഷി ആരംഭിക്കുന്നതിന് ആവശ്യമായ പ്രാഥമിക മൂലധനച്ചെലവ് കുതിച്ചുയർന്നു. ഗ്രാമപ്രദേശങ്ങളിൽ കാർഷികവൃത്തിയിൽ ഏർപ്പെട്ടിരിക്കുന്നവരിൽ 60% പേരും കടക്കെണിയിൽ അകപ്പെട്ടുവെന്നതാണ് ഫലം. വിലനിയന്ത്രണങ്ങൾ ഇല്ലാതായപ്പോൾ, ഇറക്കുമതി തീരുവ പരിഹാസ്യമായ തലത്തിലേക്ക് താഴ്ത്തി.

നമ്മുടെ കർഷകരുടെ താൽപ്പര്യങ്ങൾക്കു വിരുദ്ധമായ ആസിയാൻ–ഇന്ത്യ കാർഷിക സഹകരണം പോലുള്ള കരാറുകൾ നടപ്പാക്കിയതോടെ സബ്സിഡിയുടെ പിന്തുണ ആസ്വദിക്കുന്ന വിദേശ കർഷകരുമായി നമ്മുടെ കർഷകർ മത്സരിക്കാൻ നിർബന്ധിതരാകുന്നു. ഈ കരാറുകൾ കാരണം വളം, വിത്ത്, കീടനാശിനി എന്നിവയ്ക്ക് മുമ്പ് ലഭ്യമായിരുന്ന സബ്സിഡി ഇപ്പോൾ ലഭ്യമല്ല. ഇവിടെ ഉൽപ്പാദിപ്പിക്കുന്ന അതേ ഇനം കാർഷികോൽപ്പന്നങ്ങൾ യാതൊരു നിയന്ത്രണവുമില്ലാതെ ഇറക്കുമതി ചെയ്യുന്നു. ഗാർഹിക കാർഷിക മേഖല നശിപ്പിക്കപ്പെടുകയും ഇറക്കുമതി ചെയ്ത കാർഷിക ഉൽപ്പന്നങ്ങളാൽ നമ്മുടെ വിപണികൾ നിറയുകയും ചെയ്യുന്നു. ഓരോ ദിവസവും കടന്നുപോകുന്തോറും കൃഷി കൂടുതൽ കൂടുതൽ പ്രയാസകരമാകുന്നു.

അതേസമയം, ആഭ്യന്തര ഉൽപ്പാദനം അപര്യാപ്തമായതിനാൽ രാജ്യത്തിന്റെ വിവിധ ഭാഗങ്ങളിൽ വിലക്കയറ്റം രൂക്ഷമാണ്. ഇത് കൃഷി ആരംഭിക്കുന്നതിനുള്ള പ്രാഥമിക ചെലവ് വർദ്ധിപ്പിക്കുക മാത്രമല്ല, ഭക്ഷണച്ചെലവിൽ കടുത്ത വർദ്ധനവ് സൃഷ്ടിക്കുകയും ചെയ്യുന്നു. പല സന്ദർഭങ്ങളിലും, ഭക്ഷണത്തിന്റെ വിലയിലെ കുത്തനെയുള്ള വർദ്ധനവ് അപര്യാപ്തമായ ഭക്ഷണ ഉപഭോഗത്തിലേക്കും പോഷകാഹാരക്കുറവിലേക്കും നയിക്കുന്നു. കരാർകൃഷി ചെയ്യുന്നവർക്ക് വീട്ടാവശ്യത്തിനാവശ്യമായ ഭക്ഷ്യധാന്യങ്ങൾപോലും സംരക്ഷിക്കാന് കഴിയുന്നില്ല.

ഇതിനെല്ലാം പുറമെയാണ് പണമിടപാടുകാരുടെ ഭീഷണി. ചുരുക്കത്തിൽ, ഗുരുതരമായ ശാരീരിക സമ്മർദ്ദം ആവശ്യമുള്ള ഒരു മേഖലയിൽ, അതോടൊപ്പം അധിക സാമ്പത്തിക ബുദ്ധിമുട്ടും കൂടിയായാൽ കർഷകനും കർഷകത്തൊഴിലാളിക്കും ആ മേഖലയിൽ തുടരാൻ കഴിയാത്ത അവസ്ഥ സംജാതമാകുന്നു. പച്ചപ്പുള്ള മേച്ചിൽപ്പുറങ്ങൾ തേടി

അവർ ദേശാടനം ചെയ്യാൻ നിർബന്ധിതരാകുന്നു. അവർ നമ്മുടെ രാജ്യത്തിന്റെ തന്നെ വിവിധ ഭാഗങ്ങളിൽ കുടിയേറ്റ തൊഴിലാളികളായി മാറുന്നു. അത്രയും ദയനീയമാണ് നമ്മുടെ കർഷകരുടെയും കർഷക തൊഴിലാളികളുടെയും അവസ്ഥ. എന്നിട്ടും അവർക്ക് കേന്ദ്രസർക്കാരിൽ നിന്ന് സഹായം ലഭിക്കുന്നില്ല.

കൃഷി മന്ത്രാലയത്തിന്റെതന്നെ കണക്കുകൾ പ്രകാരം പിഎം കിസാൻ പദ്ധതിയുടെ ഗുണഭോക്താക്കളുടെ എണ്ണം 2019 ഫെബ്രുവരിയിലെ ആദ്യ ഗഡുവിൽ 11.84 കോടിയിൽ നിന്ന് 2022 മെയ്, ജൂൺ മാസങ്ങളിൽ, അതിന്റെ 11–ാം ഗഡുവിൽ 3.87 കോടിയായി കുറഞ്ഞു. തെലങ്കാനയിൽ തന്നെ, ഗുണഭോക്താക്കളുടെ എണ്ണം 2019 ൽ 39.10 ലക്ഷത്തിൽ നിന്ന് 2022 ൽ 24.32 ലക്ഷമായി കുറഞ്ഞു. 2019 ലെ പൊതുതിരഞ്ഞെടുപ്പിന് തൊട്ടുമുമ്പ് അവതരിപ്പിച്ച പിഎം കിസാൻ പദ്ധതി ഒരു കൺകെട്ടു മാത്രമായിരുന്നുവെന്ന് ഈ കണക്കുകൾ വ്യക്തമാക്കുന്നു.

കർഷകരെയും കർഷകത്തൊഴിലാളികളെയും സഹായിക്കാൻ യൂണിയൻ സർക്കാർ വിമുഖത കാണിക്കുമ്പോൾ, കഴിഞ്ഞ 5 വർഷത്തിനിടെ മാത്രം 10 ലക്ഷം കോടി രൂപയുടെ കോർപ്പറേറ്റ് വായ്പകൾ എഴുതിത്തള്ളി. അതേസമയം, വെറും ആയിരം രൂപ വായ്പയെടുത്തവരുടെ ഭൂമിയും വീടും കാർഷികോപകരണങ്ങളും പിടിച്ചെടുക്കുകയാണ്. 2021 ലെ ഓക്സ്ഫാം റിപ്പോർട്ട് പ്രകാരം ഇന്ത്യയുടെ സമ്പത്തിന്റെ 77 ശതമാനവും മുകളിലുള്ള 10 ശതമാനം പേരുടെ കൈകളിലാണ്. താഴെയുള്ള 50% ആളുകൾ രാജ്യത്തിന്റെ സമ്പത്തിന്റെ 13% മാത്രമാണ് അനുഭവിക്കുന്നത്.

മുതലാളിമാരുടെയും സാമ്രാജ്യത്വവാദികളുടെയും താൽപര്യങ്ങൾ നമ്മുടെ കർഷകരുടെയും കർഷകത്തൊഴിലാളികളുടെയും താൽപ്പര്യങ്ങൾക്ക് ഹാനികരമാണ്. മുതലാളിത്ത ശക്തികളെ സഹായിക്കുന്ന നവലിബറൽ നയങ്ങൾ അതിശക്തമായ വേഗത്തിലാണ് നടപ്പിലാക്കുന്നത്. നിലവിലെ ഭരണത്തിനു കീഴിൽ, മുമ്പെന്നത്തേക്കാളും, നമ്മുടെ പൊതുമേഖലാ സ്ഥാപനങ്ങൾ സ്വകാര്യവൽക്കരിക്കുകയും തൊഴിലാളികളെ കരാർവൽക്കരിക്കുകയും കോർപ്പറേറ്റുകൾക്ക് അനാവശ്യ ആനുകൂല്യങ്ങൾ നൽകുകയും ചെയ്യുന്നു. റെയിൽവേ, റോഡുകൾ, തുറമുഖങ്ങൾ, വിമാനത്താവളങ്ങൾ, പ്രതിരോധ സേവനങ്ങൾ എന്നിവപോലും സ്വകാര്യവൽക്കരിക്കപ്പെടുന്നു. നാഷണൽ മോണിറ്റൈസേഷൻ പൈപ്പ്ലൈനിന്റെ മറവിൽ, രാജ്യത്തിന്റെ എല്ലാ പ്രധാന ആസ്തികളും വിൽക്കുകയോ പാട്ടത്തിന് നൽകുകയോ ചെയ്യുന്നു.

സ്വതന്ത്ര രാജ്യമായി ഏഴര പതിറ്റാണ്ട് പൂർത്തിയാക്കിയിട്ടും ദാരിദ്ര്യം തുടച്ചുനീക്കാനും പോഷകാഹാരക്കുറവ് പരിഹരിക്കാനും തൊഴിലില്ലായ്മ ഇല്ലാതാക്കാനും നമുക്ക് കഴിഞ്ഞിട്ടില്ല. എന്നിട്ടും എല്ലാ ക്ഷേമ നടപടികളിൽ നിന്നും പദ്ധതികളിൽ നിന്നും കേന്ദ്രസർക്കാർ പിന്മാറുകയാണ്. സംസ്ഥാന സർക്കാരുകളോടും ഇത് ചെയ്യണമെന്ന് അവർ ആവ

ശ്യപ്പെടുന്നു. അവർക്ക് ക്ഷേമം ഒരു സൗജന്യമാണ്, എന്നാൽ ക്ഷേമം ജനങ്ങളുടെ അവകാശമാണ്. ജനങ്ങളുടെ അവകാശങ്ങളെ സൗജന്യങ്ങളായി കണക്കാക്കുന്ന നവലിബറലിസത്തെയും ദൈനംദിന ജീവിതത്തിൽ അവർ അഭിമുഖീകരിക്കുന്ന നീറുന്ന പ്രശ്നങ്ങളിൽ നിന്ന് ജനങ്ങളുടെ ശ്രദ്ധ തിരിക്കുന്ന വർഗീയതയെയും എതിർക്കുക എന്നതാണ് ഇടതുപക്ഷ പ്രസ്ഥാനങ്ങളുടെയാകെ നിലവിലെ ഏറ്റവും പ്രധാന കർത്തവ്യം. അതേറ്റെടുക്കാൻ നമുക്ക് സാധിക്കണം. ഇച്ഛാശക്തിയോടെ ഉറച്ച പ്രത്യയശാസ്ത്ര ബോധ്യത്തോടെ ഒറ്റക്കെട്ടായി മുന്നോട്ടു പോകാം.

(അഖിലേന്ത്യാ കർഷകത്തൊഴിലാളി യൂണിയന്റെ തെലങ്കാന സംസ്ഥാന ഘടകത്തിന്റെ മൂന്നാം സംസ്ഥാന സമ്മേളനം ഉദ്ഘാടനം ചെയ്തു നടത്തിയ പ്രസംഗത്തിൽ നിന്നും.)

വ്യവസായം, വികസനം,
സഹകരണ മേഖല

യങ് ഇന്നൊവേറ്റേഴ്സ് പ്രോഗ്രാമിന്റെ പ്രാധാന്യം

കേരളത്തെ വിജ്ഞാന സമൂഹമായി വളർത്തുക എന്നത് എൽഡിഎഫ് സർക്കാർ ഏറ്റെടുത്തിട്ടുള്ള പ്രധാന ലക്ഷ്യങ്ങളിലൊന്നാണ്. അതിന്റെ ഭാഗമായി ശാസ്ത്ര വിദ്യാഭ്യാസത്തിനും ഗവേഷണങ്ങൾക്കും പുതിയ കുതിപ്പേകാനായി ആവിഷ്കരിച്ച പദ്ധതിയാണ് യങ് ഇന്നൊവേറ്റേഴ്സ് പ്രോഗ്രാം. ഇന്ത്യയിൽ തന്നെ മറ്റൊരിടത്തുമില്ലാത്തതും അമേരിക്കയിലെ നാഷണൽ സയൻസ് ഫൗണ്ടേഷൻ നോബൽ ജേതാക്കളെ സൃഷ്ടിക്കാൻ വേണ്ടി രൂപപ്പെടുത്തിയ മാതൃകയിലുള്ളതുമായ ബൗദ്ധിക പരിപാടിയാണിത്. കേരളത്തിന് എല്ലാ അർത്ഥത്തിലും അഭിമാനകരമായ സംഭാവനകൾ സൃഷ്ടിക്കാൻ പര്യാപ്തമായ വിധത്തിലാണ് ഈ പരിപാടി തയ്യാറാക്കിയിട്ടുള്ളത്.

നൂതനാശയ വികസനത്തിനായുള്ള കേരള ഡെവലപ്മെന്റ് ആന്റ് ഇന്നൊവേഷൻ സ്ട്രാറ്റജിക് കൗൺസിലിന്റെ (കെ-ഡിസ്ക്) നേതൃത്വത്തിലാണ് യങ് ഇന്നൊവേറ്റേഴ്സ് പ്രോഗ്രാം തയ്യാറാക്കിയിട്ടുള്ളത്. ഹൈസ്കൂൾ മുതൽ ഗവേഷണതലം വരെയുള്ള വിദ്യാർത്ഥികൾക്ക് അവരുടെ നൂതനാശയങ്ങൾ വികസിപ്പിക്കാനും അവ പ്രാവർത്തികമാക്കുവാനും ആവശ്യമായ സാങ്കേതിക, സാമ്പത്തിക, സഹായം ഈ പരിപാടിയിലൂടെ കെ-ഡിസ്ക് നൽകും. പൊതു വിദ്യാഭ്യാസ സമ്പ്രദായത്തിൽ പുത്തൻ ആശയ രൂപീകരണത്തിന് ഊന്നൽ നൽകുന്ന ഈ പദ്ധതി ഇന്ത്യൻ സംസ്ഥാനങ്ങളിൽ തന്നെ സമാനതകളില്ലാത്ത ഒന്നാണ്. നമ്മുടെ ഇളം തലമുറയെ പ്രതിഭാധനരാക്കി വളർത്തിയെടുക്കാൻ സഹായകമായ ഈ പരിപാടി ഭാവിയിലേക്കുള്ള വലിയ നിക്ഷേപമാണ് ഒരുക്കുന്നത്.

2018 ൽ ആരംഭിച്ച യങ് ഇന്നൊവേറ്റേഴ്സ് പ്രോഗ്രാമിന്റെ ആദ്യ ഘട്ടം

ഇപ്പോൾ പൂർത്തിയായിരിക്കുകയാണ്. മൂന്നു വർഷം അതിൽ പങ്കെടുത്തവർക്ക് മാർഗ്ഗനിർദ്ദേശങ്ങൾ നൽകി. നിരവധി നൂതന ആശയങ്ങളാണ് ഈ പരിപാടിയുടെ ഭാഗമായ യുവാക്കളുടെ ഇടയിൽ നിന്നും ഉയർന്നുവന്നത്. അത്തരം ആശയങ്ങൾ അവതരിപ്പിച്ചവരെ സാങ്കേതിക സർവകലാശാല അടക്കമുള്ള വിവിധ സർവകലാശാലകളുമായി ബന്ധിപ്പിക്കാനും ആശയം കൂടുതൽ ബൃഹത്തായ രീതിയിൽ വികസിപ്പിക്കാനും ഈ കാലഘട്ടത്തിൽ കഴിഞ്ഞിട്ടുണ്ട്. അതിന്റെ അടുത്ത ചുവട് എന്ന നിലയിലാണ് യങ് ഇന്നൊവേറ്റേഴ്സ് പ്രോഗ്രാം 2021 (വൈ ഐ പി 2021) നടപ്പാക്കുന്നത്.

കേരളത്തിന്റെ പൊതുവായ വികസനം മുൻനിർത്തി തെരഞ്ഞെടുത്തിട്ടുള്ള 20 മേഖലകളിലെ പ്രായോഗിക ജീവൽ പ്രശ്നങ്ങളുടെ പരിഹാരത്തിന് ഊന്നൽ നൽകിക്കൊണ്ടാണ് വൈഐപി 2021 വിഭാവനം ചെയ്തിരിക്കുന്നത്. ജില്ലാതല മൂല്യനിർണയത്തിൽ വിജയിക്കുന്ന ടീമുകൾക്ക് 25,000 രൂപയും സംസ്ഥാനതല മൂല്യനിർണയത്തിൽ വിജയിക്കുന്ന ടീമുകൾക്ക് 50,000 രൂപയും സമ്മാനം പ്രഖ്യാപിച്ചിട്ടുണ്ട്. ഇതിനുപുറമെ ഏറ്റവും കൂടുതൽ വിദ്യാർത്ഥികളെ പ്രോഗ്രാമിൽ രജിസ്റ്റർ ചെയ്യിക്കുന്ന സ്ഥാപനങ്ങൾക്ക് ആകർഷകമായ സമ്മാനങ്ങളുമുണ്ട്.

ഇത്തവണത്തെ വൈഐപിയിൽ മുപ്പതിനായിരം ടീമുകളിൽ നിന്നായി ഒരു ലക്ഷം വിദ്യാർത്ഥികളെ പങ്കെടുപ്പിക്കാനാണ് ലക്ഷ്യമിടുന്നത്. 9,000 വിദ്യാഭ്യാസ സ്ഥാപനങ്ങളെ ഈ ശൃംഖലയിൽ ചേർക്കാനും ഉദ്ദേശിക്കുന്നു. 5,500 വിദ്യാഭ്യാസ സ്ഥാപനങ്ങൾ ഇതിനോടകം യങ് ഇന്നൊവേറ്റേഴ്സ് പ്രോഗ്രാമിൽ രജിസ്റ്റർ ചെയ്തു കഴിഞ്ഞിട്ടുണ്ട്.

ശാസ്ത്രത്തെയും സാങ്കേതിക വിദ്യയെയും മനുഷ്യ നന്മയ്ക്കായും സാമൂഹ്യ പുരോഗതിക്കായും ഉപയോഗിക്കുക എന്നതാണ് ഇടതുപക്ഷ ജനാധിപത്യ മുന്നണി സർക്കാരിന്റെ കാഴ്ചപ്പാട്. അതിനായി ശാസ്ത്ര-സാങ്കേതിക മേഖലകളിൽ ഉണ്ടാവുന്ന മുന്നേറ്റങ്ങളെ സ്വാംശീകരിക്കേണ്ടതുണ്ട്. അവയെ നമ്മുടെ ദൈനംദിന ജീവിതത്തിലെ പ്രശ്നങ്ങൾക്കു പരിഹാരം കാണാൻ കഴിയുന്ന വിധത്തിൽ പ്രയോജനപ്പെടുത്തേണ്ടതുണ്ട്. അതിനുപകരിക്കും വിധമായിരിക്കും യങ് ഇന്നൊവേറ്റേഴ്സ് പ്രോഗ്രാം നടപ്പിലാക്കുക.

നൈപുണ്യ വികസനം, വ്യവസായ പുനഃസംഘടന, കാർഷിക നവീകരണം എന്നിവയ്ക്ക് ഊന്നൽ നൽകിക്കൊണ്ട് 40 ലക്ഷം തൊഴിലവസരങ്ങൾ സൃഷ്ടിക്കാനാണ് എൽഡിഎഫ് സർക്കാർ ഇപ്പോൾ ശ്രമിക്കുന്നത്. ഈ മൂന്നു കാര്യങ്ങളിലും വൈഐപിക്ക് കൃത്യമായി ഇടപെടാൻ കഴിയും. അതാകട്ടെ വിജ്ഞാന സമ്പദ്ഘടനയുടെ വളർച്ചയ്ക്കും ഉത്തേജനം പകരും.

നമ്മുടെ ചെറുപ്പക്കാർക്കു നാടിന്റെ പൊതുവായ പ്രശ്നങ്ങളെ മനസ്സിലാക്കാനും അവയിൽ ക്രിയാത്മകമായി ഇടപെടാനും കഴിയണം. അതുകൂടി ലക്ഷ്യം വെച്ചുകൊണ്ടാണ് ഇത്തരം പരിപാടികൾ നടപ്പാക്കു

ന്നത്. അവരുടെ അറിവും ശേഷിയും വ്യക്തിഗത വികാസത്തിനെന്ന പോലെ തന്നെ നാടിന്റെ പൊതുവായ നന്മയ്ക്കായി കൂടി പ്രയോജന പ്പെടണം. അതുകൊണ്ടുതന്നെ അറിവുകളെയും ശേഷികളെയും വിക സിപ്പിക്കുന്നതോടൊപ്പം തന്നെ അവയെ പ്രവൃത്തിപഥത്തിലേക്കു കൊ ണ്ടുവരാനുള്ള സാഹചര്യം ഒരുക്കുകക്കൂടി ചെയ്യുന്ന വൈ ഐ പിയെ പോലുള്ള പരിപാടികൾ പ്രാധാന്യം അർഹിക്കുന്നു.

പരിപാടിയുടെ ഭാഗമായാണ് ഈ വർഷം ചില പുതിയ പ്രശ്ന മേഖലകളെ ഉൾപ്പെടുത്തിയിട്ടുള്ളത്. സഹകരണ സംവിധാനങ്ങളും പുത്തൻ ആശയകൂട്ടായ്മകളും, ഡിജിറ്റൽ ആന്റ് ക്രിയേറ്റീവ് ആർട്ട് ഫോംസ്, ബയോടെക്നോളജിയും ജനറ്റിക്സും, പാർശ്വവൽക്കരിക്കപ്പെ ട്ടവരുടെ പ്രശ്നങ്ങൾ എന്നിവ ഈ വർഷം കൂട്ടിച്ചേർത്ത പ്രശ്ന മേഖ ലകളാണ്.

യങ് ഇന്നൊവേറ്റേഴ്സ് പ്രോഗ്രാമിൽ രജിസ്റ്റർ ചെയ്ത വിദ്യാർത്ഥി കൾക്ക് 'വോയിസ് ഓഫ് കസ്റ്റമർ, (വിഒസി) എന്ന ഒരു ടൂൾ കിറ്റിലൂടെ ഓൺലൈൻ പരിശീലനം നൽകുന്നതാണ്. ഉപയോക്താവിന്റെ ആവ ശ്യങ്ങൾക്ക് അനുസൃതമായി പ്രശ്നപരിഹാരം കണ്ടെത്താൻ വിദ്യാർ ത്ഥികളെ പ്രാപ്തരാക്കുന്ന ടൂൾ കിറ്റാണിത്. ഇതുകൂടാതെ ആശയം മെച്ചപ്പെടുത്തുന്നതിനായി വിദ്യാർത്ഥി സംഘങ്ങൾക്ക് അവർ തിരഞ്ഞെ ടുത്തിരിക്കുന്ന പ്രശ്ന മേഖലയിലെ പ്രഗത്ഭരുടെ സഹായം, വിപണി വികസനം ആസൂത്രണം ചെയ്യാൻ ആവശ്യമായ മാർഗ്ഗനിർദ്ദേശം, പു ത്തൻ സാങ്കേതിക വിദ്യകളിലുള്ള സഹായം, ബൗദ്ധിക സ്വത്തവകാശ സഹായം, പ്രോട്ടോടൈപ്പ് മാതൃക വികസന സഹായം എന്നിവയും വി വിധ ഘട്ടങ്ങളിലായി നൽകും.

ഇത്തരത്തിൽ ആളുകളുടെ ശേഷികളെ വികസിപ്പിക്കുന്ന കുറേ ക്കൂടി വിപുലമായ പരിപാടിയാണ് കെഡിസ്ക്കിലൂടെ സംസ്ഥാന സർ ക്കാർ നടപ്പാക്കുന്ന കേരള നോളജ് ഇക്കണോമി മിഷൻ. വിദ്യാസമ്പന്ന രുടെ നൈപുണ്യം വികസിപ്പിച്ച് തൊഴിൽലഭ്യത ഉറപ്പാക്കാനും, വിവിധ മേഖലകളിലെ നൂതനാശയരൂപീകരണം പ്രോത്സാഹിപ്പിക്കാനും ഉന്നത വിദ്യാഭ്യാസ മേഖലയുടെ പ്രവർത്തനങ്ങൾ പരിഷ്കരിക്കാനും, സമ്പദ് വ്യവസ്ഥയുടെ വിവിധ മേഖലകളിൽ ഡിജിറ്റൽ പരിവർത്തനം വരുത്താ നും ലക്ഷ്യമിട്ട പദ്ധതിയാണിത്.

5 വർഷംകൊണ്ട് 20 ലക്ഷം തൊഴിൽ സൃഷ്ടിക്കുക എന്നതാണ് പ്ര ധാന ഉദ്ദേശ്യം. ഇതിൽ എട്ടുലക്ഷം തൊഴിലുകൾ പ്രാദേശികമായി ക ണ്ടെത്തേണ്ടവയാണ്. ഇങ്ങനെയുള്ള പ്രാദേശികാവസരങ്ങളാവട്ടെ ന മ്മുടെ നാട്ടിൽ നടക്കുന്ന വിജ്ഞാന പുനരുത്പാദന പ്രവർത്തനങ്ങളി ലൂടെയാണ് സൃഷ്ടിക്കപ്പെടേണ്ടത്. അതിനായി യുവാക്കളുടെ പങ്കാളി ത്തമുള്ള യങ് ഇന്നൊവേറ്റേഴ്സ് പ്രോഗ്രാം പോലുള്ള പരിപാടികളിലൂടെ നൂതന ആശയങ്ങൾ സൃഷ്ടിക്കുക എന്നത് അത്യന്താപേക്ഷിതമാണ്.

'ഒരു ലക്ഷം വിദ്യാർത്ഥികൾ; മുപ്പതിനായിരം ആശയങ്ങൾ' എന്ന

ലക്ഷ്യം മുൻനിർത്തി നടപ്പാക്കുന്ന വൈഐപി 2021 ന് സുസ്ഥിരതയിലും തുല്യതയിലും ഊന്നിയുള്ള കേരളത്തിന്റെ സമഗ്ര വികസനത്തിൽ നിർണ്ണായക പങ്കുവഹിക്കാൻ കഴിയണം. മൂന്നു വർഷംകൊണ്ട് വൈ ഐ പി 2021 പൂർത്തിയാവും. അതിനായി 2022 മാർച്ച് മാസത്തോടെ 8,000 ടീമുകളെ ജില്ലാതലത്തിലും 2,000 ടീമുകളെ സംസ്ഥാനതലത്തിലും വിജയികളായി തിരഞ്ഞെടുക്കും.

തൊഴിലന്വേഷികൾ എന്നതിനേക്കാളുപരി തൊഴിൽ ദാതാക്കളായി നമ്മുടെ ചെറുപ്പക്കാരെ രൂപാന്തരപ്പെടുത്താൻ കഴിയണം. ആ നിലയ്ക്കുള്ള 'ആറ്റിറ്റ്യൂഡിനൽ ചേഞ്ച്' നമ്മുടെ സമൂഹത്തിൽ സൃഷ്ടിക്കാനാവണം. അതിനുകൂടി ഉതകുന്നതായിരിക്കും വൈ ഐ പിയെ പോലെയുള്ള പ്രോഗ്രാമുകൾ. നൂതനാശയങ്ങളുടെ വികസനത്തിലും അവയിലൂടെയുള്ള പ്രായോഗിക പ്രശ്നങ്ങളുടെ പരിഹാരത്തിലും അങ്ങനെ കേരളത്തിന്റെ സമഗ്രമായ വികസനത്തിലും വൈ ഐ പി 2021 ന് വലിയ പങ്ക് വഹിക്കാൻ കഴിയും.

നിക്ഷേപ സൗഹൃദാന്തരീക്ഷം സൃഷ്ടിക്കാൻ

നാടിന്റെ പുരോഗതിക്ക് കുതിപ്പുനൽകിയ അഭൂതപൂർവമായ നിരവധി നേട്ടങ്ങൾ കഴിഞ്ഞ ആറു വർഷക്കാലയളവിൽ സൃഷ്ടിക്കാൻ ഇടതുപക്ഷ ജനാധിപത്യമുന്നണി സർക്കാരിനു സാധിച്ചിട്ടുണ്ട്. വിദ്യാഭ്യാസം, ആരോഗ്യം, പൊതുവിതരണം, കൃഷി, അടിസ്ഥാന സൗകര്യവികസനം, ഊർജോത്പാദനം തുടങ്ങി ഒട്ടനവധി മേഖലകളിൽ അഭിമാനകരമായ മുന്നേറ്റമുണ്ടാക്കാൻ സാധിച്ചു. അതോടൊപ്പം വ്യവസായ രംഗത്ത് പുതിയ നിക്ഷേപങ്ങൾ കൊണ്ടുവരാനും തൊഴിലവസരങ്ങൾ സൃഷ്ടിക്കാനും ആവശ്യമായ നയപരവും പ്രായോഗികവുമായ പല മാറ്റങ്ങൾ നടപ്പാക്കുന്നതിനും എൽ ഡി എഫ് സർക്കാരിനു സാധിച്ചു. ഈ മാറ്റങ്ങൾക്ക് കൂടുതൽ ഗതിവേഗവും ദിശാബോധവും നൽകുന്നതിനാണ് ഇപ്പോൾ സർക്കാർ പരിശ്രമിക്കുന്നത്. അതിന്റെ ഭാഗമായി സംരംഭകരെ പ്രോത്സാഹിപ്പിക്കുക എന്ന ലക്ഷ്യത്തോടെ 'എന്റെ സംരംഭം, എന്റെ നാടിന്റെ അഭിമാനം' എന്ന മുദ്രാവാക്യമുയർത്തി 2022–23 വർഷം സംരംഭക വർഷമായി ആചരിക്കാൻ തീരുമാനിച്ചിരിക്കുകയാണ്. ഈ കാലയളവിൽ കേരളത്തിൽ ഒരു ലക്ഷം സംരംഭങ്ങൾ ആരംഭിക്കുവാനാണ് തീരുമാനിച്ചിരിക്കുന്നത്. 120 കോടി രൂപയാണ് ഈ പദ്ധതിക്കായി വകയിരുത്തിയിരിക്കുന്നത്. ഇതുവഴി ഏകദേശം 3 ലക്ഷം മുതൽ 5 ലക്ഷം വരെ തൊഴിലവസരങ്ങൾ സൃഷ്ടിക്കാനാകുമെന്നാണ് പ്രതീക്ഷിക്കുന്നത്.

2022 ഏപ്രിൽ, മെയ് മാസങ്ങളിൽ കേരളത്തിലെ എല്ലാ തദ്ദേശ സ്ഥാപനങ്ങളിലും സംഘടിപ്പിക്കുന്ന ഏകദിന ശില്പശാലകളോടെയാണ് ഈ കർമ്മ പദ്ധതി ആരംഭിക്കുന്നത്. ഇതിലൂടെ സംരംഭകരാകാൻ താൽപര്യമുള്ളവർക്കു പൊതുബോധവൽക്കരണം നൽകും. അതിനുശേഷം ലൈസൻസ്, വായ്പ, ധനസഹായം എന്നിവ ലഭ്യമാക്കുന്നതിനുള്ള മേളകളും സംഘടിപ്പിക്കും. കർമ്മ പദ്ധതിയുടെ സുഗമമായ നടത്തിപ്പിനായി

ഏപ്രിൽ മാസത്തോടുകൂടി എല്ലാ തദ്ദേശ സ്ഥാപനങ്ങളിലും സാങ്കേതിക യോഗ്യതയുള്ളവരെ നിയമിക്കുകയും കെ സിഫ്റ്റ് വഴിയുള്ള അപേക്ഷകൾ തയ്യാറാക്കുന്നതിനു വേണ്ടി വിവിധ വകുപ്പുകളുടെ പ്രവർത്തനങ്ങൾ ഏകോപിപ്പിക്കുന്നതിന് ഇവരെ പ്രാപ്തരാക്കുകയും ചെയ്യും. ഈ പദ്ധതിയുടെ ഭാഗമായുള്ള ക്യാമ്പയിനിങ്ങിലൂടെ മറ്റു വകുപ്പുകൾ നടപ്പാക്കുന്ന തനതു പ്രവർത്തനങ്ങളുടെ വിവരശേഖരണം നടത്തുന്നതിനുള്ള പോർട്ടലും ആ ഘട്ടത്തിൽ തയ്യാറാക്കുന്നതാണ്.വ്യവസായ വകുപ്പും തദ്ദേശ സ്വയംഭരണ വകുപ്പുമായിരിക്കും കർമ്മ പദ്ധതിയുടെ പ്രവർത്തനങ്ങളെ ഏകോപിപ്പിക്കുന്നത്. ഈ വിധത്തിൽ ഒരു ലക്ഷം സംരംഭങ്ങളെന്ന ലക്ഷ്യത്തിലേക്ക് എത്തിച്ചേരാനുള്ള കൃത്യമായ മാർഗ്ഗരേഖ തയ്യാറാക്കിയാണ് സർക്കാർ മുന്നോട്ടുപോകുന്നത്. കേരളത്തിന്റെ വ്യാവസായിക മുന്നേറ്റം സാധ്യമാക്കാനുള്ള സർക്കാരിന്റെ ശ്രമങ്ങളുടെ ഭാഗമാണ് ഈ കർമ്മപദ്ധതിയും.

നവകേരളമൊരുക്കുക എന്നതാണ് നമ്മുടെ ലക്ഷ്യം. പാവങ്ങൾക്കുള്ള ക്ഷേമപ്രവർത്തനങ്ങൾ വിപുലപ്പെടുത്തുന്നതോടൊപ്പം തന്നെ നാളത്തെ തലമുറ ആഗ്രഹിക്കുന്ന ആധുനിക തൊഴിലവസരങ്ങൾ കേരളത്തിൽ സൃഷ്ടിക്കുകകൂടി ചെയ്യുന്ന തരത്തിലാണ് നവകേരള നിർമ്മിതി വിഭാവനം ചെയ്തിരിക്കുന്നത്. അതിനായി കേരളത്തെ ജ്ഞാനസമൂഹമായും അതിനുതകുന്ന തരത്തിലുള്ള വികസന മാതൃകകൾ സഫലമാക്കുന്ന നാടായും രൂപപ്പെടുത്തണം.

അഭ്യസ്തവിദ്യരായ നമ്മുടെ യുവജനങ്ങൾക്ക് അവരുടെ അഭിരുചികൾക്കും ശേഷികൾക്കും ഒത്ത തൊഴിലുകൾ കേരളത്തിൽത്തന്നെ സൃഷ്ടിക്കാനാണ് സർക്കാർ ശ്രമിക്കുന്നത്. മൊത്തം 40 ലക്ഷം തൊഴിലവസരങ്ങൾ സൃഷ്ടിക്കാനാണ് ലക്ഷ്യമിട്ടിരിക്കുന്നത്. അതിനുതകുന്ന നൈപുണ്യ പരിശീലനം, വ്യവസായ പുനഃസംഘടന, കാർഷിക നവീകരണം എന്നിവയ്ക്കായി സവിശേഷമായ ഇടപെടലുകളാണ് സർക്കാർ നടത്തുന്നത്. അത്തരം ഇടപെടലുകളുടെ ഭാഗമായാണ് ഈ കർമ്മ പദ്ധതി ആവിഷ്കരിച്ചിരിക്കുന്നത്.

മെച്ചപ്പെട്ട നിക്ഷേപാന്തരീക്ഷവും പശ്ചാത്തല സൗകര്യങ്ങളും ഉറപ്പുവരുത്തിക്കൊണ്ട് അടുത്ത നാലു വർഷംകൊണ്ട് വ്യവസായ മേഖലയിൽ മാത്രം 10,000 കോടി രൂപയുടെ നിക്ഷേപം ആകർഷിക്കാനാണ് ശ്രമിക്കുന്നത്. അതിന് അടിത്തറ പാകുന്ന വിധത്തിൽ അടിസ്ഥാന സൗകര്യ വികസനം, നിക്ഷേപ സൗഹൃദ അന്തരീക്ഷം ഒരുക്കൽ എന്നീ പ്രവർത്തനങ്ങൾ കഴിഞ്ഞ സർക്കാരിന്റെ കാലത്തുതന്നെ ആരംഭിച്ചിരുന്നു. അത്തരം ഇടപെടലുകളുടെ ഫലമായി ഈ സർക്കാർ അധികാരത്തിൽ വന്നതിനെ തുടർന്ന് കേരളത്തിന്റെ വ്യവസായ മേഖലയിൽ കാര്യമായ മാറ്റങ്ങളുണ്ടാക്കാൻ നമുക്കു കഴിഞ്ഞിട്ടുണ്ട്.

50 കോടി രൂപയിലധികം നിക്ഷേപമുള്ള സംരംഭങ്ങൾക്കുള്ള അപേക്ഷ എല്ലാ രേഖകളും സഹിതം സമർപ്പിച്ചാൽ ഏഴു ദിവസത്തിനുള്ളിൽ ലൈസൻസ് നൽകുന്നതിനുള്ള നിയമം പാസാക്കിയിട്ടുണ്ട്. എല്ലാ വകുപ്പു

കളിൽ നിന്നുമുള്ള ലൈസൻസുകൾ ഒറ്റ ലൈസൻസായി അഞ്ചു വർഷത്തേക്കാണ് പുതുതായി രൂപീകരിക്കുന്ന ബ്യൂറോ നൽകുക. അതു കഴിഞ്ഞാൽ പുതുക്കി നൽകുന്നതിനുള്ള അധികാരം ഈ ബ്യൂറോയ്ക്ക് തന്നെയായിരിക്കും. 50 കോടി രൂപയിൽ താഴെ നിക്ഷേപമുള്ള എം എസ് എം ഇ കൾക്ക് ലൈസൻസില്ലാതെ തന്നെ മൂന്നു വർഷത്തേക്ക് പ്രവർത്തിക്കാം. സിംഗിൾ വിൻഡോ സംവിധാനത്തിൽ നിന്നുള്ള അംഗീകാരം മാത്രം മതിയാകും.

വ്യവസായശാലകളിലെ പരിശോധനകൾ വ്യവസായികൾക്കും തൊഴിലാളികൾക്കും ബുദ്ധിമുട്ടുണ്ടാക്കുന്നില്ല എന്നുറപ്പുവരുത്താൻ പ്രത്യേക ശ്രദ്ധ ചെലുത്തിയിട്ടുണ്ട്. കെസിസ് എന്ന കമ്പ്യൂട്ടർ അധിഷ്ഠിത കേന്ദ്രീകൃത പരിശോധനാ സംവിധാനം കഴിഞ്ഞ ആഗസ്ത് ഒന്ന് മുതൽ പ്രവർത്തനം ആരംഭിച്ചിട്ടുണ്ട്. പൂർണ്ണമായും ഡിജിറ്റലൈസ് ചെയ്ത സംവിധാനമാണ് നടപ്പിലാക്കിയിരിക്കുന്നത്. ഡിജിറ്റലൈസ് ചെയ്യപ്പെട്ടിട്ടുള്ള ഈ സംവിധാനത്തിൽ ഉദ്യോഗസ്ഥരുൾപ്പെടെയുള്ള ആരുടെയും സ്വാർത്ഥ താൽപര്യങ്ങൾക്ക് ഒരു വിധത്തിലും ഇടപെടൽ നടത്താൻ കഴിയില്ല.

ഇത്തരം ഇടപെടലുകളിലൂടെ കേരളത്തിന്റെ നിക്ഷേപ വ്യവസായ സൗഹൃദ അന്തരീക്ഷം മെച്ചപ്പെടുത്തിയിട്ടുണ്ട്. വ്യവസായ മേഖലയിൽ കഴിഞ്ഞ ഒരു വർഷംകൊണ്ട് 6,380 കോടി രൂപയുടെ നിക്ഷേപ വാഗ്ദാനങ്ങൾ ലഭിച്ചിട്ടുണ്ട് എന്നതു അതിനു തെളിവാണ്. സംരംഭകരുമായി വിവിധ തലങ്ങളിൽ നടത്തിയ ആശയവിനിമയങ്ങളിലൂടെയാണ് ഈ വാഗ്ദാനങ്ങൾ ലഭിച്ചത്. ഇക്കാലയളവിൽ 12,443 എം എസ് എം ഇ കളാണ് കേരളത്തിൽ പുതുതായി ആരംഭിച്ചിട്ടുള്ളത്. ഇതുവഴി 1292.62 കോടി രൂപയുടെ നിക്ഷേപമാണ് ലഭിച്ചത്. 46,228 പേർക്ക് പുതുതായി തൊഴിലും ലഭിച്ചു.അതിനായി 7 കോടി രൂപയാണ് ഈ വർഷം നീക്കി വെച്ചിരിക്കുന്നത്.

സ്വകാര്യമേഖലയിലെ വ്യവസായ വികസനത്തോടൊപ്പം തന്നെ പൊതുമേഖലയിലുള്ള വ്യവസായ സ്ഥാപനങ്ങളുടെ വളർച്ചയ്ക്കും വലിയ പ്രാധാന്യമാണ് സർക്കാർ നൽകുന്നത്. പൊതുമേഖലാ സ്ഥാപനങ്ങൾ സ്വകാര്യ കുത്തകകൾക്ക് തീറെഴുതി കൊടുക്കുന്ന ഉദാരവൽക്കരണ നയങ്ങൾക്ക് വിരുദ്ധമായി അവയുടെ സംരക്ഷണം ഏറ്റെടുക്കുക എന്ന ഇടതുപക്ഷ നയം വിട്ടുവീഴ്ചയില്ലാതെ നടപ്പാക്കുന്നു. അതിന്റെ ഫലമായി മികച്ച നേട്ടം ഇക്കാര്യത്തിൽ കൈവരിക്കാൻ കേരളത്തിലെ പൊതുമേഖലാ വ്യവസായങ്ങൾക്ക് സാധിച്ചു. വ്യവസായ വകുപ്പിനു കീഴിൽ പ്രവർത്തിക്കുന്ന 41 പൊതുമേഖലാ സ്ഥാപനങ്ങൾ 2021–22 സാമ്പത്തികവർഷം 3884.06 കോടി രൂപയുടെ വിറ്റുവരവാണ് രേഖപ്പെടുത്തിയത്. 2020–21 സാമ്പത്തികവർഷത്തെ അപേക്ഷിച്ച് 562.69 കോടി രൂപയുടെ വർധനവാണ് (16.94 ശതമാനം) വിറ്റുവരവിൽ ഉണ്ടായത്.

സ്ഥാപനങ്ങളുടെ മൊത്തം പ്രവർത്തനലാഭം 384.60 കോടി രൂപയാണ്. പ്രവർത്തന ലാഭത്തിൽ 273.38 കോടി രൂപയുടെ വർധനവുണ്ടായി.

മുൻവർഷത്തെ അപേക്ഷിച്ച് 245.62 ശതമാനത്തിന്റെ വർധനവാണിത്. 41 പൊതുമേഖലാ സ്ഥാപനങ്ങളിൽ 20 കമ്പനികൾ കഴിഞ്ഞ സാമ്പത്തിക വർഷം പ്രവർത്തന ലാഭത്തിൽ ആയി. അതിനു തൊട്ടുമുൻപുള്ള വർഷം 16 കമ്പനികളായിരുന്നു ലാഭം രേഖപ്പെടുത്തിയത്. പുതുതായി 4 കമ്പനികൾ കൂടി ലാഭത്തിൽ എത്തി. വിറ്റുവരവ്, പ്രവർത്തനലാഭം എന്നീ മേഖലകളിൽ അഞ്ച് കമ്പനികളുടേത് സർവകാല റെക്കോർഡ് ആണ്. ചവറ കെ.എം.എം.എൽ ആണ് വിറ്റുവരവിലും പ്രവർത്തന ലാഭത്തിലും ഏറ്റവും മുന്നിൽ. 1058 കോടി രൂപയുടെ വിറ്റുവരവും 332.20 കോടി രൂപയുടെ പ്രവർത്തന ലാഭവും കെ എം എം എൽ നേടി. കമ്പനിയുടെ ചരിത്രത്തിലെ ഏറ്റവും മികച്ച പ്രകടനമാണിത്. സംസ്ഥാന ചരിത്രത്തിൽ ഒരു പൊതുമേഖലാ വ്യവസായ സ്ഥാപനം നേടുന്ന ഏറ്റവും ഉയർന്ന പ്രവർത്തന ലാഭവുമാണിത്.

11 കമ്പനികൾ 10 വർഷത്തെ ഏറ്റവും മികച്ച പ്രകടനം കാഴ്ചവച്ചു. ട്രാവൻകൂർ കൊച്ചിൻ കെമിക്കൽസ്, കെൽട്രോൺ, ട്രാവൻകൂർ ടൈറ്റാനിയം, കെൽട്രോൺ കംപോണന്റ് എന്നിവ ചരിത്രത്തിലെ ഏറ്റവും മികച്ച പ്രകടനം കാഴ്ചവച്ചു. മലപ്പുറം സ്പിന്നിംഗ് മിൽ, സ്റ്റീൽ ഇഡസ്ട്രീസ് കേരള, കാഡ്കോ, പ്രിയദർശിനി സ്പിന്നിംഗ് മിൽ, കേരളാ സിറാമിക്സ്, ക്ലേയ്സ് ആന്റ് സിറാമിക്സ്, കെ കരുണാകരൻ സ്മാരക സ്പിന്നിംഗ് മിൽ, മലബാർ ടെക്സ്റ്റൈൽസ്, മെറ്റൽ ഇൻഡസ്ട്രീസ്, ട്രിവാൻഡ്രം സ്പിന്നിംഗ് മിൽ, ടെക്സ്റ്റൈൽ കോർപ്പറേഷൻ എന്നീ സ്ഥാപനങ്ങൾ കഴിഞ്ഞ 10 വർഷത്തിനിടയിലെ ഏറ്റവും മികച്ച പ്രകടനവും കാഴ്ചവച്ചു.

ഈ വിധത്തിൽ പൊതുമേഖലാ സ്ഥാപനങ്ങൾ സംരക്ഷിക്കുകയും മികച്ച രീതിയിൽ നടത്തുകയും ചെയ്യുന്നതിൽ കേരളം ഒരു മാതൃക സൃഷ്ടിച്ചിരിക്കുകയാണ്. സ്വകാര്യവൽക്കരണത്തിന് തുടക്കമിട്ട കേന്ദ്ര പൊതുമേഖലാ സ്ഥാപനങ്ങൾ പോലും കേരളം ഏറ്റെടുത്ത് പുന:സംഘടിപ്പിച്ചത് മറ്റൊരു സുപ്രധാന നേട്ടമാണ്. ഇതു ഇടതുപക്ഷ ജനാധിപത്യ മുന്നണി മുന്നോട്ടുവച്ച രാഷ്ട്രീയ നയത്തിന്റെ വിജയം കൂടിയാണ്. പൊതുമേഖലയെ സംരക്ഷിച്ചുകൊണ്ടു തന്നെ സ്വകാര്യമേഖലയ്ക്ക് വളരാൻ ആവശ്യമായ സൗകര്യങ്ങൾ ഒരുക്കുകയാണ് സർക്കാർ ചെയ്യുന്നത്. അതു മാതൃകാപരമായ രീതിയിൽ നടപ്പാക്കാൻ ആകുന്നു എന്നത് അഭിമാനകരമാണ്. അടുത്ത 25 വർഷംകൊണ്ട് കേരളത്തിലെ ജീവിത നിലവാരം അന്താരാഷ്ട്ര തലത്തിലെ തന്നെ വികസിത മധ്യവരുമാന രാഷ്ട്രങ്ങൾക്കു സമാനമായി ഉയർത്തുക എന്നതാണ് നമ്മൾ ലക്ഷ്യം വെക്കുന്നത്. അടിസ്ഥാന ജനവിഭാഗങ്ങളുടെ ജീവിതത്തെ മുന്നോട്ടുനയിക്കാനുള്ള സവിശേഷമായ ഇടപെടലും വ്യവസായ മുന്നേറ്റവും ഇതിൽ ഏറെ പ്രധാനമാണ്. അതിനു സഹായകരമാകുന്ന വിധത്തിൽ നൂതന സംരംഭങ്ങളെ നമ്മുടെ നാട്ടിലേക്കു കൊണ്ടുവരുന്നതിനും പ്രോത്സാഹിപ്പിക്കുന്നതിനും പ്രതിജ്ഞാബദ്ധമാണ് ഈ സർക്കാർ.

കേരളം വ്യവസായ നിക്ഷേപക സൗഹൃദ സംസ്ഥാനം

വിജ്ഞാന വിസ്ഫോടനമാണ് പുതിയ കാലത്തെ അടയാളപ്പെടുത്തുന്ന പ്രധാന പ്രതിഭാസങ്ങളിലൊന്ന്. ഈ കാലത്തിന്റെ വേഗത്തിനൊത്ത് നമുക്കു മുന്നേറാൻ കഴിഞ്ഞില്ലെങ്കിൽ നാം എന്നേക്കുമായി ചരിത്രത്തിന്റെ ഇരുൾത്തടങ്ങളിലേക്കു വകഞ്ഞുമാറ്റപ്പെടും. അതുണ്ടാകരുത് എന്ന ബോധം കൊണ്ടാണ് നവകേരള നിർമ്മാണത്തിന്റെയും വിജ്ഞാനസമൂഹ നിർമ്മിതിയുടെയും അടിസ്ഥാന ഘടനാവികസനത്തിന്റെയും ഒക്കെ വഴികളിലൂടെ കേരളം മുൻപോട്ടു പോകുന്നത്. ഈ വഴിയെ മുൻപോട്ടു പോകുന്നില്ലെങ്കിൽ വരുംകാലത്ത് വരുംതലമുറകൾ പോലും ഇരുട്ടിലായിപ്പോവും.

കേരളത്തിലെ ഇടതുപക്ഷ ജനാധിപത്യ മുന്നണി ഗവൺമെന്റ് നടപ്പാക്കുന്ന ഓരോ പദ്ധതിയും മഹത്തായ കേരളത്തിന്റെ സൃഷ്ടി എന്ന ലക്ഷ്യത്തിലേക്കു ജനങ്ങളെ കൊണ്ടെത്തിക്കുന്ന ഓരോ കൈവഴികളാണ്. ഓരോന്നും തമ്മിൽ ബന്ധമുണ്ട്. അത്രമേൽ ആസൂത്രിതമായും ഭാവനാപൂർണ്ണമായുമാണ് ഇതൊക്കെ ക്രമീകരിക്കുന്നത്. നവകേരള സൃഷ്ടിക്കായി കാർഷിക വ്യാവസായിക രംഗങ്ങളിലും ഉന്നതവിദ്യാഭ്യാസ മേഖലയിലും ഒക്കെ ഇടപെടുകയാണ്. അങ്ങനെയാണ് വിജ്ഞാന സമ്പദ്ഘടനയാക്കി കേരളത്തെ മാറ്റുന്നത്. നമ്മുടെ ചെറുപ്പക്കാരെ ലോകോത്തര അറിവുകളും ശേഷികളും ഉള്ളവരാക്കുകയാണ്. അവരെ നാടിന്റെ പൊതുവായ വികസനത്തിനായി ഉപയോഗിക്കുകയാണ്. വിജ്ഞാന സമ്പദ്ഘടന ഒരുക്കുന്നതിൽ വ്യവസായങ്ങളെയും ഉന്നതവിദ്യാഭ്യാസ സ്ഥാപനങ്ങളെയും തമ്മിൽ ബന്ധിപ്പിക്കുക എന്നത് പ്രധാനമാണ്. അതിപ്പോൾ നടക്കുന്നുണ്ട്. അതിനു മുന്നോടിയായി തന്നെ വ്യവസായ മേഖലയിൽ വലിയ മുന്നേറ്റമുണ്ടാക്കാൻ നമുക്കു കഴിഞ്ഞിട്ടുണ്ട്.

2016–21ലെ സർക്കാരിന്റെ കാലത്ത് കേരളത്തിൽ ആരംഭിച്ചിരിക്കുന്നത് 69,138 ചെറുകിട ഇടത്തരം വ്യവസായങ്ങളാണ്. അവയിലൂടെ ഉണ്ടായ നിക്ഷേപം 6,448 കോടി രൂപയാണ്. 2,45,369 തൊഴിലുകളാണ് സൃഷ്ടിക്കപ്പെട്ടത്. ഈ സർക്കാരിന്റെ കാലത്താകട്ടെ, 17,855 സംരംഭങ്ങൾ ഇതേവരെ ഉണ്ടായിട്ടുണ്ട്. 1,736 കോടി രൂപയുടെ നിക്ഷേപങ്ങൾ വന്നിട്ടുണ്ട്. 64,541 തൊഴിലുകൾ സൃഷ്ടിക്കപ്പെട്ടിട്ടുണ്ട്. ആകെ 86,993 സംരംഭങ്ങൾ, 8,184 കോടി രൂപയുടെ നിക്ഷേപങ്ങൾ മൂന്ന് ലക്ഷത്തി ഒൻപതിനായിരത്തി തൊള്ളായിരത്തി പത്ത് തൊഴിലുകൾ എന്നിവയാണ് കഴിഞ്ഞ ആറു വർഷംകൊണ്ട് ഈ കേരളത്തിൽ ഉണ്ടായിട്ടുള്ളത്. ഇതൊക്കെ ചെറുകിട ഇടത്തരം വ്യവസായങ്ങൾ മാത്രമാണെന്ന് ഓർക്കണം.

2022–23 നെ 'ദ ഇയർ ഓഫ് എന്റർപ്രൈസസ്' ആയി വേർതിരിച്ചിരിക്കുകയാണ്. ഈയൊരൊറ്റ സാമ്പത്തിക വർഷത്തിൽ ഒരുലക്ഷം പുതിയ സംരംഭങ്ങൾ കേരളത്തിലൊരുക്കാനാണ് സർക്കാർ ശ്രമിക്കുന്നത്. അതിന്റെ ഭാഗമായി ഇതുവരെ 7,735 സംരംഭങ്ങൾ ഉണ്ടായി, 562.55 കോടി രൂപയുടെ നിക്ഷേപങ്ങൾ വന്നു, 18,660 തൊഴിലവസരങ്ങൾ സൃഷ്ടിക്കപ്പെട്ടു. ഈ സാമ്പത്തിക വർഷത്തിന്റെ ആദ്യ ക്വാർട്ടറിലെ മാത്രം നേട്ടമാണിത്. 7,000 കോടി രൂപയുടെ നിക്ഷേപ വാഗ്ദാനങ്ങളാണ് ഒറ്റ വർഷംകൊണ്ട് ഈ സർക്കാർ നേടിയെടുത്തിരിക്കുന്നത്. എത്ര വലിയ മാറ്റമാണിതെന്ന് ചിന്തിച്ചു നോക്കൂ.

ചെറിയ സംരംഭങ്ങളുടെ കാര്യത്തിൽ മാത്രമല്ല, വ്യാവസായിക രംഗത്താകെ മുമ്പൊരിക്കലുമില്ലാത്തവണ്ണം മുന്നേറ്റത്തിനു കളമൊരുക്കുകയാണ് ഈ സർക്കാർ ചെയ്യുന്നത്. നിയമങ്ങളും ചട്ടങ്ങളും ലഘൂകരിച്ചും ഏകജാലക സംവിധാനമൊരുക്കിയുമെല്ലാം വ്യവസായങ്ങളെ പ്രോത്സാഹിപ്പിക്കുന്ന നയമാണ് സർക്കാരിന്റേത്. തെക്കേ ഏഷ്യയിലെ ഏറ്റവും വലിയ സ്റ്റാർട്ടപ്പ് ഹബ്ബ് കൊച്ചിയിൽ ഒരുക്കി. ഐ ടി വ്യവസായ മേഖലയിലെ സ്ഥലലഭ്യത രണ്ട് കോടി ചതുരശ്ര അടിയായി ഉയർത്തുകയാണ്. കൊച്ചി–കോയമ്പത്തൂർ, കൊച്ചി–ബാംഗ്ലൂർ എന്നീ വ്യാവസായിക ഇടനാഴികൾ ഒരുക്കുകയാണ്. ഇതിന്റെയൊക്കെ ഫലമായി വ്യവസായരംഗത്തെ പ്രമുഖ കമ്പനികൾ കേരളത്തിലേക്ക് എത്തിച്ചേരുകയാണ്.

ടി സി എസ്സും ടാറ്റ എലക്സിയും ഉൾപ്പെടെയുള്ള കമ്പനികൾ കിൻഫ്രയുമായി സഹകരിച്ചുകൊണ്ട് കേരളത്തിലെ വ്യവസായ പാർക്കുകളിൽ 1,500 കോടിയിലധികം രൂപയുടെ നിക്ഷേപമാണ് കഴിഞ്ഞ ഒരു വർഷംകൊണ്ട് നടത്തിയിരിക്കുന്നത്. അങ്ങനെ 22,000 ൽ അധികം തൊഴിലുകൾ സൃഷ്ടിക്കപ്പെട്ടിരിക്കുകയാണ്. കഴിഞ്ഞ ആറു വർഷംകൊണ്ടാവട്ടെ, 3,500 കോടിയിലധികം രൂപയുടെ നിക്ഷേപവും 40,000 ത്തോളം തൊഴിലുകളുമാണ് ഇത്തരത്തിൽ യാഥാർത്ഥ്യമായത്. കെ എസ് ഐ ഡി സി യിലൂടെയാവട്ടെ 2,200 കോടിയിലധികം രൂപയുടെ നിക്ഷേപവും പതിനായിരത്തോളം തൊഴിലുകളുമാണ് കഴിഞ്ഞ ആറു വർഷം

കൊണ്ട് വന്നുചേർന്നത്. വിവിധ വ്യവസായങ്ങൾക്ക് 1,200 കോടിയിലധികം രൂപയുടെ ധനസഹായവും കെ എസ് ഐഡിസിയിലൂടെ ഇക്കാലയളവിൽ നൽകിയിട്ടുണ്ട്.

സ്വകാര്യ സംരംഭങ്ങളെ മാത്രമല്ല, പൊതു സംരംഭങ്ങളെയും സർക്കാർ പരിപോഷിപ്പിക്കുകയാണ്. 2021–22 വർഷത്തിൽ നമ്മുടെ 20 പൊതുമേഖല വ്യവസായ സ്ഥാപനങ്ങളാണ് ലാഭത്തിലായത്. വ്യവസായ വകുപ്പിനു കീഴിൽ ആകെയുള്ള 41 പൊതുമേഖല സ്ഥാപനങ്ങളുടെ മൊത്തം പ്രവർത്തനലാഭം 245.62 ശതമാനമാണ് വർദ്ധിച്ചത്. നഷ്ടത്തിലാണെന്ന് കാണിച്ച് കേന്ദ്ര സർക്കാർ വിൽപ്പനയ്ക്കുവച്ച ഭെൽ, ഇ.എം.എൽ, ഹിന്ദുസ്ഥാൻ ന്യൂസ് പ്രിന്റ് ലിമിറ്റഡ് എന്നിവയെല്ലാം കേരള സർക്കാർ ഏറ്റെടുത്തു നവീകരിച്ചു. അവ കെൽ ഇഎംഎൽ ആയും കെ പി പിഎൽ ആയും ഇന്നിപ്പോൾ പ്രവർത്തിച്ചുവരികയാണ്. 2030 കൊണ്ട് കേരളത്തിന്റെ പൊതുമേഖലയിൽ നടപ്പാക്കാൻ ഉദ്ദേശിക്കുന്ന കാര്യങ്ങളെക്കുറിച്ചുള്ള കൃത്യമായ മാസ്റ്റർപ്ലാനിന്റെ അടിസ്ഥാനത്തിലാണ് നമ്മൾ പ്രവർത്തിക്കുന്നത്. അതിന്റെ ഭാഗമായി വലിയ മുന്നേറ്റമാണ് നമ്മുടെ വ്യവസായ മേഖലയിൽ ഉണ്ടായിക്കൊണ്ടിരിക്കുന്നത്.

എന്നാൽ, ഇത്തരം നേട്ടങ്ങളെ മറച്ചുവച്ചുകൊണ്ട് കേരളം വ്യവസായങ്ങൾക്ക് അനുയോജ്യമായ നാടല്ല എന്നു വരുത്തിത്തീർക്കാനുള്ള ശ്രമങ്ങൾ ഉണ്ടാവുന്നുണ്ട്. മാത്രമല്ല, വ്യവസായ നിക്ഷേപക സൗഹൃദ സംസ്ഥാനമായി കേരളം നിലനിൽക്കുന്നതിന് ആധാരമായിട്ടുള്ള നമ്മുടെ സമാധാനപരമായ അന്തരീക്ഷത്തെ അട്ടിമറിക്കാനുള്ള ശ്രമങ്ങളും ഉണ്ടാവുന്നുണ്ട്. അവയെല്ലാം കേരളത്തിന്റെ ബഹുമുഖ മുന്നേറ്റത്തെ തടയാൻ ലക്ഷ്യമിട്ടവയാണ്. എന്നാൽ, വസ്തുത എന്താണെന്നത് മലയാളികളെ മാത്രമല്ല കേരളത്തിനും ഇന്ത്യയ്ക്കും പുറത്തുള്ള വ്യവസായികളെയും, നിക്ഷേപകരെയും, സംരംഭകരേയും കൂടി അറിയിക്കാൻ നമുക്കു കഴിയണം. അങ്ങനെ നമ്മുടെ നാടിനെ മുന്നോട്ടു നയിക്കാനാവണം.

നവകേരളനിർമിതിക്ക് ശക്തിപകർന്ന് 'ഒരു വർഷം ഒരു ലക്ഷം സംരംഭങ്ങൾ' പദ്ധതി

ദൃഢവും സർവതല സ്പർശിയുമായ പൊതുസേവന രംഗമാണ് നമ്മുടെ സംസ്ഥാനത്തിന്റെ ശക്തി. വികസിത രാജ്യങ്ങളോട് കിടപിടിക്കുന്ന പൊതുജനാരോഗ്യം, അടിസ്ഥാനവിദ്യാഭ്യാസം, മറ്റുക്ഷേമപദ്ധതികൾ തുടങ്ങിയവയെല്ലാം പ്രബുദ്ധവും നൈപുണി സമ്പന്നവുമായ ഒരു സമൂഹത്തെ വാർത്തെടുക്കാൻ നമ്മെ സഹായിച്ചിട്ടുണ്ട്. ആധുനിക ശാസ്ത്ര ചിന്തയും പുരോഗമന ബോധവും കൈമുതലായ ഈ സമൂഹത്തെ കെട്ടിപ്പടുക്കുന്നതിൽ കമ്യൂണിസ്റ്റ് പ്രസ്ഥാനം വഹിച്ച പങ്ക് ചെറുതല്ല.

തൊഴിലാളി സമരങ്ങളിലൂടെയും ഭൂസമരങ്ങളിലൂടെയും ഈ പ്രസ്ഥാനം ജനാധിപത്യ അവകാശബോധവും സംഘടിക്കാനുള്ള പോരാട്ടവീര്യവും ജനങ്ങളിൽ വളർത്തിയെടുത്തു. ഭരണത്തിൽ വന്ന ഘട്ടങ്ങളിലൊക്കെ നടപ്പിലാക്കിയ ഭൂപരിഷ്കരണം, വിദ്യാഭ്യാസ ബിൽ, ക്ഷേമപദ്ധതികൾ തുടങ്ങിയ കാര്യങ്ങളെല്ലാം ശക്തമായ പൊതുസേവന രംഗം ഉണ്ടായി വരാൻ സഹായകമായി. ഉയർന്ന മൂല്യബോധവും ജീവിത നിലവാരവുമുള്ള സമൂഹമായി കേരളം മാറുന്നത് ഇങ്ങനെയൊക്കെയാണ്.

ഇങ്ങനെയുള്ളൊരു സമൂഹത്തിന്റെ അടുത്ത ഘട്ടത്തിലെ വളർച്ചക്ക് അനിവാര്യമാണ് വ്യവസായ മൂലധനവും അതിൽ നിന്നുണ്ടാകുന്ന നിക്ഷേപങ്ങളും. അഭ്യസ്ത വിദ്യരായ മലയാളികൾക്ക് തൊഴിൽ ലഭ്യമാക്കാനും മികച്ച വേതനസൗകര്യത്തോടെ ജീവിക്കാനുമുള്ള സാഹചര്യം ഉണ്ടാവേണ്ടതുണ്ട്. വൻകിട വ്യവസായങ്ങളുടെ അഭാവം കാരണം ഈ മേഖലയിൽ നാമിത്തിരി പുറകിലാണ്. ഭൂപരിഷ്കരണവും പൊതു വിദ്യാഭ്യാസ, ആരോഗ്യ മേഖലകളിലെ ആധുനികവൽക്കരണവും ക്ഷേമ

പദ്ധതികളുടെ പിന്തുണയും കൊണ്ട് വളർന്ന രണ്ടാം തലമുറ തൊഴിലന്വേഷകർക്ക് കേരളത്തിൽ തൊഴിൽ ലഭ്യമാക്കാൻ നമുക്ക് സാധിക്കുന്നില്ല. അറിവും ഉയർന്ന നൈപുണ്യവുമുള്ള ഈ തൊഴിലന്വേഷകർക്ക് ഇവിടെത്തന്നെ തൊഴിലവസരങ്ങൾ ലഭ്യമാക്കാനുള്ള നിക്ഷേപങ്ങളുണ്ടാവണം. ഇതിനുള്ള സാഹചര്യങ്ങളൊരുക്കാനുള്ള നടപടികളുമായി മുന്നോട്ടുപോവുകയാണ് എൽഡിഎഫ് സർക്കാർ.

ദീർഘകാലത്തേക്കുള്ള കേരളത്തിന്റെ വികസനം മുന്നിൽക്കണ്ടു നടപ്പാക്കുന്ന അത്തരം പദ്ധതികളിൽ ഒന്നാണ് 'ഒരു വർഷം ഒരു ലക്ഷം സംരംഭങ്ങൾ' എന്ന പദ്ധതി. ഒരു വർഷംകൊണ്ട് ഒരു ലക്ഷം സംരംഭങ്ങൾ എന്നു പറയുമ്പോൾ സാമ്പത്തികവർഷത്തിന്റെ ഓരോ പാദത്തിലും 25,000 സംരംഭങ്ങൾ ഉണ്ടാവണം. ആദ്യ പാദത്തിൽ തന്നെ നമ്മൾ ആ ലക്ഷ്യത്തെ മറികടന്നു. അത് വലിയ പ്രതീക്ഷയുളവാക്കുന്നതാണ്. അതുകൊണ്ടു തന്നെ, ഒരു ലക്ഷം സംരംഭങ്ങൾ എന്ന ലക്ഷ്യത്തെ മറികടക്കും എന്നുതന്നെയാണ് സർക്കാർ കരുതുന്നത്.

ഓരോ പ്രദേശത്തിനും അനുഗുണമാകുന്ന വ്യവസായങ്ങൾ ഏതൊക്കെ, ഓരോ വ്യവസായത്തിനും പ്രാദേശികമായി ലഭ്യമായ തൊഴിൽശക്തി എത്രമാത്രം, എന്നിവയെ സംബന്ധിക്കുന്ന വിവരങ്ങൾ നാടിന്റെ പൊതുവായ വ്യാവസായിക മുന്നേറ്റത്തിന് ഉപയോഗിക്കാൻ നമുക്കു കഴിയണം. അടുത്ത 25 വർഷംകൊണ്ട് കേരളത്തിലെ ജീവിത നിലവാരം വികസിത രാജ്യങ്ങൾക്കു സമാനമായ നിലയിലേക്ക് ഉയർത്തണമെന്നുണ്ടെങ്കിൽ നമ്മുടെ അറിവുകളെയും ശേഷികളെയും സാധ്യതകളെയും പ്രയോജനപ്പെടുത്തുന്ന വ്യവസായങ്ങളും സംരംഭങ്ങളും നാട്ടിലാകെ ഉണ്ടാവണം. വിനോദസഞ്ചാരം, ഐടി സേവനങ്ങൾ, കാർഷിക മൂല്യോത്പാദനം, ഹാർഡ്‌വെയർ ഉത്പാദനം, ബയോടെക്നോളജി, സാങ്കേതിക വിദ്യാധിഷ്ഠിത വ്യവസായങ്ങൾ, ആരോഗ്യ പരിപാലന സേവനങ്ങൾ എന്നിങ്ങനെ വിവിധ മേഖലകളിൽ കേരളത്തിനു സാധ്യതകളുണ്ട്. അവയെ കൃത്യമായി കണ്ടെത്താനും പ്രോത്സാഹിപ്പിക്കാനുമാണ് എൽഡിഎഫ് സർക്കാർ ശ്രമിക്കുന്നത്.

വ്യവസായങ്ങൾക്കും സംരംഭങ്ങൾക്കും വളരെ അനുയോജ്യമായ നാടാണ് നമ്മുടേത്. കേന്ദ്രത്തിന്റെ സ്റ്റാർട്ടപ്പ് റാങ്കിംഗിൽ മൂന്നാം തവണയും കേരളം ഒന്നാമതെത്തിയത് അത്തരമൊരു അന്തരീക്ഷം ഇവിടെ ഉണ്ടായി വരുന്നതിനെ സൂചിപ്പിക്കുന്നു. കെഫോണിനു കേന്ദ്ര ടെലികമ്യൂണിക്കേഷൻസ് വകുപ്പിന്റെ സർട്ടിഫിക്കേഷൻ ലഭിച്ചതും കേന്ദ്ര വ്യവസായ മന്ത്രാലയത്തിന്റെ ഈസ് ഓഫ് ഡൂയിങ് ബിസിനസ്സ് റാങ്കിംഗിൽ 15-ാം സ്ഥാനത്തേക്ക് കേരളം ഉയർന്നതും എല്ലാം അതിന്റെ മറ്റു ദൃഷ്ടാന്തങ്ങളാണ്. ഇത്തരം റാങ്കിങ്ങിന്റെ കാര്യത്തിൽ മാത്രമല്ല നമ്മൾ മുന്നേറിയിട്ടുള്ളത്. വ്യവസായ മേഖലയുടെ പ്രകടനത്തിന്റെ തലത്തിൽ കഴിഞ്ഞ ചില വർഷങ്ങളിൽ കേരളം കൈവരിച്ച വളർച്ച വളരെ വലുതാണ്. 2021ൽ തുടർഭരണം നേടി എൽഡിഎഫ് സർക്കാർ അധികാര

ത്തിൽ വരുമ്പോൾ വ്യവസായ വകുപ്പിനു കീഴിലുള്ള 16 പൊതുമേഖ ലാ സ്ഥാപനങ്ങളാണ് ലാഭത്തിലായിരുന്നതെങ്കിൽ ഇപ്പോൾ 26 പൊതു മേഖലാ സ്ഥാപനങ്ങൾ ലാഭത്തിലായിട്ടുണ്ട്. നിരവധി സ്ഥാപനങ്ങൾ ചരിത്രത്തിലെ ഏറ്റവുമുയർന്ന പ്രവർത്തന ലാഭവും വിറ്റുവരവും രേഖ പ്പെടുത്തിയതും ഈ കാലയളവിലാണ്.

അതിന് ആക്കം കൂട്ടാൻ ഉതകുന്ന ഇടപെടലാണ് 'ഒരു വർഷം ഒ രു ലക്ഷം സംരംഭങ്ങൾ' എന്ന പദ്ധതി. ഒരു വർഷം കൊണ്ട് ചുരുങ്ങിയ ത് ഒരു ലക്ഷം സൂക്ഷ്മ ചെറുകിട ഇടത്തരം സംരംഭങ്ങൾ ആരംഭിച്ചു കൊണ്ട് 3 മുതൽ 4 ലക്ഷം വരെ ആളുകൾക്ക് തൊഴിൽ കൊടുക്കുവാ നുള്ള ഒരു ബൃഹദ് പദ്ധതിയാണിത്. ഒരു ലക്ഷം സംരംഭങ്ങൾ ആരംഭി ക്കുന്നതുമായി ബന്ധപ്പെട്ട പ്രവർത്തനങ്ങൾ തദ്ദേശ സ്വയംഭരണ സ്ഥാ പന തലത്തിൽ നടപ്പിലാക്കുന്നതിന് എല്ലാ തദ്ദേശ സ്ഥാപനങ്ങളിലുമാ യി പ്രൊഫഷണൽ യോഗ്യതയുള്ള 1,153 ഇന്റേണുകളെ നിയമിച്ചിട്ടു ണ്ട്. തദ്ദേശ സ്വയംഭരണ സ്ഥാപനങ്ങളിലെ ബോധവത്കരണ പരിപാ ടികൾ, ലോൺ/ ലൈസൻസ് മേളകൾ തുടങ്ങിയ പ്രവർത്തനങ്ങൾ ഇന്റേ ണുകളുടെ ഉത്തരവാദിത്വത്തിലായിരിക്കും നടക്കുക. ഒരു തദ്ദേശ സ്ഥാ പന തലത്തിൽ മാസത്തിൽ നിശ്ചിത എണ്ണം സ്ഥാപനങ്ങൾ ആരംഭി ക്കുന്നതുമായി ബന്ധപ്പെട്ട് ഇന്റേണുകൾക്ക് ടാർഗെറ്റ് നൽകിയിട്ടുണ്ട്.

ഈ പദ്ധതിയുടെ നടത്തിപ്പിന്റെ ആദ്യഘട്ടമെന്ന നിലയിൽ, കേര ളത്തിലെ എല്ലാ തദ്ദേശ സ്വയംഭരണ സ്ഥാപന പ്രദേശങ്ങളിലും, സം രംഭം തുടങ്ങാൻ താൽപര്യമുള്ള ആളുകൾക്കു വേണ്ടി 2022 മെയ് – ജൂൺ മാസങ്ങളിൽ പൊതു ബോധവൽക്കരണ പരിപാടി നടത്തുകയു ണ്ടായി. ഇതുവരെ 1,034 തദ്ദേശ സ്വയംഭരണ സ്ഥാപനങ്ങളിലായി 1,128 പൊതു ബോധവൽക്കരണ പരിപാടികളാണ് നടത്തിയത്. 83,251 ആളു കൾ അവയിൽ പങ്കെടുത്തു. വിവിധ വകുപ്പുകളുടെ നേതൃത്വത്തിൽ ആരംഭിക്കുന്ന സംരംഭങ്ങളുടെ വിവരങ്ങൾ ശേഖരിക്കുന്നതിനും അവ യുമായി ബന്ധപ്പെട്ട കൃത്യമായ കണക്കുകൾ തത്സമയം ലഭ്യമാക്കുന്ന തിനും ഒരു ഓൺലൈൻ പോർട്ടൽ സജ്ജമാക്കിയിട്ടുണ്ട്. ഇത്തരം ഇട പെടലുകളെല്ലാം ഫലം കാണുന്നുവെന്നാണ് ഇതുവരെ ആരംഭിച്ചിട്ടു ള്ള 36,009 സംരംഭങ്ങൾ തെളിയിക്കുന്നത്.

പ്രാദേശികമായ നിക്ഷേപങ്ങൾ മാത്രമല്ല സർക്കാർ പ്രതീക്ഷിക്കു ന്നത്. പ്രവാസി നിക്ഷേപം ഉറപ്പുവരുത്താനും നമുക്കു സാധിക്കണം. അതിന്റെ ഭാഗമായി വിദേശത്തുള്ള മലയാളികളെക്കൂടി സംരംഭകത്വ ത്തിന്റെ വിവിധ മേഖലകളെക്കുറിച്ച് ബോധവാന്മാരാക്കുന്ന പരിപാടിക ളും നടത്തി വരുന്നു. അവരെ കേരളത്തിൽ സംരംഭങ്ങൾ ആരംഭിക്കാൻ പ്രാപ്തരാക്കുകയും അതുവഴി കേരളത്തിലെ നിക്ഷേപം വർദ്ധിപ്പിക്കു കയും ചെയ്യുന്നതിന് പ്രത്യേകം ശില്പശാലകൾ നടത്തിവരികയാണ്. ബോധവത്കരണതലത്തിലുള്ള ഇത്തരം ഇടപെടലുകളോടൊപ്പം തന്നെ സാമൂഹികവും സാമ്പത്തികവുമായ പിന്തുണ നൽകാനും പ്രതിജ്ഞാ

ബദ്ധമാണ് സർക്കാർ. സംരംഭങ്ങൾ തുടങ്ങുന്നതിനുള്ള സാമ്പത്തിക സഹായം നൽകുന്നതിനായി കേരള ബാങ്ക്, സംസ്ഥാനതല ബാങ്കേഴ്സ് കമ്മിറ്റി എന്നിവ വഴി കുറഞ്ഞ പലിശനിരക്കിൽ വായ്പകൾ ലഭ്യമാക്കുന്നതിനുള്ള നടപടികൾ സ്വീകരിച്ചിട്ടുണ്ട്.

സംസ്ഥാനത്തെ സുപ്രധാന ഉത്പന്നങ്ങൾക്ക് ജിയോ ഇൻഡിക്കേറ്റർ ലഭ്യമാക്കി അവയ്ക്ക് അനുയോജ്യമായ വിപണി കണ്ടെത്തുന്നതിനും അവയിൽ നിന്നുള്ള ലാഭം യഥാർത്ഥ നിർമാതാക്കൾക്ക് എത്തിക്കുന്നതിനുമായി ഒരു ജി ഐ മാർക്കറ്റിങ് പോർട്ടൽ ആരംഭിക്കും. കേരളത്തിലെ ചില പ്രദേശങ്ങളുടെ സവിശേഷമായ ഉത്പന്നങ്ങളാണ് ബാലരാമപുരം കൈത്തറി, ആറന്മുള കണ്ണാടി തുടങ്ങിയവയെല്ലാം. അങ്ങനെ ഏതെങ്കിലും പ്രദേശത്തുനിന്ന് നിർമിക്കുന്ന ഉത്പന്നങ്ങൾ മറ്റെവിടെയെങ്കിലും കൃത്രിമമായി ഉണ്ടാക്കി അതേ പേരിൽ മാർക്കറ്റു ചെയ്യുന്നതിനെ തടയാനും പ്രദേശമുദ്രയുള്ള ഉത്പന്നങ്ങളുടെ ആധികാരികത ഉറപ്പുവരുത്താനുമാണ് ജിയോ ഇൻഡിക്കേറ്റർ സംവിധാനം ഉപയോഗിക്കുന്നത്.

കേരളത്തിൽ നിർമിക്കപ്പെടുന്ന ഉത്പന്നങ്ങളുടെ ഗുണമേന്മ സാക്ഷ്യപ്പെടുത്തുന്നതിനും അവയ്ക്ക് ദേശീയ – അന്തർ ദേശീയ വിപണികൾ പ്രാപ്യമാക്കുന്നതിനും സഹായകമായി കേരള ബ്രാൻഡ് സംവിധാനം ആരംഭിക്കുന്നതിനുള്ള നടപടികൾ ആരംഭിച്ചിട്ടുണ്ട്. സംസ്ഥാനത്തെ സൂക്ഷ്മ –ചെറുകിട – ഇടത്തരം സംരംഭങ്ങളുടെ ഉത്പന്നങ്ങൾ വിപണനം ചെയ്യാനായി ഒരു ഓപ്പൺ നെറ്റ്വർക്ക് പ്ലാറ്റ്ഫോം നിർമിക്കുന്നതിനുള്ള നടപടികളും സ്വീകരിച്ചു വരുന്നുണ്ട്.

ഇത്തരത്തിൽ നടപ്പാക്കി വരുന്ന 'ഒരു വർഷം ഒരു ലക്ഷം സംരംഭങ്ങൾ' എന്ന ഈ പദ്ധതിക്ക് നവകേരള നിർമിതിയിൽ വലിയ പങ്കു വഹിക്കാനുണ്ട്. നവകേരളം എന്നത് നമ്മുടെ നാടിന്റെ സുസ്ഥിര വികസനവും നാട്ടുകാരുടെ സമഗ്ര പുരോഗതിയും ഉറപ്പുവരുത്തുന്ന ഒരു സങ്കൽപ്പമാണ്. അറിവും നൈപുണ്യവും കൈമുതലായ, സ്വയംപര്യാപ്തത കൈവരിച്ച പുരോഗമന സമൂഹമായി കേരളം മാറേണ്ടതുണ്ട്. അതിലേക്കുള്ള കാൽവെയ്പുകളാണ് 'ഒരു വർഷം ഒരു ലക്ഷം സംരംഭങ്ങൾ' പോലുള്ള പദ്ധതികൾ.

ലക്ഷ്യം ഐ ടി മേഖലയിലെ സമഗ്ര വികസനം

ജ്ഞാന സമ്പദ്‌വ്യവസ്ഥയിൽ അധിഷ്ഠിതമായ ആധുനിക കേരളം പടുത്തുയർത്തുക എന്ന ലക്ഷ്യത്തോടെയാണ് ഇടതുപക്ഷ ജനാധിപത്യ മുന്നണി സർക്കാർ വിദ്യാഭ്യാസവികസന പദ്ധതികൾ ആവിഷ്കരിച്ചു നടപ്പാക്കുന്നത്. പുതിയ കാലഘട്ടത്തിന്റെ ആവശ്യങ്ങൾക്കൊത്തുയരാനും അതിന്റെ സാധ്യതകൾ മികച്ച രീതിയിൽ ഉപയോഗിക്കാനും നമുക്കു കഴിയേണ്ടതുണ്ട്. ആ ബോധ്യം മുൻനിർത്തിയാണ് സർക്കാർ മുന്നോട്ടു പോകുന്നത്. അതുകൊണ്ടുതന്നെ ഐ ടി വികസനം സർക്കാരിന്റെ പ്രഥമ പരിഗണനകളിൽ ഒന്നാണ്. അഭ്യസ്തവിദ്യരായ നമ്മുടെ യുവാക്കൾക്ക് മികച്ച തൊഴിലവസരങ്ങൾ ഒരുക്കാനും നാടിന്റെ സാമ്പത്തികമായ വികസനത്തിന് ആക്കം നൽകാനും ഐ ടി മേഖലയുടെ വികസനം അനിവാര്യമാണ്.

അതിന്റെ ഭാഗമായി ഐ ടി മേഖലയുടെ പ്രോത്സാഹനത്തിനുള്ള പ്രത്യേക പദ്ധതികൾ ആവിഷ്കരിച്ചാണ് സർക്കാർ മുന്നോട്ടു പോകുന്നത്. 2016 ൽ ഇടതുപക്ഷ ജനാധിപത്യ മുന്നണി സർക്കാർ അധികാരത്തിൽ വന്നശേഷം കൊച്ചി ഇൻഫോപാർക്കിൽ 22.62 ലക്ഷം ചതുരശ്രയടി ഐ ടി സ്പേസാണ് അധികമായി നിർമ്മിക്കപ്പെട്ടത്. കഴിഞ്ഞ ആറു വർഷംകൊണ്ട് തിരുവനന്തപുരം ടെക്നോപാർക്കിൽ 21 ലക്ഷം ചതുരശ്രയടിയും കോഴിക്കോട്ട് സൈബർ പാർക്കിൽ മൂന്ന് ലക്ഷം ചതുരശ്രയടിയും അധികമായി ഒരുക്കി.

അഭൂതപൂർവമായ മുന്നേറ്റമാണ് ഈ മേഖലയിൽ നാം കൈവരിച്ചത്. 2016 മുതൽ കേരളത്തിലാകെ 46 ലക്ഷം ചതുരശ്രയടി ഐ ടി സ്പേസും അവയിൽ 45,869 തൊഴിലവസരങ്ങളുമാണ് സൃഷ്ടിക്കപ്പെട്ടത്. അടുത്ത അഞ്ചുവർഷംകൊണ്ട് 63 ലക്ഷം ചതുരശ്രയടി സ്പേസും 67,

000 തൊഴിലവസരങ്ങളും ഈ മേഖലയിൽ സൃഷ്ടിക്കാനാണ് സർക്കാർ ശ്രമിക്കുന്നത്.

ഇന്റർനെറ്റ് അവകാശമാക്കിയ ആദ്യഇന്ത്യൻ സംസ്ഥാനമാണ് കേരളം. ആ അവകാശം എല്ലാവർക്കും പ്രാപ്യമാകുന്നു എന്നുറപ്പുവരുത്താനാണ് കെ ഫോൺ പദ്ധതി നടപ്പാക്കുന്നത്. കെ ഫോണിലൂടെ എല്ലാവർക്കും സൗജന്യമായോ കുറഞ്ഞ നിരക്കിലോ ഗുണമേന്മയുള്ള അതിവേഗ ഇന്റർനെറ്റ് ലഭ്യമാക്കുകയാണ് സർക്കാർ. അതിനായി 30,000 കിലോമീറ്റർ ഒപ്ടിക്കൽ ഫൈബർ ശൃംഖലയാണ് നിലവിൽ വരുന്നത്. 1,611 കോടി രൂപ ചെലവഴിക്കുന്ന ഈ പദ്ധതിയുടെ 74 ശതമാനത്തോളം പ്രവൃത്തികൾ പൂർത്തീകരിച്ചു കഴിഞ്ഞു. കെഫോണിന് ഐ പി1 സർട്ടിഫിക്കേഷനും ഐഎസ് പിബി ലൈസൻസും ലഭ്യമായിട്ടുണ്ട്.

ദേശീയ പാത 66 ന് സമാന്തരമായി നാല് ഐ ടി ഇടനാഴികൾ സംസ്ഥാനത്ത് സ്ഥാപിക്കാൻ ഒരുങ്ങുകയാണ്. തിരുവനന്തപുരം ടെക്നോപാർക്ക് ഫേസ് ത്രീ മുതൽ കൊല്ലം വരെയും ചേർത്തല മുതൽ എറണാകുളം വരെയും എറണാകുളത്തു നിന്ന് കൊരട്ടി വരെയും കോഴിക്കോട് മുതൽ കണ്ണൂർ വരെയുമാണ് ഈ ഇടനാഴികൾ നിലവിൽ വരിക. ദേശീയ പാതയ്ക്ക് സമാന്തരമായി ഐ ടി പാർക്കിന് അനുയോജ്യമായ 15 മുതൽ 25 ഏക്കർ ഭൂമി ഇതിനായി ഏറ്റെടുക്കും. ഇങ്ങനെ ഏറ്റെടുക്കുന്ന ഭൂമിയിൽ 50,000 മുതൽ 2 ലക്ഷം വരെ ചതുരശ്രയടി വിസ്തീർണ്ണമുള്ള 20 ചെറിയ പാർക്കുകൾ സ്ഥാപിക്കാനാണ് ഉദ്ദേശിക്കുന്നത്.

കെഫോണിന്റെ അതിവേഗ ഒപ്റ്റിക് ഫൈബർ വഴി ഈ പാർക്കുകൾ തമ്മിലുള്ള കണക്ടിവിറ്റി ഉറപ്പുവരുത്തും. എന്നിട്ട് ഈ നിർദ്ദിഷ്ട ഇടനാഴികളിൽ ഒരു 5 ജി ലീഡർഷിപ്പ് പാക്കേജ് നടപ്പിലാക്കും. ക്രമേണ കേരളത്തിലെമ്പാടും കെഫോണിന്റെ ബാക്ക്ബോൺ ഇൻഫ്രാസ്ട്രക്ചർ പ്രയോജനപ്പെടുത്തിക്കൊണ്ട് 5 ജി ടവറുകളെ ബന്ധിപ്പിച്ച് 5 ജി വിപ്ലവത്തിന്റെ ഗുണഫലങ്ങൾ നാട്ടിലാകെ ലഭ്യമാക്കാനാണ് ശ്രമിക്കുന്നത്.

ഐ ടി മേഖലയുടെ വികസനത്തിൽ ഐ ടി പാർക്കുകൾക്കു വലിയ പങ്കുവഹിക്കാനുണ്ട്. കൊല്ലം, കണ്ണൂർ ഐ ടി പാർക്കുകളും മറ്റ് പ്രദേശങ്ങളിലെ പാർക്കുകളും സ്ഥാപിക്കുന്നതിനുള്ള സ്ഥലം ഏറ്റെടുക്കുന്നതിന് ആയിരം കോടി രൂപ കിഫ്ബിവഴി വകയിരുത്തും. അടുത്ത 5 വർഷംകൊണ്ട് ഇപ്പോഴുള്ളതിന്റെ ഇരട്ടിയോളം ഐ ടി ഉല്പന്നങ്ങളും സേവനങ്ങളും കേരളത്തിലൊരുക്കാൻ കഴിയുമെന്നാണ് പഠനങ്ങൾ പറയുന്നത്. ഇതിനാവശ്യമായ അടിസ്ഥാന സൗകര്യങ്ങൾ ഒരുക്കുന്നതിനായി 100 കോടി രൂപ വകയിരുത്തിയിട്ടുണ്ട്.

ഐ ടി, ഐ ടി അനുബന്ധ വ്യവസായങ്ങളുടെ ആവശ്യത്തിനായി മതിയായ പരിശീലനം നേടിയവരെ ലഭിക്കുന്നില്ല എന്നുള്ള പ്രശ്നം പല വ്യവസായ സ്ഥാപനങ്ങളും ഉന്നയിക്കുന്നുണ്ട്. അതുകൊണ്ടുതന്നെ നമ്മുടെ നാട്ടിലെ സാങ്കേതിക ബിരുദധാരികൾക്ക് ഐ ടി കമ്പനികളിൽ ഐ ടി ഇന്റേൺഷിപ്പ് നൽകുവാൻ സംസ്ഥാന സർക്കാർ മുൻകൈയെ

ടുക്കുകയാണ്. ഇതിന്റെ പ്രാരംഭഘട്ടമായി 1,200 പേർക്ക് ഇന്റേൺഷിപ്പ് ആരംഭിക്കാനുള്ള നടപടികൾ അന്തിമഘട്ടത്തിലാണ്.

നിലവിൽ സംസ്ഥാനത്തെ 3 സർക്കാർ ഐ ടി പാർക്കുകളിലായി 961 കമ്പനികൾ പ്രവർത്തിക്കുന്നുണ്ട്. ഇവിടങ്ങളിൽ ഒരു ലക്ഷത്തി ഇരുപത്തിയൊന്നായിരത്തിലധികം ജീവനക്കാർ ജോലി ചെയ്യുന്നുണ്ട്. അവരുടെ ക്ഷേമം ഉറപ്പുവരുത്തുന്നതിനായി ഒരു ക്ഷേമനിധിക്ക് ഇടതുപക്ഷ ജനാധിപത്യ മുന്നണി സർക്കാർ രൂപംനൽകിയിട്ടുണ്ട്. തൊഴിലാളികൾക്കും ജീവനക്കാർക്കും നിയമാനുസൃതമായ എല്ലാ ക്ഷേമ പദ്ധതികളും ലഭ്യമാക്കുന്നു എന്നും തൊഴിൽ നിയമങ്ങൾ കൃത്യമായി നടപ്പാക്കപ്പെടുന്നു എന്നും ഉറപ്പുവരുത്താൻ കമ്പനികളുമായി കരാറിലേർപ്പെട്ടിട്ടുണ്ട്.

സാങ്കേതിക വിദ്യാഭ്യാസം സിദ്ധിച്ചിട്ടും സാമൂഹികവും സാമ്പത്തികവുമായ പരിമിതികൾ കാരണം പുറത്തു ജോലി ചെയ്യാൻ കഴിയാത്ത നിരവധി വ്യക്തികൾ നമ്മുടെ നാട്ടിലുണ്ട്. ഈ കോവിഡാനന്തര ഘട്ടത്തിൽ അവർക്ക് വർക്ക് ഫ്രം ഹോം, വർക്ക് നിയർ ഹോം തുടങ്ങിയ സാധ്യതകൾ പ്രയോജനപ്പെടുത്താൻ കഴിയും. അടുത്ത അഞ്ചു വർഷത്തിനകം ആഗോളതലത്തിൽ വീട്ടിലിരുന്ന് പണിയെടുക്കുന്നവരുടെ എണ്ണം 18 കോടിയായി ഉയരുമെന്നാണ് കണക്കുകൾ സൂചിപ്പിക്കുന്നത്. ഈ സാധ്യതയെ നമുക്കും ഉപയോഗപ്പെടുത്താനായാണ് ഐ ടി അധിഷ്ഠിത സൗകര്യങ്ങളുള്ള തൊഴിൽ കേന്ദ്രങ്ങൾ സംസ്ഥാനത്തിന്റെ പല ഭാഗങ്ങളിലും ആരംഭിക്കുന്നതിനായി 50 കോടി രൂപ ബജറ്റിൽ നീക്കിവെച്ചിരിക്കുന്നത്.

നമ്മുടെ യുവാക്കളെ തൊഴിൽ അന്വേഷകർ മാത്രമല്ല, തൊഴിൽ ദാതാക്കളായും മാറ്റുന്നതിനുള്ള നയമാണ് സർക്കാർ സ്വീകരിക്കുന്നത്. ഇതിന്റെ ഭാഗമായി ഒരു സ്റ്റാർട്ടപ്പ് പ്രോത്സാഹന നയംതന്നെ സംസ്ഥാനത്ത് നടപ്പാക്കുന്നുണ്ട്. തെക്കേ ഏഷ്യയിലെ ഏറ്റവും വലിയ സ്റ്റാർട്ടപ്പ് ഹബ്ബ് നാലു ലക്ഷം ചതുരശ്രയടിയിൽ കേരളത്തിലാണ് ഒരുങ്ങിയിരിക്കുന്നത്. സാങ്കേതികവിദ്യാ സംരംഭകരെ പ്രോത്സാഹിപ്പിച്ച് കേരളത്തിന്റേതായ സംരംഭക സംസ്കാരം രൂപപ്പെടുത്തുന്നതിന് നമുക്കു കഴിഞ്ഞിട്ടുണ്ട്. ഇത്തരത്തിൽ സംസ്ഥാന സർക്കാർ നടത്തിയ ഇടപെടലുകളുടെ ഫലമായാണ് മികച്ച സ്റ്റാർട്ടപ്പ് സൗഹൃദാന്തരീക്ഷമുള്ള സംസ്ഥാനം എന്ന ബഹുമതി തുടർച്ചയായി മൂന്നു വർഷങ്ങളിൽ കേരളത്തെ തേടിയെത്തിയിട്ടുള്ളത്.

മാറുന്ന കാലത്ത് നൂതന വ്യവസായങ്ങൾ തുറന്നിടുന്ന സാധ്യതകളെ ഉപയോഗിച്ചു കൊണ്ടുവേണം നാം മുന്നോട്ടുപോകേണ്ടത്. അതുകൊണ്ടാണ് ആർട്ടിഫിഷ്യൽ ഇന്റലിജൻസ് മേഖലയിൽ ഒരു മികവിന്റെ കേന്ദ്രം സ്ഥാപിക്കാൻ സർക്കാർ ഉദ്ദേശിക്കുന്നത്. തിരുവനന്തപുരത്തെ ആർട്ടിഫിഷ്യൽ ഇന്റലിജൻസ് ഹബ്ബാക്കി മാറ്റുന്നതിന് ഉന്നതവിദ്യാഭ്യാസ സ്ഥാപനങ്ങളുടെയും ടെക്നോപാർക്കിന്റെയും സ്റ്റാർട്ടപ്പ് മി

ഷന്റെയും നേതൃത്വത്തിൽ വിപുലമായ പരിപാടികൾ വിഭാവനം ചെയ്തുവരികയാണ്. സ്റ്റാർട്ടപ്പ് മിഷന്റെ മേൽനോട്ടത്തിൽ ടെക്നോസിറ്റിയിൽ മൂന്ന് ഏക്കർ ക്യാമ്പസിൽ എമർജിങ് ടെക്നോളജീസ് സ്റ്റാർട്ടപ്പ് ഹബ്ബ് രൂപീകരിക്കുന്നതിനുള്ള നടപടികൾ സ്വീകരിച്ചുവരികയാണ്.

അപ് സ്കില്ലിങ് ആൻഡ് റീ സ്കില്ലിങ്ങിനുവേണ്ടി ടെക് സ്കൂൾ എന്ന ആശയം കേരള സ്റ്റാർട്ടപ്പ് മിഷൻ വഴി നടപ്പാക്കുന്നതിനുള്ള നടപടികൾ സ്വീകരിച്ചിട്ടുണ്ട്. ഐഎസ്ആർഒയുടെ സഹായത്തോടെ എയ്റോ സ്പെയ്സ് ടെക്നോളജിക്കായി മാനുഫാക്ചറിങ് ക്ലസ്റ്ററുകൾ ഉൾപ്പെടുന്ന ടെക്നോളജി സെന്ററിനായി സ്ഥലം അനുവദിച്ചിട്ടുണ്ട്. പുതിയ കാലത്ത് നിരവധി സാധ്യതകളുള്ള ഗ്രാഫീന്റെ ഗവേഷണത്തിനും സാങ്കേതികവിദ്യാ വികാസത്തിനുമായി ഇന്ത്യ ഇന്നൊവേഷൻ സെന്റർ കൊച്ചിയിൽ സ്ഥാപിച്ചിട്ടുണ്ട്.

ഇത്തരത്തിൽ കേരളത്തിലെ ഐ ടി മേഖലയുടെ സമഗ്രവികസനത്തിനുതകുന്ന നിരവധി ഇടപെടലുകളാണ് ഇടതുപക്ഷ ജനാധിപത്യ മുന്നണി സർക്കാർ നടപ്പാക്കുന്നത്. അവയെല്ലാം തന്നെ നാടിനെ പുതിയ ഉയരങ്ങളിലേക്ക് നയിക്കുമെന്നത് നിസ്തർക്കമാണ്. കേരളത്തിന്റെ സുഭദ്രമായ ഭാവി ഉറപ്പുവരുത്താൻ ഈ ശ്രമങ്ങൾക്ക് സാധിക്കും. ഈ മുന്നേറ്റങ്ങൾക്ക് കൂടുതൽ ആക്കം നൽകാനും ഇനിയും മികവിലേക്കുയരാനും നമുക്ക് പ്രയത്നിക്കാം.

കേരളവികസനത്തിന്
പ്രവാസികളുടെ സഹകരണം ഉറപ്പാക്കും

കേരളത്തെ ആധുനിക വിജ്ഞാന സമ്പദ്ഘടനയായി പരിവർത്തിപ്പിക്കലാണ് എൽഡിഎഫ് സർക്കാരിന്റെ മുഖ്യ ലക്ഷ്യം. ഗുണപരമായ പുതിയ തലത്തിലേക്ക് കേരളത്തെ ഉയർത്തലാണ് അതുകൊണ്ട് ഉദ്ദേശിക്കുന്നത്. ശാസ്ത്ര സാങ്കേതിക രംഗങ്ങളിലെ നേട്ടങ്ങളെ സാമൂഹ്യ മേഖലകളിലെയും ഉത്പാദന രംഗങ്ങളിലെയും കുതിച്ചുചാട്ടത്തിനായി ഉപയോഗിക്കലാണ് ഇതുകൊണ്ട് ഉദ്ദേശിക്കുന്നത്. ശക്തമായ ഉന്നതവിദ്യാഭ്യാസ രംഗവും സമഗ്രമായ പഠനസമ്പ്രദായ പരിഷ്ക്കാരവും ഇതിന്റെ ഭാഗമായി ഒരുക്കുകയാണ്. ഇതിനായി ഡിജിറ്റൽ സൗകര്യങ്ങൾ, ആധുനിക സാങ്കേതികവിദ്യ, ശാസ്ത്രീയ വിജ്ഞാനവിതരണങ്ങൾ എന്നിവയൊക്കെ ഗ്രാമതലങ്ങളിൽ വരെ എത്തിക്കുകയാണ്. ഈ പ്രക്രിയയിൽ പുതിയ തലമുറകളുടെ നൈപുണ്യശേഷി വർദ്ധനയും പ്രധാനമാണ്.

ശാസ്ത്ര സാങ്കേതികവിദ്യകളിലെ മുന്നേറ്റങ്ങളിലൂടെ ഉത്പാദന ശക്തികളുടെ വളർച്ചയും വികാസവും സാധ്യമാക്കുക, ആധുനിക വിജ്ഞാനത്തിന്റെ ആയുധമണിയിച്ച് പുതുതലമുറകളെ സജ്ജമാക്കുക, ഉത്പാദന വർദ്ധനവിലൂടെ ജീവിതനിലവാരമുയർത്തുക എന്നിവയൊക്കെ ഈ വഴിക്കു സാധ്യമാവും. ശാസ്ത്ര സാങ്കേതിക മുന്നേറ്റങ്ങളെ സാമൂഹിക പുരോഗതിക്കായി ഉപയോഗിക്കുന്നില്ലെങ്കിൽ കേരളജനത ലോകജനതയ്ക്കു വളരെ പിന്നിലായിപ്പോവും എന്ന വിലയിരുത്തലിന്റെയും, ആ ആപത്ത് ഒഴിവാക്കി നാടിന്റെ വികസനം ഉറപ്പാക്കണം എന്ന നിശ്ചയദാർഢ്യത്തിന്റെയും പ്രതിഫലനം ഉൾക്കൊള്ളുന്ന ഒരു രേഖ തന്നെ ഇക്കാര്യത്തിൽ രൂപപ്പെടുത്തി മുമ്പോട്ടു നീങ്ങുകയാണ് കേരള

സർക്കാർ. അതിന്റെ നടത്തിപ്പിൽ എല്ലാ വിഭാഗം ജനങ്ങളുടെയും എല്ലാ നാടുകളിലുള്ള മലയാളികളുടെയും പിന്തുണ ഉറപ്പുവരുത്തുകയാണ്.

ഈ യൂറോപ്പ് യാത്രയിൽ ബ്രിട്ടനിലേക്കു വരുന്നതിനു മുമ്പ് ഫിൻലൻഡും നോർവേയും സന്ദർശിച്ചിരുന്നു. അവിടങ്ങളും കേരളവും തമ്മിൽ വിവിധ മേഖലകളിൽ സഹകരണം യാഥാർത്ഥ്യമാക്കാം എന്നാണ് കരുതുന്നത്. കൊച്ചിയിലെ മാരിടൈം ക്ലസ്റ്റർ, കേരളത്തിലെ ഗതാഗത ഊർജ സംവിധാനങ്ങൾ, സമുദ്രോത്പന്നങ്ങളുടെയും മറ്റ് ഭക്ഷ്യ ഉത്പന്നങ്ങളുടെയും മൂല്യവർദ്ധനവ് തുടങ്ങിയ മേഖലകളിലാണ് നോർവ്വേയുമായി സഹകരിക്കാൻ ലക്ഷ്യമിട്ടിരിക്കുന്നത്. ഫിൻലൻഡുമായാകട്ടെ സ്മാർട്ട് ഫോറസ്ട്രി, കാർബൺ ന്യൂട്രാലിറ്റി, സ്റ്റാർട്ടപ്പുകൾ, ഡിജിറ്റൽ ഉത്പന്നങ്ങൾ, സോളാർ ഉൾപ്പെടെയുള്ള പുനരുപയോഗ ഹരിതോർജങ്ങൾ, നൈപുണ്യ വികസനം എന്നീ മേഖലകളിൽ സഹകരിക്കാനാണ് ലക്ഷ്യമിട്ടിരിക്കുന്നത്.

ബ്രിട്ടനിലാകട്ടെ മാഞ്ചസ്റ്റർ സർവകലാശാലയുമായും മന്ത്രിമാരുമായും ബിസിനസ്സ് കൗൺസിലുമായും ഒക്കെ ചർച്ചകൾ നടത്തുന്നുണ്ട്. കേരളത്തിലാരംഭിക്കുന്ന ഗ്രഫീൻ ഇന്നവേഷൻ പാർക്കുമായി ബന്ധപ്പെട്ട സഹകരണമാണ് മാഞ്ചസ്റ്റർ സർവകലാശാലയിൽ നിന്നുണ്ടായിക്കൊണ്ടിരിക്കുന്നത്. അത് കുറേക്കൂടി വിപുലപ്പെടുത്താനാണ് ചർച്ചകൾ നടത്തുന്നത്. ആരോഗ്യം, വിദ്യാഭ്യാസം, വാണിജ്യം, നൂതന സാങ്കേതികവിദ്യ, ഫിൻടെക്ക് സേവനം എന്നിവയുമായി ബന്ധപ്പെട്ട സഹകരണത്തെക്കുറിച്ചാണ് മറ്റ് ചർച്ചകൾ നടത്തപ്പെടുന്നത്. കൊച്ചി ബാംഗ്ലൂർ വ്യവസായ ഇടനാഴി, ഗിഫ്റ്റ് സിറ്റി, കേരളത്തിലെ വളരുന്ന സ്റ്റാർട്ടപ്പ് ആവാസവ്യവസ്ഥ എന്നിവയുടെ പശ്ചാത്തലത്തിൽ ഈ മേഖലകളിലുള്ള നിക്ഷേപങ്ങൾക്ക് വലിയ സാധ്യതകളാണ് തുറന്നുവരുന്നത്.

ഇത്തരത്തിൽ കേരളത്തിനനുഗുണമായ സാധ്യതകളെ ലോകത്തിന്റെ പല ഭാഗങ്ങളിൽ പ്രചരിപ്പിക്കുവാനും അങ്ങനെ പരസ്പരം പ്രയോജനം ലഭിക്കുന്ന സഹകരണങ്ങളിൽ വിവിധ നാടുകളുമായി ഏർപ്പെടാനും അവയ്ക്കു ഗുണകരമാകുന്ന നിക്ഷേപങ്ങൾ സമാഹരിക്കാനും ഉപരിക്കുന്നതാണ് ഇത്തരം കൂടിച്ചേരലുകൾ. വർദ്ധിച്ചുവരുന്ന ആഗോള കുടിയേറ്റത്തിന്റെ പശ്ചാത്തലത്തിൽ ഇത്തരം കൂട്ടായ്മകൾക്കു സവിശേഷമായ പ്രസക്തിയുണ്ട്. ഏറ്റവും അവസാനം ലഭ്യമായ കണക്കുകൾ അനുസരിച്ച് ആഗോള തലത്തിൽ 28 കോടി കുടിയേറ്റക്കാരുണ്ട്. ഇത് ആഗോള ജനസംഖ്യയുടെ 3.6 ശതമാനമാണ്. 1970 മുതൽ 2020 വരെയുള്ള ഘട്ടത്തിൽ കുടിയേറ്റക്കാരുടെ എണ്ണത്തിൽ മൂന്നിരട്ടി വർധനയാണ് ഉണ്ടായിട്ടുള്ളത്. ഈ രംഗം സൂക്ഷ്മമായി പഠിച്ചാൽ, അനുബന്ധമായി ശ്രദ്ധിക്കേണ്ട മറ്റൊരു കാര്യം മനസ്സിൽവരും.

പ്രവാസികളുടെയും അഭയാർത്ഥികളുടെയും എണ്ണം കൂടുന്നതിനനുസരിച്ച് ആതിഥേയ രാജ്യങ്ങൾ കുടിയേറ്റ പ്രവാഹത്തെ നിയന്ത്രിക്കുന്ന നിയമങ്ങൾ കർശനമാക്കുന്നു എന്നതാണത്. ചില ആതിഥേയ രാ

ജ്യങ്ങൾ വംശീയതയുടേയും വെറുപ്പിന്റെയും ഭാഷയിൽ പ്രതികരിക്കുകയും പ്രവർത്തിക്കുകയും ചെയ്യുന്ന സ്ഥിതി പോലുമുണ്ട്. കുടിയേറുന്നവരുടെ തൊഴിലവകാശങ്ങൾ വ്യാപകമായി നിഷേധിക്കപ്പെടുന്നു. ഇത് നമ്മുടേതു പോലുള്ള ഒരു സമൂഹത്തെ ഉൽകണ്ഠപ്പെടുത്തേണ്ടതുണ്ട്; പ്രത്യേകിച്ചും ആഗോള പ്രവാസികളിൽ 48.1 ശതമാനം സ്ത്രീകളും പെൺകുട്ടികളുമാണ് എന്നിരിക്കെ. ഏതാണ്ട് നാലിൽ മൂന്ന് പ്രവാസികളും തൊഴിലിനായി കുടിയേറുന്നവരാണ്. 73 ശതമാനം പ്രവാസികൾ തൊഴിലെടുക്കുന്ന പ്രായക്കാരാണ്, 20 നും 64 നു ഇടയിലുള്ളവർ.

പ്രവാസികളുടെ പ്രധാന ലക്ഷ്യസ്ഥാനം യൂറോപ്പാണ്. നിലവിൽ 8.67 കോടി പ്രവാസികളാണ് യൂറോപ്പിലുള്ളത്. ഏഷ്യൻ രാജ്യങ്ങൾ 8. 56 കോടി പ്രവാസികളെയും വടക്കേ അമേരിക്ക 5.87 കോടി പ്രവാസികളെയും ആഫ്രിക്കൻ രാജ്യങ്ങൾ 2.54 കോടി പ്രവാസികളെയും ഉൾക്കൊള്ളുന്നു. രാജ്യാടിസ്ഥാനത്തിലുള്ള കണക്കുകൾ പരിശോധിച്ചാൽ പ്രത്യേകിച്ച് അത്ഭുതത്തിനു വകയില്ല. അമേരിക്കയാണ് ഏറ്റവും കൂടുതൽ പ്രവാസികളെ സ്വീകരിക്കുന്ന രാജ്യം. ആകെയുള്ള പ്രവാസികളിൽ മൂന്നിൽ ഒന്നും ജീവിക്കുന്നത് അമേരിക്ക, ജർമ്മനി, സൗദി അറേബ്യ, റഷ്യ, ബ്രിട്ടൺ എന്നീ രാജ്യങ്ങളിലായാണ്.

കുടിയേറ്റ പ്രഭവ കേന്ദ്രങ്ങളായ രാജ്യങ്ങളിൽ ഇന്ത്യയാണ് ഒന്നാമത്. ഏതാണ്ട് 1.79 കോടി ഇന്ത്യക്കാർ നിലവിൽ പ്രവാസികളാണ്. ഇന്ത്യക്ക് പിന്നിൽ മെക്സിക്കോ (1.12), റഷ്യ (1.08 കോടി), ചൈന (1.05 കോടി), സിറിയ (0.85 കോടി) എന്നീ രാജ്യങ്ങളാണുള്ളത്. കുടിയേറ്റക്കാരിൽ ഏതാണ്ട് മൂന്നിലൊന്നും പത്തു ലോകരാജ്യങ്ങളിൽ നിന്നുള്ളവരാണ് എന്ന് ഐക്യരാഷ്ട്രസഭയുടെ ജനസംഖ്യാ വിഭാഗം പ്രസിദ്ധീകരിച്ച കണക്കുകൾ വ്യക്തമാക്കുന്നു.

പ്രവാസി പണം ഇന്ത്യയെ സംബന്ധിച്ചിടത്തോളം അത്രിപ്രധാനമാണ്. ആ വഴിക്കെത്തുന്ന വിഹിതമാണ് നമ്മുടെ വിദേശ നാണ്യശേഖരത്തെ ഉയർത്തിനിർത്തുന്നത്. എന്നാൽ ഇതിൽ വലിയ ഇടിവു വരുന്നു. ആർ ബി ഐയുടെ കണക്കുകൾ പ്രകാരം കഴിഞ്ഞ അഞ്ചു വർഷത്തിനിടെ ഗൾഫ് രാജ്യങ്ങളിൽ നിന്നുള്ള പ്രവാസി പണത്തിന്റെ വരവ് പകുതിയായി കുറഞ്ഞു. ഗൾഫ് രാജ്യങ്ങൾക്കു പകരം അമേരിക്ക, സിംഗപ്പൂർ, ബ്രിട്ടൻ എന്നീ രാജ്യങ്ങൾ പ്രവാസി പണത്തിന്റെ പ്രധാന ഉറവിടങ്ങളായി മാറിയിട്ടുണ്ട്. ഈ മൂന്നു രാജ്യങ്ങളിൽ നിന്നാണ് രാജ്യത്തെ പ്രവാസി പണത്തിന്റെ 36 ശതമാനവും എത്തുന്നത്. രാജ്യത്തേക്കുള്ള പ്രവാസി പണത്തിന്റെ 6.8 ശതമാനം ബ്രിട്ടണിൽ നിന്നാണ്. ഇത് യുഎഇ ഒഴിച്ചുള്ള ഗൾഫ് രാജ്യങ്ങളേക്കാൾ കൂടുതലാണ്. യൂറോപ്യൻ മേഖലയിൽ നിന്നുള്ള വലിയ രാജ്യങ്ങളായ ജർമ്മനി, ഫ്രാൻസ് എന്നിവയും ശ്രദ്ധേയമായ സംഭാവനകൾ നൽകാൻ തുടങ്ങിയിട്ടുണ്ട്.

പ്രവാസി പണസമ്പാദനത്തിന്റെ കാര്യത്തിൽ ഇന്ത്യൻ സംസ്ഥാനങ്ങളിൽ നിലവിൽ ഒന്നാമതുള്ളത് മഹാരാഷ്ട്രയാണ്. ആകെ പ്രവാസി

പണത്തിന്റെ 35% എത്തുന്നത് അവിടേക്കാണ്. അതിനു ബഹുദൂരം പിറകിലാണ്, രണ്ടാം സ്ഥാനത്തുള്ള കേരളം. 10.2% മാത്രമാണ് നമ്മുടെ ഓഹരി. ലോകത്തെവിടെയും തൊഴിൽ നേടാൻ കഴിയുന്ന ഉന്നതവിദ്യാഭ്യാസവും ശേഷിയും സിദ്ധിച്ച യുവാക്കളുള്ള നാടാണ് കേരളം. അവർക്കു വേണ്ട തൊഴിലുകൾ കേരളത്തിൽത്തന്നെ ഒരുക്കാൻ ശ്രദ്ധിക്കുന്നുണ്ട്. എന്നാലതേസമയം അവരുടെ കഴിവുകൾ ലോകത്തിനാകെ ഗുണകരമാകുന്ന വിധത്തിൽ മറ്റ് ദേശങ്ങളിൽ പ്രയോജനപ്പെടുന്നത് നമുക്ക് അഭിമാനകരവും നമ്മുടെ നാടിന്റെ സമ്പദ്ഘടനയുടെ വളർച്ചയ്ക്ക് സഹായകരവുമാണ്. ഈ സാഹചര്യത്തിൽ പ്രവാസി പണം കൂടുതലായി ഇന്ത്യയിലേക്ക് എത്തിക്കുന്ന വികസിത രാജ്യങ്ങളിലേക്കു കേരളത്തിൽ നിന്നുള്ള കുടിയേറ്റം മെച്ചപ്പെടുത്താൻ കഴിയേണ്ടതുണ്ട്.

പ്രവാസവുമായി ബന്ധപ്പെട്ട വിവിധ വിഷയങ്ങൾ നമ്മൾ കേന്ദ്ര സർക്കാരിന്റെ ശ്രദ്ധയിൽ കൊണ്ടുവന്നിട്ടുണ്ട്. ചില നടപടികൾ ഉണ്ടാവുന്നുണ്ട്. വിദേശ തൊഴിലാളികളുടെയും കമ്പനികളുടെയും താൽപ്പര്യങ്ങൾ പരസ്പര ധാരണയിൽ സംരക്ഷിക്കുന്നതിനായി വിവിധ രാജ്യങ്ങളുമായി ഉഭയകക്ഷി സാമൂഹിക സുരക്ഷാ കരാറുകൾ ഉണ്ടാക്കുന്ന കാര്യം ചർച്ച ചെയ്യുന്നുണ്ട്. ബെൽജിയം, ഫ്രാൻസ്, നെതർലൻഡ്സ്, ജർമ്മനി, സ്വിറ്റ്സർലൻഡ്, ലക്സംബർഗ്, ഹംഗറി, ഡെൻമാർക്ക്, ചെക്ക് റിപ്പബ്ലിക്, റിപ്പബ്ലിക് ഓഫ് കൊറിയ, നോർവേ എന്നീ രാജ്യങ്ങളുമായി വിദേശകാര്യ മന്ത്രാലയം ഉഭയകക്ഷി സാമൂഹിക സുരക്ഷാ കരാറുകളിൽ ഒപ്പുവച്ചിട്ടുണ്ട്. എന്നാൽ, ബ്രിട്ടണുമായി സാമൂഹിക സുരക്ഷാ കരാറുകൾ ഒന്നും ഒപ്പുവച്ചിട്ടില്ല.

ഇക്കാര്യത്തിൽ കൂടുതൽ ശക്തമായി ആവശ്യങ്ങൾ മുമ്പോട്ടു വയ്ക്കേണ്ടതുണ്ട്. അതുപോലെ വിദ്യാർഥി കുടിയേറ്റം കൈകാര്യം ചെയ്യുന്നതിനായി യാതൊരു സംവിധാനങ്ങളും ഇല്ല. മൊബിലിറ്റി പാർട്ട്ണർഷിപ്പ് എഗ്രിമെന്റുകൾ നിലവിലില്ല. ആകെയുള്ളത് ഡെൻമാർക്കുമായി മാത്രമാണ്. പുതിയ കരട് എമിഗ്രേഷൻ ആക്ടിൽ വികസിത രാജ്യങ്ങളിലേക്ക് താൽക്കാലിക കുടിയേറ്റത്തിനു സഹായകമാകുന്ന വ്യവസ്ഥകൾ ഒന്നും നിലവിലില്ല. സ്ഥിര കുടിയേറ്റത്തിനുപരിയായി വികസിത രാജ്യങ്ങളിലേക്കുള്ള താൽക്കാലിക കുടിയേറ്റം ലക്ഷ്യമിട്ടുള്ള പ്രവർത്തനങ്ങൾ കേന്ദ്ര സർക്കാർ ആരംഭിച്ചിട്ടുമില്ല. ഇക്കാര്യത്തിലൊക്കെ നടപടികൾ ഉണ്ടാവണം. അതിനൊക്കെ പ്രവാസികളെക്കൂടെ ചേർത്തു നിർത്തി കൂട്ടായ പരിശ്രമങ്ങൾ ഉണ്ടായി വരണം. ആ പരിശ്രമങ്ങളെ കോർത്തിണക്കി കൂടുതൽ ഫലപ്രദമാക്കാനാണ് ലോക കേരള സഭയുടെ പ്രവർത്തനങ്ങൾ കൂടുതൽ ശക്തമാക്കുന്നത്.

സഹകരണമേഖലയെ സംരക്ഷിക്കാൻ ഒറ്റക്കെട്ടായി പോരാടണം

സഹകരണരംഗം അനുദിനം വളർന്നുകൊണ്ടിരിക്കുകയാണ് എന്ന് നമുക്കറിയാം. ലോകത്താകമാനം നൂറു കോടിയിലേറെ ജനങ്ങൾ സഹകരണ മേഖലയെ ആശ്രയിക്കുന്നുണ്ട് എന്നാണ് കണക്കുകൾ സൂചിപ്പിക്കുന്നത്. ജനകീയ പുരോഗമനപ്രസ്ഥാനങ്ങളുടെ സജീവമായ ഇടപെടലിന്റെ ഫലമായി ഉയർന്നുവന്നതാണ് കേരളത്തിലെ സഹകരണ പ്രസ്ഥാനം. സ്വാതന്ത്ര്യലബ്ധിക്കു മുമ്പുതന്നെ സഹകരണ സംഘങ്ങൾ നമ്മുടെ നാട്ടിലുണ്ടായിരുന്നു. 1914 ലെ തിരുവിതാംകൂർ സഹകരണ സംഘം നിയമപ്രകാരം രൂപീകരിക്കപ്പെട്ട തിരുവനന്തപുരം സെൻട്രൽ സഹകരണ ബാങ്ക്, പിന്നീട് കേരള സംസ്ഥാന സഹകരണ ബാങ്കായി പരിണമിച്ചതും ഇന്ന് കേരള ബാങ്കായി പ്രവർത്തിക്കുന്നതും ഒരു ചരിത്രം.

നവോത്ഥാന പ്രസ്ഥാനങ്ങളെ മുൻനിരയിൽ നിന്നു നയിച്ച വാഗ്ഭടാനന്ദൻ രൂപീകരിച്ച ഐക്യനാണയ സംഘം ഇന്ന് ഏഷ്യയിലെ തന്നെ മികച്ച ലേബർ സഹകരണ സംഘങ്ങളിലൊന്നായി വളർന്നു നിൽക്കുന്നത് മറ്റൊരു ചരിത്രം. സഹകരണ മേഖലയിലേക്ക് ഏറ്റവും പുതിയ തലമുറ വരെ കടന്നുവരുന്ന ഘട്ടമാണ് എന്നതുകൊണ്ടാണ് ചരിത്രത്തിലേക്കു വെറുതെ ഒന്ന് കണ്ണോടിക്കുന്നത്.

കേരള സംസ്ഥാനം രൂപീകരിക്കപ്പെടുമ്പോൾ 3,111 സംഘങ്ങളാണ് ഉണ്ടായിരുന്നത്. ഈ 66 കൊല്ലംകൊണ്ട് അഞ്ചിരട്ടിയിലേറെ വർദ്ധന നമുക്ക് കൈവരിക്കാൻ കഴിഞ്ഞതിൽ നിന്നുതന്നെ സഹകരണ മേഖലയും ജനങ്ങളും തമ്മിലുള്ള അഭേദ്യമായ ബന്ധത്തിന്റെ ആഴം മനസ്സിലാകും. ഇന്ന് കേരളത്തിലെ അപ്പക്സ്, ഫെഡറൽ സെൻട്രൽ പ്രൈമറി തലങ്ങളിലായി 77 തരം സഹകരണ സംഘങ്ങളാണ് പ്രവർത്തിക്കുന്നത്. ജനസംഖ്യയിലെ മഹാഭൂരിപക്ഷവും ഇതിലെ അംഗങ്ങളാണ് എ

ന്നുമാത്രമല്ല, അംഗങ്ങളുടെ എണ്ണമെടുത്താൽ അത് കേരളത്തിലെ ആകെ ജനസംഖ്യയേക്കാൾ അധികവുമാണ്. ഒരാൾക്കു തന്നെ ഒന്നിലേറെ സഹകരണ സംഘങ്ങളിൽ അംഗത്വമുള്ളതു കൊണ്ടാണിത്.

നവമുതലാളിത്തം ശക്തിപ്രാപിച്ചതോടെ ലോകത്താകമാനമുള്ള സഹകരണ മേഖല പലവിധത്തിലുള്ള വെല്ലുവിളികൾ നേരിടുകയാണ്. സഹകരണ രംഗം പണം പരമാവധി ആളുകളിലേക്ക് എത്തിക്കാൻ ശ്രമിക്കുമ്പോൾ ഒരു വ്യക്തിയിലേക്കോ ചെറിയ ഒരുകൂട്ടം ആളുകളിലേക്കോ ധനമൂലധനത്തെ കേന്ദ്രീകരിക്കുകയാണ് കോർപ്പറേറ്റ് ധനകാര്യ സ്ഥാപനങ്ങൾ ചെയ്യുന്നത്.

സഹകരണ മേഖലയും കേന്ദ്ര സർക്കാരും

ഭരണഘടനാപരമായി രൂപംകൊണ്ട സ്ഥാപനങ്ങളെയും നിയോഗിക്കപ്പെട്ട വ്യക്തികളെയും ഉപയോഗിച്ചുകൊണ്ട് ജനാധിപത്യത്തെ ദുർബലമാക്കുകയാണ് കേന്ദ്ര സർക്കാർ ചെയ്യുന്നത്. സഹകരണ മേഖലയ്ക്കു മേലുള്ള കടന്നുകയറ്റങ്ങളെയും ഇതിന്റെ ഭാഗമായിത്തന്നെ വേണം കാണാൻ. നിയമഭേദഗതി കൊണ്ടുവന്നും പുതിയ ഉത്തരവുകളിറക്കിയും ഇടയ്ക്കിടെ കേന്ദ്രം നേരിട്ടും റിസർവ് ബാങ്ക് വഴിയും സഹകരണ മേഖലയിൽ ഇടപെട്ടുകൊണ്ടിരിക്കുകയാണ്. ഒന്നും സഹകരണ പ്രസ്ഥാനത്തെ സഹായിക്കുന്നതല്ല.

അടുത്ത കാലത്താണ് സഹകരണ സ്ഥാപനങ്ങൾ ബാങ്ക് എന്ന പദം ഉപയോഗിക്കുന്നതിനെതിരെയും നിക്ഷേപം സ്വീകരിക്കുന്നതിനെതിരെയും സർക്കുലർ വന്നത്. അംഗങ്ങളല്ലാത്തവരിൽ നിന്നും അസോസിയേറ്റ് അംഗങ്ങളിൽനിന്നും നിക്ഷേപം സ്വീകരിക്കുന്നതിനെതിരെയാണ് വിലക്കുണ്ടായത്.

സഹകരണ സ്ഥാപനങ്ങളിലെ നിക്ഷേപങ്ങൾക്ക് ഡെപ്പോസിറ്റ് ഇൻഷുറൻസ് ആൻഡ് ക്രെഡിറ്റ് ഗ്യാരന്റി കോർപ്പറേഷന്റെ ഇൻഷുറൻസ് പരിരക്ഷ ഉണ്ടാകില്ല എന്നുപോലും സർക്കുലറിറങ്ങി. യഥാർത്ഥത്തിൽ സഹകരണ നിയമപ്രകാരം രൂപീകരിച്ച നിക്ഷേപ ഗ്യാരന്റി ബോർഡാണ് സഹകരണ സംഘങ്ങളിലെ നിക്ഷേപങ്ങൾക്ക് ഗ്യാരന്റി നൽകുന്നത്. എന്നിട്ടും ജനങ്ങളെ തെറ്റിദ്ധരിപ്പിക്കുന്ന ഉത്തരവുകളിറക്കുന്നതിനു പിന്നിൽ സ്ഥാപിത താൽപ്പര്യങ്ങളാണുള്ളത്. സഹകണ സംഘങ്ങളിൽ നിക്ഷേപിക്കുന്നതിനാണ് സാധാരണക്കാർ എന്നും താൽപ്പര്യം പ്രകടിപ്പിക്കുന്നത്. ഈ നിക്ഷേപത്തെ സ്വകാര്യ ബാങ്കിംഗ് സ്ഥാപനങ്ങൾക്കും മറ്റും എത്തിച്ചുകൊടുക്കുക എന്നതു തന്നെയാണ് ഉദ്ദേശ്യം.

അർബൻ ബാങ്കുകളെ ലക്ഷ്യമാക്കിക്കൊണ്ട് അപ്പക്സ് സ്ഥാപനം രൂപീകരിച്ചതും സഹകരണ മേഖലയെ വരിഞ്ഞുമുറുക്കുക എന്ന ഉദ്ദേശ്യത്തോടെയാണ്. മറ്റൊന്നാണ് കേന്ദ്രം കൊണ്ടുവന്ന മൾട്ടി സ്റ്റേറ്റ് സഹകരണ സംഘങ്ങൾ. 1,500 നു മേൽ സംഘങ്ങൾക്കാണിപ്പോൾ കേന്ദ്ര രജിസ്ട്രാർ അനുമതി നൽകിയത്. വിവിധ സംസ്ഥാനങ്ങളിൽ ബാങ്കിംഗ്

ബിസിനസ് നടത്തുന്ന ഇവയ്ക്ക് പലിശനിരക്കിലോ പ്രവർത്തനങ്ങളിലോ ഒരു നിയന്ത്രണവുമില്ല. ക്രമക്കേടുകളെത്തുടർന്ന് ഇവയിൽ 80 എണ്ണം അടച്ചുപൂട്ടിയെന്ന് കേന്ദ്ര സർക്കാർ തന്നെ പറയുന്നു. ഇത്തരത്തിൽ 27 എണ്ണം കേരളത്തിലും രജിസ്റ്റർ ചെയ്തിട്ടുണ്ട്. എന്നാൽ സംസ്ഥാന സഹകരണ രജിസ്ട്രാർക്കോ, ഓഡിറ്റിനോ ഇവയ്ക്കു മേൽ യാതൊരു നിയന്ത്രണവുമുണ്ടാവില്ല. സഹകരണ മേഖലയാർജ്ജിച്ച വിശ്വാസ്യത ദുരുപയോഗിച്ചുകൊണ്ട് മുതലെടുക്കാൻ നടത്തുന്ന ഇത്തരം ശ്രമങ്ങൾ സഹകരണ മേഖലയെയാകെ കളങ്കപ്പെടുത്തും.

സഹകരണ സംഘങ്ങളുടെ വിശ്വാസ്യതയ്ക്കു നേരെയുള്ള കടുത്ത വെല്ലുവിളിയാണ് ബാങ്കിംഗ് റെഗുലേഷൻ ആക്ട് ഭേദഗതി. ബാങ്കിംഗ് നിയമത്തിലെ 56ാം വകുപ്പിലാണ് കേന്ദ്ര സർക്കാർ വ്യാപകമായ ഭേദഗതികൾ കൊണ്ടുവന്നിട്ടുള്ളത്. റിസർവ് ബാങ്ക് വാണിജ്യ ബാങ്കുകൾക്കു മേൽ ചുമത്തുന്ന നിയന്ത്രണങ്ങൾക്ക് സമാനമായ നിയന്ത്രണങ്ങൾ നിയമഭേദഗതിയിലൂടെ സഹകരണ ബാങ്കുകൾക്കും ബാധകമാക്കിയിരിക്കുകയാണ്.

സഹകരണ സ്ഥാപനങ്ങളുടെ ഭരണഘടനയായി കണക്കാക്കുന്ന നിയമാവലി ബാങ്കിംഗ് നിയന്ത്രണ നിയമങ്ങൾക്ക് അനുസൃതമായിരിക്കണമെന്നും ഏതെങ്കിലും വ്യവസ്ഥ ബാങ്ക് നിയന്ത്രണ നിയമവ്യവസ്ഥയ്ക്ക് വിരുദ്ധമായിട്ടുണ്ടായാൽ ആ വ്യവസ്ഥ അസാധുവാകുമെന്നും ഭേദഗതിയിൽ പറയുന്നു. ബാങ്ക്, ബാങ്കർ, ബാങ്കിംഗ് എന്നീ വാക്കുകൾ സംസ്ഥാന, ജില്ലാ സഹകരണ ബാങ്കുകളും അർബൻ ബാങ്കുകളും മാത്രമേ ഉപയോഗിക്കാവൂ എന്ന് വ്യവസ്ഥ ചെയ്തിരിക്കുന്നു. കാർഷിക വികസന ബാങ്കുകൾക്ക് പേരിനൊപ്പം ബാങ്ക് എന്ന പദം ചേർക്കാനുള്ള അവകാശം ഭേദഗതിയിലൂടെ നീക്കം ചെയ്തിരിക്കുകയാണ്. സഹകരണ സംഘങ്ങളിലെ അംഗങ്ങൾക്കു മാത്രമല്ല, അംഗമല്ലാത്തവർക്കും ബോണ്ടുകളും കടപ്പത്രങ്ങളും നൽകാൻ വ്യവസ്ഥ ചെയ്യുന്നത് സഹകരണ തത്വങ്ങൾക്ക് വിരുദ്ധമാണ്.

സഹകരണ സ്ഥാപനങ്ങളെ ഇൻകം ടാക്സ് പരിധിയിൽ ഉൾപ്പെടുത്തിക്കൊണ്ടുള്ള നിയന്ത്രണങ്ങളും വലിയ തിരിച്ചടിയാണ്. ആദായ നികുതി നിയമത്തിലെ 194 എൻ, 194 എ വകുപ്പുകൾ എന്നിവ അനുസരിച്ചാണ് നികുതി ചുമത്തുന്നത്. വ്യക്തിക്ക് തുല്യമായാണ് സഹകരണ സംഘങ്ങളെയും കണക്കാക്കുന്നത്. ശരാശരി പതിനായിരത്തിലധികം അംഗങ്ങളുള്ള സഹകരണ സംഘങ്ങൾക്ക് ഒരു മാസം പിൻവലിക്കേണ്ടിവരുന്ന തുക വളരെ വലുതായിരിക്കും. ധനനിയമഭേദഗതി പ്രകാരം പ്രാഥമിക കാർഷിക വായ്പാ സഹകരണ സംഘങ്ങൾ, പ്രാഥമിക സഹകരണ കാർഷിക ഗ്രാമ വികസന ബാങ്കുകൾ എന്നിവ ഒഴികെയുള്ള സഹകരണ സംഘങ്ങൾക്ക് ലഭിച്ചിരുന്ന ആനുകൂല്യം നിഷേധിക്കപ്പെടുകയും ചെയ്തു.

രാജ്യത്തെ പഞ്ചസാര മില്ലുകളിൽ ഏതാണ്ട് 35 ശതമാനവും പ്രവർത്തിക്കുന്നത് മഹാരാഷ്ട്രയിലെ സഹകരണ മേഖലയിലാണ്. രാജ്യത്ത് ഒരു ലക്ഷത്തോളം പ്രാഥമിക കാർഷിക വായ്പാ സംഘങ്ങളുണ്ട്. ഇത്തരത്തിൽ ബൃഹത്തായി പടർന്നുകിടക്കുന്ന ഒരു സഹകരണമേഖലയെ തകർക്കുന്ന നടപടിയാണ് കേന്ദ്രസർക്കാരിന്റെ ഭാഗത്തുനിന്നുണ്ടാകുന്നത്.

സഹകരണ മേഖലയുടെ ഭാവി

നവ ഉദാരവൽക്കരണത്തിന്റെ വരവോടുകൂടി സഹകരണ മേഖലയുടെ വളർച്ച വലിയ തോതിൽ തിരിച്ചടി നേരിട്ടുവരികയാണ്. ഈ സഹസ്രാബ്ദത്തിന്റെ ആദ്യം കാർഷിക സംസ്കരണത്തിൽ സഹകരണ മേഖലയുടെ പങ്ക് 32.3 ശതമാനമായിരുന്നത് ഇപ്പോൾ 20 ശതമാനത്തിൽ താഴെയെത്തിനിൽക്കുന്നു. 2015ൽ ഇന്ത്യൻ സമ്പദ്വ്യവസ്ഥയിൽ 17 ശതമാനമായിരുന്ന സഹകരണ മേഖലയുടെ പങ്ക് ഇപ്പോൾ 10 ശതമാനത്തിലേക്ക് താഴ്ന്നിരിക്കുന്നു. പുതിയ തലമുറ ബാങ്കുകൾക്കും കോർപ്പറേറ്റ് ധനകാര്യ സ്ഥാപനങ്ങൾക്കുമായി സഹകരണമേഖലയെ കയ്യൊഴിയാൻ കേന്ദ്ര സർക്കാരും ചില സംസ്ഥാന സർക്കാരുകളും തയ്യാറായതിന്റെ കൂടി ഫലമാണിത്. ഇങ്ങനെ സഹകരണ മേഖലയെ വരിഞ്ഞുമുറുക്കിയാൽ മാത്രമേ അതിൽ നിക്ഷേപമായി സ്വീകരിക്കപ്പെട്ടിരിക്കുന്ന വലിയ തുകയെ കോർപ്പറേറ്റുകളിലേക്കു തിരിച്ചുവിടാൻ കഴിയുകയുള്ളൂ; ധനികരെ അതിധനികരാക്കുന്ന വിധം യാതൊരുവിധ മാനദണ്ഡങ്ങളുമില്ലാതെ വൻതുകകൾ വായ്പയായി നൽകാൻ കഴിയുകയുള്ളൂ.

സഹകരണ മേഖലയും എൽഡിഎഫ് സർക്കാരും

ഇപ്പോൾ 16,255 സംഘങ്ങളാണ് കേരളത്തിൽ പ്രവർത്തിക്കുന്നത്. ഇവയിൽ 12,000 സംഘങ്ങൾ നല്ല നിലയിൽ പ്രവർത്തിക്കുന്നു. അർത്ഥവത്തായ ജനാധിപത്യത്തിലൂടെയാണ് കേരളത്തിലെ സഹകരണപ്രസ്ഥാനം ഉയർന്നുനിൽക്കുന്നത്. അവയെ സംബന്ധിച്ചിടത്തോളം ലാഭമല്ല, ജനങ്ങളാണ് കേന്ദ്രസ്ഥാനത്തു നിൽക്കുന്നത്.

വിവിധ മേഖലകളിൽ പ്രവർത്തിക്കുന്ന പ്രൈമറി ക്രെഡിറ്റ് സൊസൈറ്റികളാണ് സഹകരണ മേഖലയുടെ ഏറ്റവും വലിയ കരുത്ത്. 4,147 വായ്പാ സംഘങ്ങളാണ് കേരളത്തിൽ പ്രവർത്തിക്കുന്നത്. ഇവയുടെ ആകെ നിക്ഷേപം രണ്ടര ലക്ഷം കോടിയോളം രൂപയാണ്. 1.86 ലക്ഷം കോടിയോളം രൂപ വായ്പയായി നൽകുന്നുണ്ട്. കാർഷികവായ്പാ രംഗത്ത് 1,644 പ്രൈമറി സഹകരണസംഘങ്ങൾ പ്രവർത്തിക്കുന്നുണ്ട്. ഇവയുടെ ആകെ നിക്ഷേപം 1.28 ലക്ഷം കോടി രൂപ വരും.

കേരള ബാങ്ക്

ഒരു നൂറ്റാണ്ടിലേറെക്കാലത്തെ പ്രവർത്തനങ്ങളിൽ നിന്നാർജിച്ച നേട്ടങ്ങളിൽ ഊന്നിനിന്നുകൊണ്ടാണ് കേരള ബാങ്ക് രൂപീകരിച്ചത്. നിലവിൽ 69,940 കോടി രൂപയുടെ നിക്ഷേപവും 40,950 കോടി രൂപയുടെ വായ്പയും നൽകുന്ന സഹകരണ മേഖലയിലെ ഏറ്റവും വലിയ ബാങ്കാണിത്. കുറഞ്ഞ ചെലവിൽ സേവനങ്ങളും ഉയർന്ന നിലയിൽ വായ്പകളും നൽകി ജനങ്ങൾക്ക് ആശ്വാസം പകരാൻ കേരള ബാങ്കിന് കഴിഞ്ഞിട്ടുണ്ട്. കഴിഞ്ഞ ഒരു വർഷം കൊണ്ട് കേരള ബാങ്കിന്റെ സാന്ത്വനം പദ്ധതിയിലൂടെ തിരിച്ചടവ് ശേഷിയില്ലാത്ത നാൽപ്പതിലധികം ഇടപാടുകാർക്കാണ് ബാധ്യതയിൽ നിന്ന് മോചിതരായി പ്രമാണം തിരികെ കിട്ടിയത്.

കേരള ബാങ്ക് രൂപീകരണത്തിനുശേഷം കിസാൻ ക്രെഡിറ്റ് കാർഡ് പദ്ധതിയുടെ എല്ലാ പ്രയോജനവും കിട്ടുന്ന തരത്തിൽ കാർഷിക വായ്പാ സംഘങ്ങൾ വഴി 3 ശതമാനം പലിശനിരക്കിലാണ് കർഷകർക്ക് കൃഷിക്കും അനുബന്ധ ആവശ്യങ്ങൾക്കും വായ്പ അനുവദിക്കുന്നത്. കേരള ബാങ്കിന്റെ നബാർഡ് ബോറോയിംഗ് 8,982 കോടി രൂപയായി ഉയർന്നു. കുറഞ്ഞ പലിശനിരക്കിൽ കർഷകർക്കു വായ്പ നൽകാനാണ് ഈ തുക വിനിയോഗിച്ചത്.

സഹകരണ മേഖലയും സാമൂഹിക ക്ഷേമവും

സമൂഹത്തോടുള്ള പ്രതിബദ്ധത എന്ന തത്വത്തിൽ അധിഷ്ഠിതമാണ് കേരളത്തിലെ സഹകരണ മേഖല. സ്ഥാപനത്തിന്റെ സാമ്പത്തിക ഭദ്രതയെ ക്ഷേമ പ്രവർത്തനങ്ങൾക്കായി വിനിയോഗിക്കുന്ന ഇടപെടലുകളാണ് നമ്മുടെ സഹകരണ സ്ഥാപനങ്ങളിൽ നിന്നും ഉണ്ടായിക്കൊണ്ടിരിക്കുന്നത്. സാമൂഹ്യക്ഷേമ പെൻഷൻ ഉപഭോക്താക്കളിൽ മൂന്നിലൊന്നു പേർക്ക് തുക വീട്ടിലെത്തിച്ചു നൽകുന്നത് സഹകരണ സംഘങ്ങളാണ്. അതുപോലെ തന്നെ പല പൊതുമേഖലാ സ്ഥാപനങ്ങളിലും സാമ്പത്തിക പ്രതിസന്ധി ഉടലെടുത്തപ്പോഴൊക്കെ സഹായമെത്തിക്കാനും സഹകരണ പ്രസ്ഥാനങ്ങൾക്ക് കഴിഞ്ഞുവെന്നതും ഏറെ ശ്രദ്ധേയമായ കാര്യമാണ്.

2018 ലെ പ്രളയത്തിൽ വീട് നഷ്ടപ്പെട്ടവർക്ക് കൈത്താങ്ങായി എത്തിയ കെയർ ഹോം പദ്ധതിയുടെ ആദ്യ ഘട്ടത്തിൽ 2,091 വീടുകളാണ് നിർമ്മിച്ചു നൽകിയത്. രണ്ടാം ഘട്ടത്തിൽ ഭവനരഹിതർക്കും ഭൂരഹിതർക്കുമായുള്ള ഫ്ളാറ്റ് നിർമ്മാണ പദ്ധതികളും നടത്തിവരികയാണ്. മുഖ്യമന്ത്രിയുടെ ദുരിതാശ്വാസ നിധിയിലേക്ക് രണ്ടു ഘട്ടങ്ങളിലായി 266 കോടി രൂപയാണ് സഹകരണ മേഖല സംഭാവന ചെയ്തത്.

ഓൺലൈൻ വിദ്യാഭ്യാസ പദ്ധതിക്കായുള്ള ഉപകരണങ്ങൾ എത്തിക്കാൻ സഹായിച്ചു. കുട്ടികൾക്ക് മൊബൈൽ ഫോൺ വാങ്ങാനായി

പലിശരഹിത വായ്പ നൽകുന്ന വിദ്യാതരംഗിണി പദ്ധതി നടപ്പിലാക്കി. ഇതുവഴി 92,309 പേർക്കാണ് വായ്പായിനത്തിൽ 90 കോടി രൂപ ലഭ്യമാക്കിയത്. കോവിഡിന്റെ ഘട്ടത്തിലുണ്ടായ വലിയ സാമ്പത്തിക പ്രതിസന്ധി നേരിടാൻ വായ്പയ്ക്ക് മൊറട്ടോറിയം പ്രഖ്യാപിച്ച് തിരിച്ചടവിന് സാവകാശം നൽകി. വായ്പാ തിരിച്ചടവിന് ഒറ്റത്തവണ തീർപ്പാക്കൽ പദ്ധതി പ്രഖ്യാപിക്കുകയും ചെയ്തു. ഭിന്നശേഷിക്കാർക്ക് തൊഴിലവസരങ്ങൾ സൃഷ്ടിക്കുന്നതിനായി ആരംഭിച്ച 'സഹകരണം സൗഹൃദം' പദ്ധതി 309 സംഘങ്ങൾ മുഖേന 500 പേർക്ക് നാലു കോടി രൂപ വായ്പ ഇനത്തിൽ ലഭ്യമാക്കി. വയോജന സംരക്ഷണത്തിനായി പാലിയേറ്റീവ് കെയർ സംവിധാനങ്ങൾ ലഭ്യമാക്കാൻ ആശുപത്രി സഹകരണ സംഘങ്ങൾ മുന്നോട്ടുവന്നു.

നവകേരളവും സഹകരണ മേഖലയും

കേരളത്തെ ഭക്ഷ്യ സ്വയംപര്യാപ്തതയിലേക്കു നയിക്കാനുള്ള സംസ്ഥാന സർക്കാരിന്റെ പ്രവർത്തനത്തിൽ സഹകരണ സംഘങ്ങൾ മുഖ്യ പങ്കാളികളാണ്. സംഭരണം, സംസ്കരണം, വിപണനം എന്നിവയിൽ ശ്രദ്ധ കേന്ദ്രീകരിക്കുന്നതിനായി കോ–ഓപ്പറേറ്റീവ് കൺസോർഷ്യങ്ങൾ രൂപീകരിച്ചുവരികയാണ്.

കാർഷിക മേഖലയിൽ അടിസ്ഥാന സൗകര്യ വികസനത്തിന് കൂടുതൽ നിക്ഷേപം ലഭ്യമാക്കുന്നതിനായി 'അഗ്രികൾച്ചറൽ ഇൻഫ്രാസ്ട്രക്ച്ചർ ഫണ്ട്' നടപ്പിലാക്കിവരികയാണ്. സഹകരണ സംഘ ഉത്പന്നങ്ങളുടെ ഗുണനിലവാരം ഉറപ്പുവരുത്തി ഏകീകൃത ബ്രാൻഡിങ് കൊണ്ടുവരിക, ഗുണമേന്മയേറിയ ഉത്പന്നങ്ങൾ ലഭ്യമാക്കുക എന്നീ ലക്ഷ്യങ്ങൾ കൈവരിക്കാനാണ് ബ്രാൻഡിങ് ആൻഡ് മാർക്കറ്റിങ് ഓഫ് കോ–ഓപ്പറേറ്റീവ് പ്രോഡക്ട്സ് എന്ന പദ്ധതി നടപ്പാക്കിവരുന്നത്.

സൂക്ഷ്മ, ചെറുകിട സംരംഭങ്ങൾ, ചെറുകിട കച്ചവടം എന്നിവയ്ക്ക് വായ്പ അനുവദിക്കുക മുഖേന 56,279 തൊഴിലവസരങ്ങളാണ് സൃഷ്ടിക്കപ്പെട്ടത്. വേറിട്ട ആശയങ്ങളുമായി സഹകരണ മേഖലയിലേക്കു യുവതലമുറയുടെ കടന്നുവരവിന് യുവസഹകരണ സംഘങ്ങളിലൂടെ തുടക്കംകുറിച്ചു. 30 യുവജന സംഘങ്ങളാണ് ഇങ്ങനെ ആരംഭിച്ചത്. ഇതിനു പുറമെ പട്ടികജാതി, പട്ടികവർഗ്ഗ വിഭാഗങ്ങളിലെ യുവാക്കളെ ഉൾപ്പെടുത്തി എല്ലാ ജില്ലകളിലും പ്രത്യേക യുവജന സഹകരണ സംഘങ്ങൾ ആരംഭിക്കുകയും ചെയ്തു.

ഇത്തരം ബഹുമുഖമായ ഇടപെടലുകൾ സഹകരണ മേഖലയുടെ വിശ്വാസ്യത വർദ്ധിപ്പിക്കുകയാണ് ചെയ്യുന്നത്. കഴിഞ്ഞ മാർച്ചിൽ നിക്ഷേപ സമാഹരണത്തിൽ റെക്കോർഡ് നേട്ടം കൈവരിക്കാനായി. ആറായിരം കോടി രൂപയാണ് സമാഹരിക്കാൻ ലക്ഷ്യമിട്ടിരുന്നതെങ്കിൽ 9,967 കോടി രൂപയാണ് സമാഹരിച്ചത്.

സഹകരണ മേഖല പ്രധാനമായും ശ്രദ്ധിക്കേണ്ടത് ഇടപെടുന്ന മേഖലകളുടെ വൈവിധ്യവൽക്കരണത്തിലാണ്. ഒരു വൈജ്ഞാനിക നൂതനത്വ സമൂഹമായി കേരളത്തെ പരിവർത്തിപ്പിക്കാൻ പ്രതിജ്ഞാബദ്ധമാണ് ഇടതുപക്ഷ ജനാധിപത്യ മുന്നണി സർക്കാർ. നൂതനമായ ആശയങ്ങളെ പ്രോത്സാഹിപ്പിച്ചുകൊണ്ട് അവയെ ഉത്പാദനോന്മുഖമായി പരിവർത്തിപ്പിക്കാനും നിക്ഷേപങ്ങൾ നടത്താനും നിക്ഷേപകരെ സഹായിക്കാനും കഴിയുന്ന തരത്തിലുള്ള ഇടപെടലുകൾ സഹകരണ സംഘങ്ങളുടെ ഭാഗത്തു നിന്നുണ്ടാകേണ്ടതുണ്ട്.

കേരള ബാങ്കിന്റെ നേതൃത്വത്തിൽ എല്ലാ സഹകരണ ധനകാര്യ സ്ഥാപനങ്ങളെയും ഒരു സോഫ്റ്റ്‌വെയറിന്റെ കീഴിൽ എത്തിക്കാനുള്ള ശ്രമങ്ങൾ നടന്നുവരികയാണ്. ഇത് പൂർത്തിയാകുന്നതോടെ ആധുനിക ബാങ്കിംഗ് മേഖലയിലെ എല്ലാ സേവനങ്ങളും സഹകരണ മേഖലയിൽ ലഭ്യമാക്കാൻ നമുക്കു കഴിയും. വരും കാലത്തെ മുന്നിൽക്കണ്ടുകൊണ്ടുള്ള പ്രവർത്തനങ്ങൾ ഏറ്റെടുത്താൽ മാത്രമേ നിലവിലുള്ള ജനകീയതയും സേവനോത്സുകതയും വർദ്ധിപ്പിക്കാൻ നമുക്കു കഴിയൂ.

സഹകരണ സ്ഥാപനങ്ങളുടെ പൂർണ്ണാധികാരം സംസ്ഥാനങ്ങൾക്കാണ് എന്ന സുപ്രീംകോടതിയുടെ വിധി കേന്ദ്ര നയങ്ങൾക്കേറ്റ തിരിച്ചടിയായിരുന്നു. ഇത് കേരളത്തിലെ സാമ്പത്തിക മേഖലയ്ക്കൊന്നാകെ നൽകുന്ന ഉണർവ് വളരെ വലുതാണ്. നോട്ട് നിരോധനം മറയാക്കി നമ്മുടെ സഹകരണ മേഖലയെയും സാമ്പത്തിക സ്ഥാപനങ്ങളെയും സ്തംഭിപ്പിക്കാൻ കേന്ദ്ര സർക്കാർ നോക്കി. കള്ളപ്പണത്തിന്റെ നിക്ഷേപ കേന്ദ്രങ്ങളാണ് സഹകരണ സംഘങ്ങൾ എന്ന പ്രചാരണം നടത്തി. ഒറ്റപ്പെട്ട ഏതെങ്കിലും ക്രമക്കേട് ഉയർത്തിക്കാട്ടി സഹകരണ മേഖലയാകെ തകർച്ചയിലേക്കു കൂപ്പുകുത്തുകയാണ് എന്ന പ്രതീതി സൃഷ്ടിക്കാൻ ശ്രമിച്ചു. കേന്ദ്രത്തിന് ഒരു കാര്യവുമില്ലാത്ത സഹകരണ മേഖലയിൽ പ്രത്യേക വകുപ്പു തന്നെ ഉണ്ടാക്കി. സഹകരണ രംഗത്തെ ഫെഡറൽ സങ്കൽപ്പങ്ങളെ അട്ടിമറിക്കാനുള്ള ശ്രമങ്ങൾ നടത്തി. സഹകരണ സ്ഥാപനങ്ങളെ ആദായനികുതി വകുപ്പിന്റെ പരിധിയിലേക്കു കൊണ്ടുവന്ന് ഈ പ്രസ്ഥാനത്തെ തന്നെ ഇല്ലായ്മ ചെയ്യാൻ ശ്രമിച്ചു. ഈ ശ്രമങ്ങൾക്കെതിരെ ഒറ്റക്കെട്ടായി കേരളം പോരാടേണ്ടതുണ്ട്. സഹകരണ മേഖലയെ കൂടുതൽ ശക്തമാക്കാനും അതിന്റെ വേരുകൾ പുതിയ മേഖലകളിലേക്ക് എത്തുന്നുവെന്ന് ഉറപ്പാക്കാനും നമുക്ക് സാധിക്കണം. നവ കേരളത്തിനായുള്ള നമ്മുടെ ശ്രമങ്ങൾ വിജയിക്കാൻ അതു വളരെ അനിവാര്യമാണ്.

സംരംഭക വർഷം പരിപാടിയുടെ ഉജ്ജ്വലവിജയം

കേരള ചരിത്രത്തിൽ തന്നെ ഏറ്റവും ബൃഹദ് സംരംഭക സംഗമമാണ് ജനുവരി 21 ന് കൊച്ചിയിൽ നടന്നത്. സംരംഭക വർഷം പദ്ധതിയുടെ ഭാഗമായി സംരംഭങ്ങൾ ആരംഭിച്ചവരുടെ സംഗമത്തിൽ പതിനായിരത്തിലധികം സംരംഭകർ പങ്കെടുത്തു. ഒരു വർഷത്തിനുള്ളിൽ ഒരു ലക്ഷം സംരംഭങ്ങൾ എന്ന ലക്ഷ്യം 8 മാസത്തിനുള്ളിൽ മറികടന്ന സംരംഭക വർഷം പദ്ധതി വഴി ഇതുവരെ 1,24,254 സംരംഭങ്ങളാണ് ആരംഭിച്ചിട്ടുള്ളത്. അവയിലൂടെ 7,533 കോടിയിലധികം രൂപയുടെ നിക്ഷേപങ്ങൾ സമാഹരിക്കുകയും 2,67,828 ത്തോളം തൊഴിലവസരങ്ങൾ ലഭ്യമാക്കുകയും ചെയ്തു.

വ്യാവസായിക-വാണിജ്യമേഖലകളിൽ വൻമുന്നേറ്റം

കേരളത്തിന്റെ ചരിത്രത്തിൽ ഇതുവരെ ഉണ്ടായിട്ടില്ലാത്തത്ര വലിയ മുന്നേറ്റമാണ് സംരംഭക വർഷം പദ്ധതിയിലൂടെ കേരളത്തിന്റെ വ്യാവസായിക-വാണിജ്യ മേഖലകളിൽ ഉണ്ടായിട്ടുള്ളത്. കേരളം വ്യവസായത്തിനും വാണിജ്യത്തിനും അനുയോജ്യമല്ലെന്ന കുപ്രചരണങ്ങൾക്ക് ഈ പദ്ധതി അന്ത്യം കുറിച്ചിരിക്കുന്നു.

വിവിധ സർക്കാർ വകുപ്പുകൾ, ഏജൻസികൾ, പൊതുമേഖലാ സ്ഥാപനങ്ങൾ, ബാങ്കുകൾ, തുടങ്ങിയവയെ ഏകോപിപ്പിച്ചുകൊണ്ടാണ് സംരംഭകരെ കണ്ടെത്തുന്നതിനുള്ള പദ്ധതി ഇത്ര വലിയ വിജയമാക്കിയത്. ഏറ്റവുമധികം സംരംഭങ്ങൾ ആരംഭിച്ചത് തൃശ്ശൂർ ജില്ലയിലാണ്. എറണാകുളവും തിരുവനന്തപുരവും സംരംഭങ്ങളുടെ എണ്ണത്തിൽ രണ്ടും മൂന്നും സ്ഥാനങ്ങളിൽ എത്തി. നാടിന്റെ പൊതുവായ വികസനം മുൻനിർത്തി ഈ സംരംഭക മുന്നേറ്റത്തെ കുറേക്കൂടി ശക്തിപ്പെടുത്താൻ

നമുക്കു കഴിയേണ്ടതുണ്ട്. അതിനായി തുടർന്നും കൂടുതൽ ഇച്ഛാശക്തിയോടെയും സഹകരണ മനോഭാവത്തോടെയും പോകാൻ സാധിക്കേണ്ടതുണ്ട്.

'ഒരു തദ്ദേശസ്വയംഭരണ സ്ഥാപനം, ഒരു ഉൽപന്നം' എന്ന ആശയം നടപ്പിലാക്കാനും അത്തരം ഉൽപന്നങ്ങളുടെ മൂല്യവർധനവിനെ പ്രോത്സാഹിപ്പിച്ചുകൊണ്ട് കൂടുതൽ സംരംഭങ്ങൾ ആരംഭിക്കാനുമുള്ള പദ്ധതികൾ നടപ്പാക്കിവരികയാണ്. അതിനായി എല്ലാ തദ്ദേശസ്വയംഭരണ സ്ഥാപനങ്ങളിലും ആഴ്ചയിൽ രണ്ടു ദിവസം വീതം ഹെൽപ് ഡെസ്കുകൾ പ്രവർത്തിപ്പിക്കുന്നുണ്ട്. ഓരോ തദ്ദേശസ്വയംഭരണ സ്ഥാപനത്തിന്റെ കീഴിലും ഈ പദ്ധതിക്കായി പ്രത്യേകം കമ്മിറ്റികൾ രൂപീകരിക്കുകയും ചെയ്തിട്ടുണ്ട്. 2022 മേയ്, ജൂൺ മാസങ്ങളിൽ എല്ലാ തദ്ദേശസ്വയംഭരണ സ്ഥാപനങ്ങളിലും നടത്തിയ പൊതുബോധവത്കരണ പരിപാടികൾ വലിയ ജനപങ്കാളിത്തംകൊണ്ട് ശ്രദ്ധയാകർഷിച്ചിരുന്നു.

പലിശ ഇളവോടുകൂടിയുള്ള വായ്പകൾ ലഭ്യമാക്കുന്നതിനുള്ള പ്രത്യേക നടപടികൾ സ്വീകരിച്ചിട്ടുണ്ട്. ആഗസ്ത്– സെപ്തംബർ മാസങ്ങളിൽ നടപ്പാക്കിയ വായ്പാ മേളകളുടെ ഭാഗമായി ലഭിച്ച 5,556 അപേക്ഷകളിൽ 108 കോടി രൂപയുടെ വായ്പയാണ് അനുവദിച്ചത്. ഇത്തരത്തിൽ സാമ്പത്തിക സഹായങ്ങൾ ലഭ്യമാക്കുന്നതിനു പുറമെ ചില പ്രത്യേക ഉൽപന്നങ്ങൾക്ക് ഭൗമസൂചിക, അഥവാ ജിയോടാഗിങ്, നൽകുന്നതിനുള്ള നടപടികൾ കൂടി സ്വീകരിച്ചിട്ടുണ്ട്. സമഗ്രമായ ഇത്തരം പ്രവർത്തനങ്ങളുടെ ഫലമായാണ് പ്രതീക്ഷിച്ചതിലും മുൻപു തന്നെ ലക്ഷ്യത്തിലേക്ക് എത്തിച്ചേരാൻ നമുക്കു കഴിഞ്ഞത്.

കേന്ദ്ര സർക്കാരിന്റെ പ്രശംസ

സംരംഭക വർഷം എന്ന കേരളത്തിന്റെ പദ്ധതിയെ ബെസ്റ്റ് പ്രാക്ടീസ് എന്നാണ് കേന്ദ്ര സർക്കാർ തന്നെ വിശേഷിപ്പിച്ചിരിക്കുന്നത്. നമ്മുടെ സംസ്ഥാനം വ്യവസായങ്ങൾക്ക് അനുയോജ്യമായ നാടല്ലെന്ന കേരളവിരുദ്ധ താല്പര്യക്കാരുടെ കുപ്രചരണങ്ങൾക്കുള്ള മറുപടിയാണ് നമ്മുടെ സംരംഭകവർഷ പദ്ധതിയുടെ വിജയവും അതിനു ലഭിച്ച മികച്ച അംഗീകാരവും.

രാജ്യത്തെ ആദ്യത്തെ ടെക്നോപാർക്കിന് ആരംഭംകുറിച്ച സംസ്ഥാനമാണ് കേരളം. രാജ്യത്തെ ആദ്യത്തെ ഇലക്ട്രോണിക്സ് പ്രൊഡക്ഷൻ കമ്പനി ആരംഭിച്ചതും ഇവിടെയാണ്. ഗ്ലോബൽ സ്പൈസസ് പ്രോസസ്സിങ്ങിന്റെ ഹബ്ബാണ് കേരളം. ലോകത്തുൽപാദിപ്പിക്കപ്പെടുന്ന ആകെ ഒലിയോറെസിനുകളുടെ 40 മുതൽ 50 ശതമാനത്തോളം കേരളത്തിലാണ് ഉൽപ്പാദിപ്പിക്കുന്നത്. സീ ഫുഡ് പ്രോസസിങ് നടത്തുന്ന 75 ശതമാനം കമ്പനികൾക്കും ഇ.യു സർട്ടിഫിക്കേഷനുള്ള ഇന്ത്യയിലെ ഏക സംസ്ഥാനമാണ് കേരളം.

ലോകത്തേറ്റവുമധികം കൃത്രിമപ്പല്ലുകൾ ഉണ്ടാക്കുന്ന കമ്പനി കേരളത്തിലാണുള്ളത്. ഏഷ്യയിലെ ഏറ്റവും വലിയ ബ്ലഡ് ബാഗ് ഉൽപാദന കമ്പനി കേരളത്തിലാണുള്ളത്. ലോകത്തെ ഏറ്റവും വലിയ മെഡിക്കൽ എക്വിപ്മെന്റ് ഉത്പാദന കമ്പനികളിലൊന്ന് കേരളത്തിൽ പ്രവർത്തിക്കുന്നുണ്ട്. കഴിഞ്ഞ സർക്കാരിന്റെ കാലത്ത് എയർബസ്, നിസ്സാൻ, ടെക്ക് മഹീന്ദ്ര, ടോറസ് എന്നിങ്ങനെയുള്ള ലോകോത്തര കമ്പനികൾ കേരളത്തിലേക്ക് വന്നു. എന്നിട്ടും ഇവിടെ വ്യവസായങ്ങൾ വളരുന്നില്ല എന്നും കേരളം വ്യവസായങ്ങൾക്ക് അനുകൂലമല്ല എന്നുമുള്ള തെറ്റായ ചിത്രം പ്രചരിപ്പിക്കാനാണ് ചിലർ ശ്രമിക്കുന്നത്.

വസ്തുതകൾ തമസ്കരിക്കപ്പെടുന്നു

ദൗർഭാഗ്യവശാൽ നമ്മുടെ ചില മാധ്യമങ്ങൾ പോലും കേരളത്തിനെതിരെയുള്ള പ്രചാരവേലകൾക്ക് പുറകിലുള്ളവരുടെ അജൻഡകൾക്ക് കൂട്ടുനിൽക്കുന്നുണ്ട്. ഇതുകൊണ്ടൊക്കെ കേരളത്തിൽ വ്യവസായമേ ഇല്ല എന്ന പ്രതീതിയാണ് സൃഷ്ടിക്കപ്പെട്ടിട്ടുള്ളത്. അതിന്റെ ഫലമായി തമസ്കരിക്കപ്പെട്ടിട്ടുള്ള വസ്തുതയാണ് ഇന്ത്യയുടെ മൊത്തം ഭൂവിസ്തൃതിയുടെ 1.2% മാത്രമുള്ള, ഇന്ത്യയുടെ ജനസംഖ്യയുടെ 2.6% മാത്രമുള്ള കേരളത്തിന്റെ ജി എസ് ഡി പി ഇന്ത്യയുടെ ജി ഡി പിയുടെ 4.2% ആണ് എന്നത്. ഇവിടെ വ്യവസായവും വാണിജ്യവും ഇല്ലെങ്കിൽ പിന്നെ, ഇതെങ്ങനെയാണ് സംഭവിക്കുന്നത്?

കേരളത്തിൽ നിരവധി മുൻനിര മോഡേൺ മാനുഫാക്ച്ചറിങ് കമ്പനികൾ ഉണ്ട് (ടെറുമോ പെൻപോൾ, അഗാപ്പെ ഡയഗനോസിസ്, എസ് എഫ് ഓ ടെക്നോളജീസ്, സിന്തൈറ്റ്, ഏകെ ഫ്ലേവേഴ്സ്, വജ്ര റബ്ബേഴ്സ്, പി കെ സ്റ്റീൽസ് എന്നിങ്ങനെ 50 ലധികം. അവയിൽ പലതും ലോകത്തിലെ തന്നെ അതാത് മേഖലകളിലെ നമ്പർ വൺ കമ്പനികൾ ആണ്. സംരംഭക വർഷം പദ്ധതിയുടെ ഭാഗമായി ആരംഭിച്ച സംരംഭങ്ങളിൽ തന്നെ 15.67% മാനുഫാക്ച്ചറിങ് നടത്തുന്നവയാണ്. സംസ്ഥാനത്തിന്റെ ജി ഡി പിയിൽ മാനുഫാക്ച്ചറിങ് മേഖലയുടെ സംഭാവന 7% ൽ നിന്ന് 14% ആയി ഇപ്പോൾ വളർന്നിരിക്കുന്നു. എന്നാൽ, കണ്ണടച്ച് ഇരുട്ടാക്കിക്കൊണ്ടാണ് കേരളത്തിൽ ഇതൊന്നും നടക്കുന്നില്ല എന്ന് സ്ഥാപിക്കാൻ ചിലർ വ്യഗ്രതപ്പെടുന്നത്.

ഈ വളർച്ചയൊന്നും ഇല്ല എന്ന് സ്ഥാപിക്കാൻ മാത്രമല്ല കേരളം ആകെ കടത്തിലാണ് എന്നു സ്ഥാപിക്കാനുമുള്ള ശ്രമവും ഉണ്ട്. റിസർവ് ബാങ്കിന്റെ തന്നെ കണക്കുകൾ പ്രകാരം, കേരളത്തിന്റെ പൊതുകടം 2016 ൽ സംസ്ഥാന ജി ഡി പിയുടെ 29% ആയിരുന്നുവെങ്കിൽ 2021 ൽ അത് 37% ആയി മാറി, അഥവാ 8% വർധിച്ചു. അതേ കാലയളവിൽ തന്നെ കേന്ദ്ര സർക്കാരിന്റെ പൊതുകടം ജി ഡി പിയുടെ 47% ത്തിൽ നിന്ന് 59% ആയാണ് ഉയർന്നത്. അതായത് 12% ത്തിന്റെ വർദ്ധനവ്. ഇത്ര

യധികം കടഭാരമുള്ള ഒരു രാജ്യത്തിന്റെ ഭാഗമാണ് വിവിധ സംസ്ഥാനങ്ങൾ. അവയ്ക്ക് സ്വന്തം നിലയ്ക്ക് കടത്തിൽ നിന്ന് ഒഴിഞ്ഞു നിൽക്കാം എന്നു കരുതുന്നത് യുക്തിക്കു നിരക്കുന്നതല്ല.

പല സംസ്ഥാനങ്ങളിലും കേരളത്തിലെ പോലെയുള്ള മികച്ച പൊതുവിദ്യാലയങ്ങളോ സർക്കാർ ആശുപത്രികളോ സിവിൽ സർവീസോ സാർവത്രികമായ ക്ഷേമ പദ്ധതികളോ ക്ഷേമ പെൻഷനുകളോ ഒന്നുമില്ല. എന്നിട്ടും കേരളത്തേക്കാൾ കൂടുതൽ പൊതുകടം ഉള്ള 8 സംസ്ഥാനങ്ങൾ ഇന്ത്യയിലുണ്ട്. കേന്ദ്രത്തിലും സംസ്ഥാനങ്ങളിലും എല്ലാം കടം വർദ്ധിച്ചു വരുന്നത് രാജ്യം അനുവർത്തിക്കുന്ന സാമ്പത്തിക നയത്തിന്റെ ഫലമായാണ്. തിരുത്തപ്പെടേണ്ടത് ആ നയമാണ്.

കേരളത്തിന്റെ വരുമാനം എല്ലാം കേന്ദ്രത്തിൽ നിന്നാണെന്ന് സ്ഥാപിക്കാനുള്ള ശ്രമങ്ങളും ഉണ്ട്. എന്നാൽ വസ്തുത എന്താണ്? കേരളത്തിന്റെ വരുമാനത്തിന്റെ 64 ശതമാനത്തോളവും തനത് വരുമാനമാണ്, കേരളത്തിനകത്തുനിന്നു തന്നെ കണ്ടെത്തുന്നതാണ്. എന്നിട്ടും, കേന്ദ്രത്തിന്റെ സാമ്പത്തികസഹായം കൊണ്ടാണ് കേരളം നിലനിൽക്കുന്നത് എന്നതാണ് പൊതുവിൽ സൃഷ്ടിക്കപ്പെട്ടിരിക്കുന്ന പ്രതീതി. ഇതിനു കാരണം, കേരളവിരുദ്ധ ശക്തികളുടെ സ്വാർത്ഥതാൽപ്പര്യങ്ങളും അവയുടെ കള്ളപ്രചരണങ്ങളുമാണ്. അവയെ ചെറുത്തുതോൽപ്പിക്കാൻ ഉപകരിക്കുന്നതാണ് നമ്മുടെ സംരംഭകവർഷം പദ്ധതിയുടെ വലിയ വിജയം. ഇവിടം വ്യവസായ നിക്ഷേപ സൗഹൃദമാണെന്നും നല്ല നിലയ്ക്ക് ഇവിടെ ബിസിനസ്സ് സംരംഭങ്ങൾ നടത്താമെന്നും ഉള്ളതിന്റെ തെളിവാണ് സംരംഭക മഹാസംഗമത്തിൽ പങ്കെടുത്ത ആയിരക്കണക്കിനു സംരംഭകർ.

സംസ്ഥാനത്തെ വ്യാവസായിക അന്തരീക്ഷത്തെ ഉത്തേജിപ്പിക്കുന്നതിനും വേണ്ടവിധത്തിൽ പ്രോത്സാഹിപ്പിക്കുന്നതിനുമായി നിരവധി നടപടികൾ സർക്കാർ സ്വീകരിച്ചിട്ടുണ്ട്. അവയിൽ ഏറെ പ്രധാനപ്പെട്ടതാണ് സംരംഭങ്ങൾക്ക് അനുമതി നൽകുന്നതുമായി ബന്ധപ്പെട്ട നിയമങ്ങളിലും ചട്ടങ്ങളിലുമുണ്ടാക്കിയ കാലാനുസൃതമായ പരിഷ്കരണം. കേരളത്തിലെ വ്യവസായ സംരംഭങ്ങൾ പ്രോത്സാഹിപ്പിക്കുന്നതിനും സംരംഭങ്ങൾ ആരംഭിക്കുന്നതിനുമുള്ള പ്രവർത്തനങ്ങൾ സുഗമമാക്കുന്നതിനായി ഏഴ് നിയമങ്ങളിലാണ് ഭേദഗതികൾ വരുത്തിയത്. 10 അനുബന്ധ ചട്ടങ്ങളിലും ഭേദഗതികൾ വരുത്തി. വ്യവസായ സംരംഭങ്ങൾക്കു വേണ്ട അനുമതികൾ സമയബന്ധിതമായി ലഭ്യമാക്കുന്നതിനു സഹായിക്കുന്ന ഏകജാലക സംവിധാനമായ കെസ്വിഫ്റ്റ് നിലവിൽവന്നിട്ടുണ്ട്. 21 വകുപ്പുകളുടെ 90 ഓളം അനുമതികൾ ഇതുവഴി ഇപ്പോൾ ലഭ്യമാക്കുന്നുണ്ട്.

സൂക്ഷ്മ ചെറുകിട സംരംഭങ്ങളുടെ പ്രവർത്തനം സുഗമമാക്കുന്നതിനുള്ള ആക്ട് പാസാക്കിയത് 2019 ലാണ്. 50 കോടി രൂപയിൽ താഴെ

മുതൽമുടക്കുള്ള സംരംഭങ്ങൾക്ക് മൂന്ന് വർഷത്തേക്കുള്ള അനുമതിയും ലഭിച്ചതായി കണക്കാക്കി പ്രവർത്തിക്കാം. 50 കോടി രൂപയിൽ കൂടുതൽ മുതൽമുടക്കുള്ളവയ്ക്ക് ഒരു വർഷത്തേക്ക് അനുമതി ലഭ്യമായതായി കണക്കാക്കി പ്രവർത്തിക്കുന്നതിനുള്ള നിയമ ഭേദഗതിയും വരുത്തിയിട്ടുണ്ട്. ഇതിനെല്ലാം പുറമെ പരാതി പരിഹാര സംവിധാനങ്ങൾ ശാക്തീകരിക്കാനുള്ള നടപടികളും സർക്കാർ സ്വീകരിച്ചിട്ടുണ്ട്.

2016 മുതൽക്കുള്ള കണക്കുകളെടുത്താൽ കെ എസ് ഐ ഡി സിയിലൂടെ 242 സംരംഭങ്ങളും, കിൻഫ്രയിലൂടെ 721 സംരംഭങ്ങളും യാഥാർത്ഥ്യമായിട്ടുണ്ട്. അവയിലൂടെ 4,653 കോടി രൂപയുടെ സാമ്പത്തിക സഹായം നൽകുകയും 49,594 തൊഴിലവസരങ്ങൾ സൃഷ്ടിക്കുകയും ചെയ്തിട്ടുണ്ട്. കെ എഫ് സി യിലൂടെയാകട്ടെ 5,405 സംരംഭങ്ങൾക്ക് 12, 048 കോടി രൂപയുടെ ധനസഹായം ലഭ്യമാക്കിയിട്ടുണ്ട്. ഈ വിധത്തിൽ വ്യവസായ മേഖലയിലുണ്ടായ വളർച്ചയുടെ മാറ്റം നാട്ടിലാകെ ദൃശ്യമാണ്. ഇതിന്റെയെല്ലാം ഫലമായി വ്യാവസായിക സൗഹൃദ റാങ്കിംഗിൽ കേരളം 15–ാം സ്ഥാനത്തേക്ക് മുന്നേറിയിട്ടുണ്ട്.

ഏറ്റവും മികച്ച സ്റ്റാർട്ടപ്പ് സൗഹൃദ അന്തരീക്ഷം

തെക്കേ ഏഷ്യയിലെ ഏറ്റവും വലിയ സ്റ്റാർട്ടപ്പ് ആൻഡ് ഇന്നൊവേഷൻ ഹബ്ബ് നമ്മുടെ നാട്ടിലാണ് എന്നത് അഭിമാനകരമാണ്. ഏറ്റവും മികച്ച സ്റ്റാർട്ടപ്പ് സൗഹൃദ അന്തരീക്ഷം നിലനിൽക്കുന്ന സംസ്ഥാനം കേരളമാണ്. 2022 ലെ ഗ്ലോബൽ സറ്റാർട്ടപ്പ് ഇക്കോ സിസ്റ്റം റിപ്പോർട്ട് പ്രകാരം അഫോഡബിൾ ടാലന്റ്സ് റാങ്കിങ്ങിൽ കേരളം ഏഷ്യയിൽ ഒന്നാമതും ലോകത്ത് നാലാമതുമാണ്. കഴിഞ്ഞ ആറരവർഷം കൊണ്ട് മൂവായിരത്തി എണ്ണൂറോളം സ്റ്റാർട്ടപ്പുകളാണ് കേരളത്തിൽ പ്രവർത്തനം ആരംഭിച്ചത്. നാൽപ്പതിനായിരത്തിലധികം തൊഴിലവസരങ്ങൾ ഇതുവഴി സൃഷ്ടിക്കപ്പെട്ടിട്ടുണ്ട്. 4,561 കോടി രൂപയുടെ വെഞ്ചർ ക്യാപിറ്റൽ ഫണ്ടിംഗ് അവയ്ക്കായി ലഭ്യമാക്കിയിട്ടുണ്ട്. 836 കോടി രൂപയുടെ നിക്ഷേപം ഫണ്ട് ഓഫ് ഫണ്ട്സിലൂടെയും ലഭ്യമാക്കിയിട്ടുണ്ട്. 29 കോടി രൂപയാണ് ഇന്നോവേഷൻ ഗ്രാന്റ് എന്ന നിലയിൽ സർക്കാർ ചെലവഴിച്ചത്. ഇത്തരം ബഹുമുഖ ഇടപെടലുകളിലൂടെ കേരളത്തിന്റെ വ്യാവസായിക മുന്നേറ്റത്തിന് കരുത്തുപകരുന്ന നടപടികളുമായാണ് എൽഡിഎഫ് സർക്കാർ മുന്നോട്ടു പോകുന്നത്.

സംരംഭങ്ങൾ ആരംഭിച്ചാൽ മാത്രം പോര, അവയ്ക്കാവശ്യമായ തൊഴിൽ നൈപുണ്യം സിദ്ധിച്ചവരെ ലഭ്യമാക്കേണ്ടതുകൂടിയുണ്ട്. ഇത് ലക്ഷ്യംവെച്ച് നൈപുണ്യ വികസനത്തിനായി സംസ്ഥാനത്ത് വിപുലമായ സംവിധാനങ്ങൾ ഇപ്പോൾ ഒരുക്കിയിട്ടുണ്ട്. കേരള അക്കാദമി ഫോർ സ്കിൽ എക്സലൻസ്, അഡീഷണൽ സ്കിൽ അക്വിസിഷൻ പ്രോഗ്രാം തുടങ്ങിയവയെല്ലാം ഈ ലക്ഷ്യത്തോടെയുള്ളവയാണ്. കെ ഡി

സ്ക്, നോളഡ്ജ് ഇക്കണോമി മിഷൻ എന്നിവയിലൂടെ എല്ലാ നൈപുണ്യ വികസന ഏജൻസികളെയും ഏകോപിപ്പിക്കുന്ന പ്രവർത്തനവും നടത്തുന്നുണ്ട്. അഭിമുഖങ്ങളിൽ പങ്കെടുക്കുന്നതിനുള്ള പരിശീലനവും വ്യക്തിത്വ വികസന പരിപാടികളും ഏർപ്പെടുത്തുന്നുണ്ട്.

വ്യാവസായിക പുനഃസംഘടനയിലൂടെയും കാർഷിക നവീകരണത്തിലൂടെയുമെല്ലാം ഒരു നവകേരളം കെട്ടിപ്പടുക്കാനാണ് ഇടതുപക്ഷ ജനാധിപത്യ മുന്നണി സർക്കാർ ശ്രമിക്കുന്നത്. ഇത്തരം പ്രവർത്തനങ്ങൾ ഫലം കണ്ടുതുടങ്ങിയതിന്റെ സൂചനകളുണ്ട്. നമ്മുടെ സംസ്ഥാനത്തിന്റെ ജി ഡി പി തൊട്ടുമുമ്പത്തെ സാമ്പത്തിക വർഷത്തേക്കാൾ 12.01 ശതമാനം ഉയർന്നു. ഉത്പാദനമേഖലകളായ കൃഷിയും വ്യവസായവും കാര്യമായ മുന്നേറ്റമുണ്ടാക്കി. കൃഷി അനുബന്ധ മേഖല 4.64 ശതമാനവും വ്യാവസായിക മേഖല 3.87 ശതമാനവും സേവനമേഖല 17. 3 ശതമാനവുമാണ് ഇക്കാലയളവിൽ വളർന്നത്. കേരളത്തിന്റെ പ്രതിശീർഷ വരുമാനം അഖിലേന്ത്യാ ശരാശരിയുടെ ഇരട്ടിയാണ്. ഈ നേട്ടങ്ങൾക്ക് തുടർച്ച ഉറപ്പുവരുത്തിക്കൊണ്ട് നാടിന്റെ സമഗ്രവും സുസ്ഥിരവുമായ വളർച്ച സാധ്യമാക്കാനാണ് ഇടതുപക്ഷ ജനാധിപത്യ മുന്നണി സർക്കാർ ശ്രമിക്കുന്നത്. ഏവരുടേയും പിന്തുണയും സഹകരണവും ഉറപ്പുവരുത്തി ആ ലക്ഷ്യം സാക്ഷാത്കരിക്കാൻ നമുക്ക് സാധിക്കും.

പ്രാഥമിക ജീവിതാവശ്യങ്ങൾ,
ദാരിദ്ര്യ നിർമ്മാർജ്ജനം

1095 ജനകീയ ഹോട്ടലുകൾ ദാരിദ്ര്യനിർമാർജനത്തിലേക്ക് ഒരു ചുവടുവയ്പ്

ശാസ്ത്രത്തിന്റേയും സാങ്കേതികവിദ്യകളുടേയും അതിശയകരമായ വളർച്ചയിലൂടെ അല്പകാലം മുൻപുവരെ സ്വപ്നം കാണാൻ പോലും സാധിക്കാതിരുന്ന നേട്ടങ്ങളാണ് മനുഷ്യരാശി ഇന്ന് ഓരോ ദിവസവും സ്വന്തമാക്കുന്നത്. പക്ഷേ, അതോടൊപ്പം പട്ടിണിയും ദാരിദ്ര്യവും ഇന്നും ശക്തമായി തുടരുന്നു എന്ന സാമൂഹ്യയാഥാർത്ഥ്യം ഒരു വിരോധാഭാസമായി നമുക്കു മുൻപിൽ നിൽക്കുകയാണ്. ഇന്ത്യയുടെ സ്ഥിതിയും വിഭിന്നമല്ല.

107 രാജ്യങ്ങളെ പഠനവിധേയമാക്കി തയ്യാറാക്കിയ ആഗോള പട്ടിണി സൂചികയിൽ (ഗ്ലോബൽ ഹംഗർ ഇൻഡെക്സ് 2020) 94–ാം സ്ഥാനത്താണ് ഇന്ത്യ സ്ഥിതി ചെയ്യുന്നത്. ലോകത്ത് അഞ്ചുവയസിൽ താഴെയുള്ള കുട്ടികളിൽ പട്ടിണി അനുഭവിക്കുന്നവർ ഏറ്റവും കൂടുതലുള്ളത് നമ്മുടെ രാജ്യത്താണ്. ദാരിദ്ര്യവും നമ്മുടെ സമൂഹം നേരിടുന്ന എറ്റവും പ്രധാനപ്പെട്ട പ്രശ്നങ്ങളിലൊന്നാണ്. പ്യൂ റിസർച്ച് സെന്റർ നടത്തിയ പഠനം സൂചിപ്പിക്കുന്നത് കോവിഡ് മഹാമാരിയ്ക്കു ശേഷം അതിതീവ്ര ദാരിദ്ര്യം അനുഭവിക്കുന്നവരുടെ എണ്ണം 6 കോടിയിൽനിന്നും 13.5 കോടിയായി ഉയർന്നു എന്നാണ്. ഒരു ദിവസം 150 രൂപയിൽ താഴെ മാത്രം വരുമാനമുള്ളവരുടെ എണ്ണമാണിത്.

എന്നാൽ അതേ സമയം അതിസമ്പന്നരുടെ വരുമാനം റോക്കറ്റുപോലെ കുതിച്ചുയരുകയാണ്. മുതലാളിത്ത വികസനത്തിന്റെ ഏറ്റവും വലിയ വൈരുദ്ധ്യമാണ് ഈ അസമത്വം. നവഉദാരവൽക്കരണ നയങ്ങൾ അസമത്വത്തെ എക്കാലത്തേക്കാളും രൂക്ഷമാക്കിയിരിക്കുന്നു. ഒരു നേരത്തെ ഭക്ഷണം പോലും കഴിക്കാനാകാത്തവർ ലോകത്ത് പെരുകുന്നു എന്ന വേദനാജനകമായ യാഥാർത്ഥ്യത്തെ നേരിടുക എന്നതാണ് ഇടതുപക്ഷ രാഷ്ട്രീയത്തിനു മുന്നിലുള്ള മുഖ്യ വെല്ലുവിളി.

ആ വെല്ലുവിളി ഏറ്റെടുത്തുകൊണ്ടാണ് 2020–21 സാമ്പത്തിക വർഷത്തെ ബജറ്റിൽ 1000 ജനകീയ ഹോട്ടലുകൾ തുറക്കുമെന്ന പ്രഖ്യാപനമുണ്ടായത്. ചുരുങ്ങിയ ചെലവിൽ ഭക്ഷണം ലഭ്യമാക്കുക എന്ന ലക്ഷ്യത്തോടെ വിഭാവനം ചെയ്യപ്പെട്ട ജനകീയ ഹോട്ടൽ പദ്ധതിയുടെ നടത്തിപ്പിനായി കുടുംബശ്രീയെ തെരഞ്ഞെടുക്കുകയും ചെയ്തു. വിശപ്പു രഹിത കേരളമെന്ന മഹത്തായ ലക്ഷ്യത്തിലേക്കുള്ള പ്രധാന ചുവടുവയ്പുകളിൽ ഒന്നായിരുന്നു ജനകീയ ഹോട്ടൽ പദ്ധതി. കോവിഡ് പ്രതിസന്ധി രൂക്ഷമായ ഘട്ടത്തിൽ ജനങ്ങൾക്ക് കൈത്താങ്ങാകണമെന്ന നിശ്ചയദാർഢ്യത്തോടെ ദ്രുതഗതിയിൽ ആ പദ്ധതി നടപ്പാക്കാനും ലക്ഷ്യം കൈവരിക്കാനും എൽഡിഎഫ് സർക്കാരിനു സാധിച്ചു.

ജനകീയ ഹോട്ടലുകൾ വഴി 20 രൂപയ്ക്കാണ് ഉച്ചയൂണ് ലഭ്യമാക്കുന്നത്. ഒരു ഊണിനു 10 രൂപ എന്ന നിരക്കിലാണ് സർക്കാർ സബ്സിഡി നൽകുന്നത് പണമില്ലാത്തവർക്ക് സൗജന്യമായും ജനകീയ ഹോട്ടലിലൂടെ ഭക്ഷണം നൽകുന്നുണ്ട്. വാടകയ്ക്കെടുത്ത കെട്ടിടങ്ങളിൽ പ്രവർത്തിക്കുന്ന ജനകീയ ഹോട്ടലുകൾക്കുള്ള വാടക തദ്ദേശ സ്ഥാപനങ്ങളാണ് നൽകുന്നത്. വൈദ്യുതിയുടേയും വെള്ളത്തിന്റേയും ചെലവുകളും ഇതിനൊപ്പം വഹിക്കുന്നുണ്ട്. കെട്ടിട വാടക പി.ഡബ്ള്യു.ഡി നിരക്കിൽ നിജപ്പെടുത്തുമ്പോൾ വാടക തീർത്തടയ്ക്കാൻ പറ്റാത്ത അവസ്ഥ പല സ്ഥലങ്ങളിലും ഉണ്ടായതിനാൽ വാടക നിരക്ക്, പി.ഡബ്ള്യു.ഡി നിരക്കിനേക്കാൾ അമ്പത് ശതമാനം വരെ കുറച്ചു നൽകുന്നതിനും തീരുമാനിച്ചിട്ടുണ്ട്.

2021 മാർച്ച് 31ന് ആ സാമ്പത്തിക വർഷം അവസാനിച്ചപ്പോൾ 1007 ജനകീയ ഹോട്ടലുകൾ പ്രവർത്തനം ആരംഭിച്ചു. ഇന്നത് 1095 ഹോട്ടലുകളിൽ എത്തി നിൽക്കുന്നു. ജനകീയ ഹോട്ടലുകളുടെ എണ്ണം ഇനിയും വർദ്ധിപ്പിക്കുന്നതിനുള്ള നടപടികളാണ് സർക്കാർ കൈക്കൊണ്ടിട്ടുള്ളത്. കോവിഡ് രണ്ടാം തരംഗത്തെത്തുടർന്ന് ഏർപ്പെടുത്തിയ ലോക്ഡൗണിനു മുൻപുള്ള സമയം വരെ ഒരു ദിവസം ഏകദേശം 1.50 ലക്ഷം ആളുകളാണ് ഈ ഹോട്ടലുകളിൽ നിന്നും ആഹാരം കഴിച്ചിരുന്നത്. കേരളത്തിൽ ഇതുവരെ 3 കോടിയോളം ആളുകൾക്ക് ജനകീയ ഹോട്ടലുകൾ വഴി ഭക്ഷണം നൽകിക്കഴിഞ്ഞു. അവരിൽ 10 ലക്ഷത്തോളം പേർക്ക് സൗജന്യമായാണ് ഭക്ഷണം നൽകിയിട്ടുള്ളത് കോവിഡ് നിയന്ത്രണങ്ങളെത്തുടർന്ന് ഭക്ഷണം പാർസൽ ചെയ്ത് വിതരണം ചെയ്യാനും സാധിച്ചു.

ഈ പദ്ധതിയുടെ വിജയത്തിൽ പ്രധാന പങ്കു വഹിക്കുന്നത് കുടുംബശ്രീ പ്രവർത്തകരാണ്. നിലവിൽ 4885 കുടുംബശ്രീ അംഗങ്ങളാണ് ഈ പദ്ധതിയുടെ ഭാഗമായി പ്രവർത്തിക്കുന്നത്. അത്രയും കുടുബങ്ങൾക്കാണ് ഈ പദ്ധതിയിലൂടെ സ്ഥിരവരുമാനം ലഭിക്കുന്നത്. ഇത്തരത്തിൽ, ഒരു ഗൗരവമായ സാമൂഹ്യപ്രശ്നത്തെ മറികടക്കുന്നതിനായി ഇടതുപക്ഷ രാഷ്ട്രീയം ഉയർത്തുന്ന ജനകീയ ബദലാണ് ഈ ഹോട്ടലു

കൾ. ജനക്ഷേമത്തിനു നേരെ കണ്ണടച്ച് എല്ലാം വിപണിക്കു തീറെഴുതുന്ന വലതുപക്ഷ രാഷ്ട്രീയത്തിനു നൽകുന്ന ശക്തമായ മറുപടി കൂടിയാണ് ജനങ്ങൾ ഏറ്റെടുത്തു കഴിഞ്ഞ ജനകീയ ഹോട്ടലുകൾ.

2009 ൽ തന്നെ എൽഡിഎഫ് സർക്കാർ 'മാവേലി' എന്ന പേരിൽ 10 രൂപ മുതൽ 15 രൂപ വരെയുള്ള നിരക്കിൽ ഊണ് നൽകാൻ സംസ്ഥാനത്തിന്റെ വിവിധ ഭാഗങ്ങളിൽ 33 ഹോട്ടലുകൾ തുടങ്ങിയിരുന്നു. എന്നാൽ, 2011ൽ അധികാരത്തിൽ എത്തിയ യുഡിഎഫ് സർക്കാർ അവയുടെ എണ്ണം കൂട്ടുന്നതിനു പകരം അധികാരമേറ്റ് രണ്ടു മാസത്തിനുള്ളിൽ ആ ഹോട്ടലുകൾ എല്ലാം പൂട്ടുകയാണുണ്ടായത്. മാവേലി ഹോട്ടലുകൾക്ക് സബ്സിഡി നിരക്കിൽ ഭക്ഷ്യധാന്യങ്ങളും മറ്റും നൽകുന്നതിനുള്ള ഫണ്ട് നിർത്തിവച്ചാണ് അന്നത്തെ യുഡിഎഫ് സർക്കാർ ആ പദ്ധതി നിർത്തലാക്കിയത്.

കഴിഞ്ഞ എൽ ഡി എഫ് സർക്കാരിന്റെ ഭരണകാലം മുതൽ വിശപ്പുരഹിത സമൂഹത്തിനും ദാരിദ്ര്യ നിർമാർജനത്തിനുമായി നിരവധി പദ്ധതികളാണ് കേരളത്തിൽ നടപ്പാക്കി വരുന്നത്. പുതിയ സർക്കാർ അധികാരമേറ്റെടുത്തതിനു ശേഷം നടത്തിയ ഏറ്റവും പ്രധാനപ്പെട്ട പ്രഖ്യാപനങ്ങളിലൊന്നാണ് വരുന്ന 5 വർഷങ്ങൾക്കുള്ളിൽ അതിതീവ്ര ദാരിദ്ര്യം സംസ്ഥാനത്തുനിന്നു തുടച്ചുനീക്കുമെന്നുള്ളത്. ആ ലക്ഷ്യം നിറവേറ്റുന്നതിനായുള്ള പ്രാരംഭ നടപടികൾ പൂർത്തിയായിക്കഴിഞ്ഞു. പട്ടിണി കിടക്കുന്നവരും ദാരിദ്ര്യത്താൽ ജീവിതസൗകര്യങ്ങൾ അനുഭവിക്കാൻ സാധിക്കാത്തവരുമായ അനേകം മനുഷ്യരുണ്ട് നമുക്കുചുറ്റും. അത്തരം അവസ്ഥകളിൽ നിന്നവരെ മോചിതരാക്കുക എന്നത് തൊഴിലാളി വർഗ രാഷ്ട്രീയത്തിന്റെ കടമയാണ്. അതേറ്റവും മികച്ച രീതിയിൽ നടപ്പാക്കുമെന്ന് ഉറപ്പു വരുത്തി നമുക്ക് മുന്നോട്ടു പോകാം.

ലൈഫിന്റെ രാഷ്ട്രീയം

എൽ ഡി എഫ് സർക്കാരിന്റെ ഒന്നാം വാർഷികത്തിന്റെ വേളയിലാണ് തൃക്കാക്കരയിൽ നിയമസഭ തിരഞ്ഞെടുപ്പും നടക്കാൻ പോകുന്നത്. വികസനത്തിന്റേയും സാമൂഹ്യപുരോഗതിയുടേയും ഇടതുപക്ഷ ബദൽ കഴിഞ്ഞ ഒരു വർഷത്തിനിടയിൽ എത്രത്തോളം മുന്നോട്ടു പോയി എന്ന ചർച്ച സമൂഹത്തിൽ സജീവമായിരിക്കുന്ന ഈ ഘട്ടത്തിൽ അഭിമാനപൂർവം ഉയർത്തിക്കാണിക്കാവുന്ന നിരവധി നേട്ടങ്ങൾ കൈവരിക്കാൻ സർക്കാരിനു സാധിച്ചിട്ടുണ്ട്. അതിലേറ്റവും പ്രധാനപ്പെട്ട ഒന്നാണ് പാർപ്പിട പദ്ധതിയായ ലൈഫ് മിഷൻ നേടിയ പുരോഗതി. എന്താണ് ഇടതുപക്ഷവും വലതുപക്ഷവും തമ്മിലുള്ള വ്യത്യാസമെന്ന ചോദ്യത്തിനുള്ള മറുപടികളിൽ ഒന്നു കൂടിയാണ് ലൈഫ് മിഷൻ.

ലോകത്താകെയുള്ള കണക്കെടുത്താൽ മതിയായ പാർപ്പിട സൗകര്യങ്ങൾ ഇല്ലാത്തവർ ഏകദേശം നൂറ്റിഅറുപതുകോടി വരും. അതായത്, ലോകത്തിൽ അഞ്ചിൽ ഒരാൾ പാർപ്പിടമില്ലാതെ കഷ്ടപ്പെടുന്നു. ഇന്ത്യയുടെ തലസ്ഥാനത്തു മാത്രം ഓരോ വർഷവും അതിശൈത്യം സഹിക്കാനാവാതെ തെരുവിൽ കിടന്നു മരിക്കുന്നത് നൂറു കണക്കിന് ആളുകളാണ്. സ്വന്തമായി ഒരു വീട് ഉണ്ടാകുക എന്നത് മനുഷ്യർക്ക് നൽകുന്ന ആത്മവിശ്വാസം വളരെ വലുതാണ്. 'ലൈഫ് മിഷൻ' വഴി കേരളത്തിൽ പാർപ്പിട സൗകര്യത്തെക്കുറിച്ചുള്ള നിരന്തരമായ അരക്ഷിതബോധത്തിൽ നിന്നും ഇന്ന് ലക്ഷക്കണക്കിന് മനുഷ്യർ മോചിതരാക്കപ്പെട്ടിരിക്കുന്നു. ഭവനരഹിതരില്ലാത്ത കേരളം' എന്ന സ്വപ്നം യാഥാർത്ഥ്യമാക്കുമെന്ന് എൽഡിഎഫ് സർക്കാർ ജനങ്ങൾക്ക് നൽകിയ ഉറപ്പായിരുന്നു. ആ ഉറപ്പ് ലൈഫിലൂടെ മികച്ച രീതിയിൽ പാലിക്കപ്പെടുകയാണ്.

ഗ്രാമനഗരഭേദമന്യേ പെരുകുന്ന ഭവനരഹിതരുടെ ദയനീയാവസ്ഥ ഇന്ത്യയിലെ ഒരു പ്രധാന സാമൂഹ്യ പ്രശ്നമാണ്. ഈ പ്രശ്നത്തെ ചെറുതാക്കി കാണിക്കാൻ വലതുപക്ഷസർക്കാരുകൾ ചെയ്തു വരുന്നത് ഭവനരഹിതരെ ഏറ്റവും ചുരുക്കം മാനദണ്ഡങ്ങൾ മുൻനിർത്തി നിർവചിക്കുക എന്നുള്ളതാണ്. തെരുവിൽ കഴിയുന്നവരെ മാത്രമാണ് ഭവനരഹിതരായി കണക്കാക്കുന്നത്. മനുഷ്യോചിതമല്ലാത്ത അവസ്ഥകളിൽ ചേരികളിലും മറ്റും കഴിഞ്ഞു കൂടുന്നവരെയും നിരന്തരമായ കുടിയിറക്കു ഭീഷണി നേരിട്ട് ജീവിക്കുന്നവരെയും ഒന്നും ഭവനരഹിതരായി സർക്കാരുകൾ പരിഗണിക്കുന്നതു പോലുമില്ല. ഇതിൽ നിന്നും വ്യത്യസ്തമായി 'ലൈഫ്' ഭവനരഹിതരെ ഏറ്റവും വിശാലമായി നിർവചിക്കുന്നു. ഒരു തുണ്ട് ഭൂമി പോലും ഇല്ലാത്തവരെ മുതൽ സ്വന്തം ഭൂമിയിൽ തുടങ്ങി വെച്ച വീടുപണി പൂർത്തിയാക്കാൻ കഴിയാത്തവരെ വരെ ഉൾപ്പെടുത്തി ഭവനരാഹിത്യം എന്ന പ്രശ്നത്തെ അതിന്റെ സമഗ്രതയിൽ അഭിസംബോധന ചെയ്യുന്നു. അതായത്, പരമാവധി പേരെ ഉൾക്കൊള്ളിക്കലാണ് നയം, വിചിത്രമായ ദാരിദ്ര്യനിർണ്ണയരീതികൾ കൊണ്ട് ഗുണഭോക്താക്കളെ പരമാവധി പുറംതള്ളലല്ല.

രാജ്യത്തെ പല ഭവനപദ്ധതികളും നാമമാത്രമായ തുക മാത്രം ഗുണഭോക്താക്കൾക്ക് കൈമാറുകയും ആവാസയോഗ്യമായ വീടുകൾ പണിയണമെന്നുണ്ടെങ്കിൽ അവർ പണം മറ്റു വഴികളിലൂടെ കണ്ടെത്തേണ്ട സ്ഥിതി വരികയും ചെയ്യുന്നു. എന്നാൽ, ലൈഫ് മിഷനുകീഴിൽ ആവാസയോഗ്യമായ ഒരു വീട് പണിയാൻ പര്യാപ്തമായ തുക യാഥാർഥ്യബോധത്തോടെ കണക്കാക്കി അത് കൈമാറുന്നു. ലൈഫ് മിഷൻ പ്രകാരം ഭവന നിർമ്മാണത്തിന് നാലു ലക്ഷം രൂപ നൽകുന്നുവെന്ന് മാത്രമല്ല, നിർമ്മാണസാമഗ്രികൾ കുറഞ്ഞ വിലയ്ക്ക് ലഭ്യമാക്കിയും തൊഴിലുറപ്പ് പദ്ധതിയുമായി ബന്ധപ്പെടുത്തി തൊഴിലാളികളെ ലഭ്യമാക്കിയുമെല്ലാം ഭവനനിർമ്മാണത്തെ പിന്നെയും സഹായിക്കുന്നു. ഭൂരഹിതരായ ഭവനരഹിതർക്ക് വേണ്ടി പണിയുന്ന ഭവനസമുച്ചയങ്ങളിൽ അങ്കണവാടികൾ, പ്രാഥമികാരോഗ്യ കേന്ദ്രങ്ങൾ, പാലിയേറ്റീവ് കെയർ സംവിധാനങ്ങൾ തുടങ്ങിയവയെല്ലാം ഏർപ്പെടുത്താൻ ശ്രദ്ധിച്ചിരിക്കുന്നതും ഈ കരുതലിന്റെ ഭാഗമായിട്ടാണ്.

കേരളത്തിലെ എല്ലാ ഭൂരഹിതർക്കും ഭൂരഹിത ഭവനരഹിതർക്കും ഭവനം പൂർത്തിയാക്കാത്തവർക്കും നിലവിലുള്ള പാർപ്പിടം വാസയോഗ്യമല്ലാത്തവർക്കും സുരക്ഷിതവും മാന്യവുമായ പാർപ്പിടസംവിധാനം ഒരുക്കിനൽകുക എന്നതാണ് എൽഡിഎഫ് സർക്കാരിന്റെ സമ്പൂർണ പാർപ്പിട സുരക്ഷാപദ്ധതിയായ ലൈഫിന്റെ ലക്ഷ്യം. സമൂഹത്തിലെ പാർശ്വവത്കരിക്കപ്പെട്ടവരും ആലംബഹീനരുമായവരെ കണ്ടെത്തി അവർക്കാണ് ആദ്യം വീടുകൾ നിർമിച്ചുനൽകിയത്. മാനസിക വെല്ലുവിളി നേരിടുന്നവർ, ശാരീരിക അസ്വാസ്ഥ്യങ്ങൾ ഉള്ളവർ, അഗതികൾ, ട്രാൻസ്ജെൻഡേഴ്സ്, ഭിന്നശേഷിക്കാർ, കിടപ്പുരോഗികൾ, അവിവാഹി

തരായ അമ്മമാർ, അപകടത്തിൽപ്പെട്ട് ജോലിചെയ്ത് വരുമാനം കണ്ടെത്താൻ കഴിയാത്തവർ, വിധവകൾ ഇവർക്കൊക്കെയായിരുന്നു മുൻഗണന.

ഈ സർക്കാരിന്റെ ഒന്നാം വാർഷികത്തിന്റെ ഭാഗമായ രണ്ടാം നൂറ് ദിനപരിപാടിയിൽ 20,808 വീടുകളുടെ പൂർത്തീകരണ പ്രഖ്യാപനം മെയ് 17 ന് നടത്തുകയുണ്ടായി. ഒന്നാം വാർഷികത്തിന്റെ ഭാഗമായ രണ്ടാം നൂറുദിന പരിപാടിയിൽ 20,000 വീടുകൾ പൂർത്തീകരിക്കാനാണ് ലക്ഷ്യമിട്ടിരുന്നത്. എന്നാൽ, 20,808 വീടുകൾ പൂർത്തീകരിക്കാൻ സാധിച്ചു. സർക്കാരിന്റെ ഒന്നാം നൂറ് ദിന പരിപാടിയുടെ ഭാഗമായി നേരത്തെ 12,000 ലൈഫ് ഭവനങ്ങൾ പൂർത്തിയാക്കി താക്കോൽദാനം നിർവഹിച്ചിരുന്നു. ഇതോടെ ഭവനരഹിതരില്ലാത്ത കേരളം എന്ന ലക്ഷ്യത്തോടെ 6 വർഷം കൊണ്ട് കേരളത്തിൽ ലൈഫ് പദ്ധതിയിലൂടെ പണിതുയർത്തിയത് 2, 95,006 വീടുകളാണ്. 34,374 വീടുകൾ നിർമ്മാണത്തിന്റെ വിവിധ ഘട്ടത്തിലാണ്. കൂടാതെ 27 ഭവന സമുച്ചയങ്ങളും നിർമ്മാണത്തിലുണ്ട്.

ഭൂരഹിത ഭവനരഹിതർക്കായി ഭൂമി കണ്ടെത്താൻ 'മനസ്സോടിത്തിരി മണ്ണ്' എന്ന ക്യാമ്പയിൻ സർക്കാർ ആരംഭിച്ചിട്ടുണ്ട്. 2022 മാർച്ച് അവസാന വാരം തുടക്കം കുറിച്ച ഈ പരിപാടിയിലൂടെ ഇതിനകം 1712.56 സെന്റ് സ്ഥലം ലഭിച്ചു. 35 തദ്ദേശ സ്വയംഭരണ സ്ഥാപനങ്ങളിലായി 41 ഇടങ്ങളിലാണ് ഈ സ്ഥലങ്ങൾ ലഭിച്ചിട്ടുള്ളത്. ഇതിനു പുറമെ 1000 പേർക്ക് ഭൂമി നൽകാനായി 25 കോടി രൂപയുടെ സ്പോൺസർഷിപ്പും ലഭ്യമായിട്ടുണ്ട്. ഭവന രഹിതർക്കായി ഭൂമി കണ്ടെത്താനുള്ള ഈ ക്യാമ്പയിൻ കൂടുതൽ ശക്തിപ്പെടുത്തി മുന്നോട്ടുപോകാനാണ് സർക്കാർ ഉദ്ദേശിക്കുന്നത്.

ഒരു സർക്കാരിന്റെ കടമ ജനങ്ങൾക്ക് അടിസ്ഥാന അവകാശങ്ങൾ ഉറപ്പുവരുത്തലാണോ അതോ എല്ലാ ക്ഷേമപ്രവർത്തനങ്ങളിൽ നിന്നും പിൻവാങ്ങി അവിടെയെല്ലാം സ്വകാര്യനിക്ഷേപത്തിന് അവസരം ഒരുക്കലാണോ എന്നത് ലോകത്തെമ്പാടും ഇന്ന് ഉയരുന്ന മൗലികമായ രാഷ്ട്രീയ ചോദ്യമാണ്. ഇന്ത്യയിൽ ആരോഗ്യവും വിദ്യാഭ്യാസവും അടക്കമുള്ള അടിസ്ഥാന അവകാശങ്ങളുമായി ബന്ധപ്പെട്ട മേഖലകൾ പോലും സ്വകാര്യമേഖലയ്ക്ക് തീറെഴുതിക്കൊടുത്ത കോൺഗ്രസ്സിനും ബിജെ പിക്കും അതിൽ എവിടെനിൽക്കണം എന്ന കാര്യത്തിൽ സംശയം ഇല്ല. സ്വകാര്യമൂലധന ശക്തികൾ ഇന്ത്യൻ രാഷ്ട്രീയത്തെ അടക്കിവാഴുന്ന കാലത്താണ് ഭക്ഷണം മുതൽ പാർപ്പിടം വരെ, വിദ്യാഭ്യാസം മുതൽ കൃഷി വരെ ബദൽ വികസന നയങ്ങളുമായി കേരളം മുന്നോട്ടു പോകുന്നത്. ലൈഫ് എൽഡിഎഫ് സർക്കാരിന്റെ ജനപക്ഷ രാഷ്ട്രീയത്തിന്റെ പ്രഖ്യാപനമാണ്.

സ്ത്രീ സുരക്ഷ

സ്ത്രീപക്ഷ നവകേരളം

അഭ്യസ്തവിദ്യർ വളരെയധികമുള്ള നാടാണ് നമ്മുടേത്. പുരോഗമനപരമായ നിരവധി മുന്നേറ്റങ്ങൾക്കും അവയ്ക്കു കാരണമായ പ്രക്ഷോഭങ്ങൾക്കും ഈ നാട് സാക്ഷ്യം വഹിച്ചിട്ടുണ്ട്. അങ്ങനെ മുന്നേറിയ സമൂഹത്തിനു ചേരാത്ത പല പ്രവണതകളും ഇവിടെ നിലനിൽക്കുന്നു. അവയ്ക്കെതിരെ പോരാടിയില്ലെങ്കിൽ കേരളത്തെ പുരോഗമന പരമായി നിലനിർത്താനാവില്ല.

അടിയന്തരമായി നാം ചെറുക്കേണ്ട സാമൂഹ്യ തിന്മയാണ് സ്ത്രീധന സമ്പ്രദായം. സ്ത്രീകളെ അടിമകളും പേറ്റുയന്ത്രങ്ങളുമായി കാണുന്ന പ്രാകൃതമായ കാഴ്ചപ്പാടിന്റെ ഉൽപന്നമാണ് ഇത്തരം സമ്പ്രദായങ്ങൾ. അവയെ ഉന്മൂലനം ചെയ്ത്, സ്ത്രീ സമത്വം ഉറപ്പുവരുത്തുന്ന സമൂഹം സൃഷ്ടിക്കേണ്ടതുണ്ട്. അതുറപ്പുവരുത്തുകയെന്നത് നാം ഓരോരുത്തരുടെയും കടമയാണ്.

ലോകചരിത്രത്തിലെ സുപ്രധാനമായ അവകാശ പോരാട്ടങ്ങളുടെ ചരിത്രത്തിൽ സ്ത്രീകളുടെ അനിഷേധ്യമായ പങ്കാളിത്തം ഉണ്ടായിരുന്നു. പാരീസ് കമ്യൂൺ പരാജയപ്പെട്ടപ്പോൾ യുദ്ധ കമ്മീഷനു മുന്നിൽ പോരാളികളെ ഹാജരാക്കിയവരിൽ 1,051 പേർ സ്ത്രീകളായിരുന്നു.

നമ്മുടെ നാട്ടിൽ ലിംഗപരമായ വിവേചനവും അസമത്വവും അവസാനിപ്പിക്കാനുള്ള പ്രവർത്തനങ്ങൾക്ക് നവോത്ഥാനകാലത്ത് തന്നെ തുടക്കമിട്ടിരുന്നു. ശൈശവ വിവാഹം, വിധവാ വിവാഹ നിരോധനം, സതി, പിതൃസ്വത്തിൽ പെൺമക്കൾക്ക് അവകാശമില്ലായ്മ, വിദ്യാഭ്യാസ നിഷേധം, ബഹുഭാര്യത്വം തുടങ്ങിയ കാര്യങ്ങളെല്ലാം അക്കാലത്തുതന്നെ പ്രക്ഷോഭ വിഷയങ്ങളായി. പഞ്ചമി എന്ന പിന്നോക്ക വിഭാഗത്തിലെ പെൺകുട്ടിയെയും കൂട്ടിക്കൊണ്ടാണ് അയ്യങ്കാളി ഊരൂട്ടമ്പലം സ്കൂളി

ലേക്ക് നടന്നു കയറിയത്. അതേത്തുടർന്നാണ് "പാഠമില്ലെങ്കിൽ പാട ത്തേക്കില്ലാ" എന്ന മുദ്രാവാക്യമുയർത്തിയ സമരം ഈ കേരളത്തിൽ അരങ്ങേറിയത്. കല്ലുമാല സമരം, മാറുമറയ്ക്കൽ സമരം തുടങ്ങിയ നിര വധി പ്രക്ഷോഭങ്ങളും, ആ ചരിത്രത്തിന്റെ ഭാഗമാണ്.

ലക്കിടിയിലെ തൊഴിൽ കേന്ദ്രം സ്ത്രീകളുടെ കമ്യൂൺ ആയിരുന്നു. നൂൽനൂൽപ്പും നെയ്ത്തും തുന്നലുമായി ആത്മാഭിമാനത്തോടെ അവിടെ സ്ത്രീകൾ ജീവിച്ചു. മലയാളത്തിലെ സ്ത്രീപക്ഷ നാടകമായ 'തൊ ഴിൽ കേന്ദ്രത്തിലേക്ക്' രൂപംകൊള്ളുന്നത് ആ പശ്ചാത്തലത്തിലാണ്. അടുക്കളയിൽ നിന്ന് അരങ്ങത്തേക്ക്, മറയ്ക്കുടക്കുള്ളിലെ മഹാനരകം, ഋതുമതി തുടങ്ങിയ നാടകങ്ങൾ അപരിഷ്കൃതവും സ്ത്രീവിരുദ്ധവു മായ പൊതുബോധത്തെ മാറ്റിമറിക്കാനുള്ള ബോധവൽക്കരണത്തിനായി ഉപയോഗിക്കപ്പെട്ടു.

1800 കൾക്ക് മുമ്പ് തുടങ്ങിയ മാറുമറയ്ക്കൽ സമരം ഇന്ത്യാ ചരി ത്രത്തിലെ ഉജ്വലമായ ആദ്യത്തെ സ്ത്രീമുന്നേറ്റമാണ്. കേരളത്തിലെ ആദ്യത്തെ പൗരാവകാശ പോരാട്ടവും ഇതായിരുന്നു. ചാന്നാർ സ്ത്രീ കൾ മാറുമറച്ചുകൊണ്ടാണ് തങ്ങളുടെ മുന്നേറ്റത്തെ അടയാളപ്പെടുത്തി യത് എങ്കിൽ 'ഘോഷ' ബഹിഷ്കരിച്ചുകൊണ്ടാണ് നമ്പൂതിരി സ്ത്രീ കൾ മുഖ്യധാരയിലേക്ക് വന്നത്.

ചീമേനിയിലെ തോലും വിറകും ശേഖരിക്കുന്ന സമരത്തിന്റെ മുന്നിൽ അണിനിരന്നത് കുഞ്ഞിമാധവിയേയും കാർത്ത്യായനിക്കുട്ടിയ മ്മയേയും പോലുള്ള ധീരവനിതകളായിരുന്നു. എട്ടുമാസത്തോളം നി ണ്ടുനിന്ന സമരം തോലും വിറകും ശേഖരിക്കാനുള്ള അവകാശം തിരി ച്ചുപിടിച്ചതിനു ശേഷമാണ് അവസാനിച്ചത്.

സ്വാതന്ത്ര്യ സമരത്തിന്റെ ഭാഗമായി നിസ്സഹകരണ പ്രസ്ഥാനത്തിൽ പങ്കെടുത്ത് 20,000 ത്തിലധികം സ്ത്രീകളാണ് ജയിലിലടയ്ക്കപ്പെട്ടത്. ആ കാലഘട്ടത്തിൽ രാജ്യത്ത് ഉയർന്നുവന്ന കർഷക പ്രസ്ഥാനങ്ങളു ടെയും തൊഴിലാളി വർഗ പ്രസ്ഥാനങ്ങളുടെയും നേതൃത്വത്തിൽ നടന്ന പ്രക്ഷോഭങ്ങളിൽ സ്ത്രീകളുടെ ത്യാഗപൂർണമായ പങ്കാളിത്തം കാണാ നാവും.

മാതൃകാപരമായ ഇത്തരം മുന്നേറ്റങ്ങൾ ഉണ്ടായ നമ്മുടെ നാട്ടിൽ സ്ത്രീധനത്തിന്റെ പേരിൽ സ്ത്രീകൾ ആക്രമിക്കപ്പെടുന്നു എന്നത് നമ്മെ ലജ്ജിപ്പിക്കണം. നവോത്ഥാന പ്രസ്ഥാനങ്ങളും പുരോഗമന പ്രസ്ഥാന ങ്ങളും നയിച്ച സമരങ്ങളിലൂടെയും നടത്തിയ ഇടപെടലുകളിലൂടെയും മുന്നേറിയ നമ്മുടെ സ്ത്രീകളെയും പൊതുസമൂഹത്തെയും പിന്നോട്ട ടിക്കുന്ന വിധം സ്ത്രീധനത്തിന്റെ പേരിലുള്ള പീഡനവും ജീവഹാനി യും നടക്കുന്ന ഒരു നാടായി നമ്മുടെ നാട് മാറിക്കൂടാ.

രാജ്യത്ത് നിയമം മൂലം സ്ത്രീധനം നിരോധിച്ചിട്ട് ആറ് പതിറ്റാ ണ്ടു കഴിഞ്ഞു. എന്നിട്ടും പല രൂപത്തിലും അളവിലും സ്ത്രീധനം കൊ ടുക്കുകയും വാങ്ങുകയും ചെയ്യുകയാണ്. ഇതിനെ അതീവ ഗൗരവമു

ള്ള സാമൂഹിക വിപത്തായിട്ടാണ് കാണേണ്ടത്. സ്ത്രീപുരുഷ ഭേദമന്യെ ഭർത്താവിന്റെ കുടുംബമെന്നോ ഭാര്യയുടെ കുടുംബമെന്നോ ഉള്ള വ്യത്യാസം കൂടാതെ സ്ത്രീ പുരുഷ സമത്വത്തിലധിഷ്ഠിതമായ നിലപാട് വിട്ടുവീഴ്ചയില്ലാതെ എടുക്കാൻ നമുക്കെല്ലാവർക്കും കഴിയണം.

കുടുംബത്തിന്റെ നിലയും വിലയും കാണിക്കാനുള്ള ഒന്നല്ല വിവാഹവും അതുമായി ബന്ധപ്പെട്ട കാര്യങ്ങളും. പെൺകുട്ടിക്ക് എന്താണ് കൊടുത്തത് അല്ലെങ്കിൽ എത്രയാണ് കൊടുത്തത് എന്നതാവാൻ പാടില്ല കുടുംബമഹിമയുടെ അളവുകോൽ. അങ്ങനെ ചിന്തിക്കുന്നവർ സ്വന്തം മക്കളെ വിൽപ്പനച്ചരക്കായി മാറ്റുകയാണ് എന്നോർക്കണം.

സ്ത്രീധനം ആവശ്യപ്പെടുന്നവർ സ്ത്രീയേക്കാൾ പ്രാധാന്യം പണത്തിനാണ് കൽപിക്കുന്നത്. അത് തിരിച്ചറിയാനും അത്തരം ബന്ധങ്ങളിൽ ഏർപ്പെടാതിരിക്കാനും ശ്രദ്ധിക്കണം. സ്ത്രീധനം ആവശ്യപ്പെടുന്നത് നിയമപരമായി കുറ്റമാണ്, അതു റിപ്പോർട്ട് ചെയ്യാനും തയ്യാറാവണം. കൈക്കൂലിയെ കാണുന്ന അതേ അറപ്പോടെ സ്ത്രീധനത്തെ കാണാൻ നമുക്കു കഴിയണം. പെൺകുട്ടികളും മാതാപിതാക്കളും ശ്രദ്ധിക്കേണ്ട കാര്യമാണിത്.

ആൺകുട്ടികളും അവരുടെ മാതാപിതാക്കളും ഗൗരവമായി ശ്രദ്ധിക്കേണ്ട ഒരു വിഷയമുണ്ട്. വിവാഹത്തെയും കുടുംബ ജീവിതത്തെയും വ്യാപാര കരാറായി തരംതാഴ്ത്തരുത്. സ്ത്രീധനത്തെ മഹത്വവൽക്കരിക്കുന്ന ചർച്ചകൾ വീടിനുള്ളിൽ നടത്തരുത്. അത്തരം ചർച്ച വളരുന്ന തലമുറയിൽ സ്വാധീനം ചെലുത്തും. പെൺകുട്ടിയുടെ വീട്ടിൽ നിന്ന് എന്തെങ്കിലുമൊക്കെ പാരിതോഷികം ലഭിക്കേണ്ടത് അവകാശമാണ് എന്ന ചിന്ത ആൺകുട്ടികൾക്ക് ഉണ്ടാക്കിക്കൊടുക്കരുത്. ഭർത്താവിന്റെ വീട്ടിൽ ശാരീരികവും മാനസികവുമായ പീഡനങ്ങളെല്ലാം സഹിച്ചു കഴിയേണ്ടവളാണ് ഭാര്യ എന്ന ചിന്ത പെൺകുട്ടികളുടെ മനസ്സിൽ അടിച്ചേൽപ്പിക്കരുത്. ഇവ രണ്ടും പുരുഷാധിപത്യ ചിന്താഗതിയുടെ പ്രകടനങ്ങളാണ്.

ആധിപത്യമല്ല, സഹവർത്തിത്വമാണ് ആവശ്യം. ഭാര്യയെ തല്ലുന്നത് ആണത്തമാണെന്നും, ക്ഷമിക്കുകയും സഹിക്കുകയും ചെയ്യുന്നതാണ് സ്ത്രീത്വത്തിന്റെ ലക്ഷണമെന്നും ആവരുത് നമ്മുടെ ധാരണ. ഇത്തരം അബദ്ധജഡിലങ്ങളായ കാഴ്ചപ്പാടുകൾ കുഞ്ഞുങ്ങൾക്കു പകർന്നുകൊടുക്കുകയും അരുത്. സ്ത്രീപുരുഷ സമത്വത്തിന്റേതായ പുതിയ ചിന്തകൾ സമൂഹത്തിന് ആവശ്യമായ കാലമാണിത്. അതിനുതകുന്ന പാഠങ്ങൾ പാഠ്യപദ്ധതിയിൽ ഉൾപ്പെടുത്തുന്നത് അടക്കമുള്ള കാര്യങ്ങൾ സർക്കാർ പരിശോധിക്കുകയാണ്.

ആധുനിക സമൂഹമെന്ന നിലയ്ക്കു വിജ്ഞാന സമ്പദ്ഘടനയിലേക്കു കേരളത്തെ പരിവർത്തിപ്പിക്കാനാണ് നാം പരിശ്രമിക്കുന്നത്. അതിന് ഉയർന്ന അറിവും ശേഷിയുമുള്ള തലമുറയെ വാർത്തെടുക്കേണ്ടതുണ്ട്. ലിംഗപരമായ ഉച്ചനീചത്വങ്ങൾക്ക് അവിടെ സ്ഥാനമില്ല. അതി

നുതകുന്ന ബാലപാഠങ്ങൾ കുടുംബത്തിൽ നിന്നുതന്നെ ആരംഭിക്കണം. പൊതുഇടങ്ങളിലും തൊഴിലിടങ്ങളിലുമൊക്കെ അത്തരത്തിലുള്ള കാഴ്ചപ്പാടുകൾ പ്രോത്സാഹിപ്പിക്കാനുള്ള ഇടപെടൽ സർക്കാരിന്റെ ഭാഗത്തുനിന്നുമുണ്ടാകും.

സ്ത്രീധനവുമായി ബന്ധപ്പെട്ട കൊലപാതകങ്ങൾക്കു പുറമെ, ദുരഭിമാന കൊലകളും അപൂർവ്വമായെങ്കിലും കേരളത്തിൽ ഉണ്ടായിട്ടുണ്ട്. പ്രണയാഭ്യർത്ഥന നിരസിക്കുന്നതിന്റെ പേരിലോ, പ്രണയബന്ധങ്ങളിൽ ഉണ്ടാകുന്ന പ്രശ്നങ്ങൾ കാരണമോ പെൺകുട്ടികൾ കൊലചെയ്യപ്പെടുന്ന സംഭവങ്ങളും ഈയടുത്ത കാലത്തായി ഉണ്ടായി. ഗാർഹിക പീഡനങ്ങളെ തുടർന്നുള്ള മരണങ്ങളെയും കൊലപാതകങ്ങളെയുംപോലെ തന്നെ ഇവ രണ്ടും ശക്തമായി എതിർക്കപ്പെടേണ്ട സാമൂഹിക പ്രശ്നങ്ങളാണ്. ഇത്തരം പ്രവണതകൾക്കു പരിഹാരം കണ്ടെത്താൻ കൂട്ടായ പരിശ്രമങ്ങൾ സമൂഹത്തിൽ നിന്നുയർന്നു വരണം.

പ്രണയത്തെക്കുറിച്ചും സ്ത്രീ–പുരുഷ ബന്ധങ്ങളെക്കുറിച്ചും ജനാധിപത്യപരമായ കാഴ്ചപ്പാടുകൾ ഉയർത്തിപ്പിടിക്കാൻ നമുക്കാകണം. ഒരാൾ തന്റെ ഇംഗിതം മറ്റൊരാളുടെ മേൽ അടിച്ചേൽപ്പിക്കുന്ന രീതി അംഗീകരിക്കാനാവില്ല. തന്റെ ഇഷ്ടപ്രകാരം കല്യാണം കഴിച്ചില്ലെങ്കിൽ, തന്റെ ഇഷ്ടപ്രകാരം പ്രണയിച്ചില്ലെങ്കിൽ ഒരാൾക്ക് മറ്റൊരാളെ അപായപ്പെടുത്താമെന്നോ, ഒരാൾക്ക് മറ്റൊരാളുടെ ജീവനെടുക്കാമെന്നോ കരുതുന്നത് മനുഷ്യ ബന്ധങ്ങളെ അധികാര രൂപങ്ങളായി കാണുന്നതുകൊണ്ടാണ്.

വ്യക്തി ബന്ധങ്ങൾ അധികാരരൂപങ്ങൾ അല്ല എന്നും ജനാധിപത്യപരവും തുല്യതയിൽ അധിഷ്ഠിതവും ആവുമ്പോഴാണ് അവ അർത്ഥവത്താകുന്നത് എന്നുമുള്ള ബോധ്യമാണ് വേണ്ടത്. ജനാധിപത്യപരമായ ബന്ധങ്ങൾ ഉള്ള സമൂഹങ്ങളിൽ മാത്രമേ വേർതിരിവുകൾക്കതീതമായ തുല്യത ഉറപ്പുവരുത്താനാവൂ.

സാമൂഹിക തിന്മകളിൽ നിന്നു സ്ത്രീകൾക്കു മോചനം ലഭിക്കണമെങ്കിൽ പലതരത്തിലുള്ള പ്രവർത്തനങ്ങൾ ഏറ്റെടുക്കേണ്ടതുണ്ട്. അതിലൊന്ന്, അടുക്കള ജോലികളടക്കം ഉള്ള കാര്യങ്ങൾ സ്ത്രീകളുടെ മാത്രം ചുമതലയാക്കുന്ന കാഴ്ചപ്പാടിൽ വരുത്തേണ്ട മാറ്റമാണ്. അടുക്കള ജോലിക്കു പുറമെ വീട്ടിലെ കുഞ്ഞുങ്ങളെയും വയോജനങ്ങളെയും പരിപാലിക്കുന്ന ചുമതലയും സ്ത്രീകൾ മാത്രമായി പലപ്പോഴും ഏറ്റെടുക്കേണ്ടതായിവരുന്നു.

ഈ പ്രവണതയ്ക്ക് മാറ്റമുണ്ടാവണം എന്നതുകൊണ്ടാണ് ഗാർഹിക ജോലികളുടെ മൂല്യം ഉൾക്കൊണ്ട് വീട്ടമ്മമാർക്കു പെൻഷൻ ഏർപ്പെടുത്താനും വീട്ടിനുള്ളിലെ ജോലിഭാരം കുറയ്ക്കുന്ന സ്മാർട്ട് കിച്ചൺ പദ്ധതി നടപ്പാക്കാനും സർക്കാർ ആലോചിച്ചത്. സർക്കാർ ഇങ്ങനെ മുൻകൈ എടുക്കുമ്പോൾ തന്നെ വീട്ടു ജോലികൾ കുടുംബത്തിനുള്ളി

ലെ എല്ലാവരും ചേർന്നു കൂട്ടായി നിർവ്വഹിക്കേണ്ടതാണ് എന്ന ബോധ്യം സമൂഹത്തിലാകെ വളർത്തിയെടുക്കേണ്ടതുണ്ട്.

സ്ത്രീസമൂഹത്തിന്റെ മുന്നേറ്റത്തിന് അനിവാര്യമായ ഘടകമാണ് സ്ത്രീകളുടെ സാമ്പത്തിക സ്വയംപര്യാപ്തത. ഗാർഹിക പീഡനങ്ങൾക്ക് ഇരയാകുന്ന സ്ത്രീകളിൽ അധികവും സാമ്പത്തിക സ്വയംപര്യാപ്തത ഇല്ലാത്തവരാണ്. സാമ്പത്തിക സ്വയംപര്യാപ്തത കൈവരുന്നതോടെ അവർക്കു കൂടുതൽ സ്വതന്ത്രമായി ചിന്തിക്കാനും പ്രവർത്തിക്കാനും കഴിയും. അങ്ങനെ കൂടുതൽ സ്വതന്ത്രമായ സ്ത്രീസമൂഹം രൂപപ്പെടും. അതിനായി ശ്രദ്ധ ചെലുത്തേണ്ടത് തൊഴിൽ മേഖലയിലാണ്.

സംസ്ഥാനത്ത് എണ്ണത്തിൽ കൂടുതൽ ഉള്ളത് സ്ത്രീകളാണ്. എന്നാൽ, തൊഴിൽ പങ്കാളിത്തത്തിൽ അവരുടെ എണ്ണം വളരെ കുറവാണ്. ഉന്നതവിദ്യാഭ്യാസം സിദ്ധിച്ചിട്ടും തൊഴിലിൽ ഏർപ്പെടാൻ കഴിയാതെ വീടുകളിൽ ഒതുങ്ങിപ്പോകുന്ന സ്ത്രീകൾ പുരോഗമന സമൂഹത്തിനു ചേർന്ന കാഴ്ചയല്ല. അവരെ തൊഴിൽ സേനയിലേക്കു കൊണ്ടുവരാനും വികസന പ്രവർത്തനങ്ങളിൽ പങ്കാളികളാക്കാനും വേണ്ട നടപടികൾ സർക്കാർ സ്വീകരിച്ചുവരികയാണ്. ഇക്കാര്യത്തിൽ 45 ലക്ഷത്തിലധികം അംഗങ്ങളുള്ള കുടുംബശ്രീക്കു വലിയ സംഭാവന ചെയ്യാൻ കഴിയും.

2016 ലെ പ്രകടനപത്രികയിൽ സ്ത്രീകളുടെ തൊഴിൽ പങ്കാളിത്തം 18 ശതമാനമായി ഉയർത്തുമെന്ന് എൽ ഡി എഫ് പ്രഖ്യാപിച്ചിരുന്നു. ഇന്നു സ്ത്രീകളുടെ തൊഴിൽ പങ്കാളിത്തം 24 ശതമാനമാണ്. അതിനെ 50 ശതമാനമായി ഉയർത്തും. അഞ്ചു വർഷംകൊണ്ട് 40 ലക്ഷം തൊഴിലവസരങ്ങൾ സൃഷ്ടിക്കാനാണ് ശ്രമിക്കുന്നത്. അതിന്റെ ഏറ്റവും വലിയ ഗുണഭോക്താക്കൾ സ്ത്രീകളായിരിക്കും. സ്ത്രീകളുടെ തൊഴിലവസരങ്ങൾ നാലിലൊന്നെങ്കിലും ഉയർത്താനാണ് ലക്ഷ്യമിടുന്നത്.

സ്ത്രീകളുടെ സ്വയംപര്യാപ്തത ലക്ഷ്യം വെച്ച് 1998 ൽ ഇടതുപക്ഷ ജനാധിപത്യ മുന്നണി സർക്കാർ ആരംഭിച്ച കുടുംബശ്രീ പ്രസ്ഥാനം ഇന്ന് ലോകത്തിനു തന്നെ മാതൃകയാണ്. ജനകീയാസൂത്രണ പ്രസ്ഥാനത്തിലൂടെ സ്ത്രീകളെ ഉയർന്ന തോതിൽ ഭരണനിർവ്വഹണ പ്രക്രിയയുടെ ഭാഗമാക്കാനും സ്ത്രീശാക്തീകരണ പ്രവർത്തനങ്ങൾക്കു പുതിയ മാനം നൽകാനും നമുക്കു കഴിഞ്ഞു.

ജനകീയാസൂത്രണത്തിന്റെ വരവോടെ പദ്ധതി രൂപീകരണത്തിലും നടത്തിപ്പിലും സ്ത്രീകളുടെ സജീവപങ്കാളിത്തം സാധ്യമായി. അധികാരവികേന്ദ്രീകരണത്തെ സാർത്ഥകമായി നടപ്പാക്കി തദ്ദേശ സ്വയംഭരണ സ്ഥാപനങ്ങളിൽ വർദ്ധിച്ച തോതിലുള്ള സ്ത്രീ പങ്കാളിത്തം ഉറപ്പുവരുത്താനും കഴിഞ്ഞു. ഇതോടെ കൂടുതൽ കാര്യക്ഷമമായി പദ്ധതികൾ നടപ്പാകുന്ന സാഹചര്യവും ഉണ്ടായി.

ഇക്കഴിഞ്ഞ അഞ്ചു വർഷത്തിനുള്ളിൽ സ്ത്രീകളുടെ ഉന്നമനം ലക്ഷ്യംവെച്ച് നടപ്പാക്കിയ പദ്ധതികൾ നിരവധിയാണ്. വനിതാവികസ

നത്തിനായി പ്രത്യേക വകുപ്പും ഡയറക്ടറേറ്റും രൂപീകരിച്ചു. വനിതാ ഹെൽപ് ലൈൻ പ്രവർത്തനമാരംഭിച്ചു. അസംഘടിത തൊഴിലാളി ക്ഷേമ നിധിയിൽ ഗാർഹിക ജോലിയിൽ ഏർപ്പെടുന്ന വനിതകളെ ഉൾപ്പെടുത്തി. സംസ്ഥാനത്തെങ്ങും ഷീ ടോയ്ലെറ്റുകൾ യാഥാർത്ഥ്യമാക്കുന്നതിനുള്ള നടപടികൾ പുരോഗമിക്കുകയാണ്. ഓരോ വകുപ്പിലും ഓഫീസിലും ജൻഡർ ഓഡിറ്റിംഗ് നടത്തി. സധൈര്യം മുന്നോട്ട്, പൊതുവിടം എന്റേതും, സ്ത്രീസൗഹൃദ ഗ്രാമം, സഖി, സഹായഹസ്തം, കൈത്താങ്ങ്, സ്നേഹിത, ശ്രദ്ധ, ആശ്വാസനിധി, ഒപ്പം തുടങ്ങി നിരവധി പദ്ധതികളും നടപ്പാക്കി. കുടുംബശ്രീയെ ശക്തിപ്പെടുത്തുന്നതിനുള്ള നടപടികളും സ്വീകരിച്ചു.

സ്ത്രീധന-ഗാർഹിക പീഡനങ്ങൾ പൂർണ്ണമായും ഇല്ലാതാക്കുക, സ്ത്രീകളെ ശാക്തീകരിക്കുക, ഓരോ വ്യക്തിയെയും ബോധവത്കരിക്കുക, എന്നീ ലക്ഷ്യങ്ങളോടെ കനൽ എന്ന ബോധവൽകരണ കർമ്മ പരിപാടി ആരംഭിച്ചു.

സ്ത്രീധന നിരോധന നിയമം കൂടുതൽ ഫലപ്രദമായി നടപ്പിലാക്കാൻ, 2004 ലെ കേരളാ സത്രീധന നിരോധന ചട്ടത്തിൽ ഭേദഗതി വരുത്തി. എല്ലാ ജില്ലകളിലും ജില്ലാ വനിതാ ശിശു വികസന ഓഫീസർമാരെ സ്ത്രീധന നിരോധന ഓഫീസർമാരായി നിയോഗിച്ചിട്ടുണ്ട്. സ്ത്രീധന നിരോധന പ്രവർത്തനങ്ങൾ കാര്യക്ഷമമാക്കുന്നതിനു ജില്ലാ ഉപദേശക സമിതി, വെൽഫയർ ഓർഗനൈസേഷൻ എന്നിവകൂടി രൂപീകരിക്കുകയാണ്.

ഗാർഹിക പീഡനത്തെ അതിജീവിക്കുന്ന സ്ത്രീകൾക്കു താമസിക്കാൻ വേണ്ടത്ര ഷെൽട്ടർ ഹോമുകൾ ഇല്ലാത്ത എല്ലാ ജില്ലകളിലും അവ ആരംഭിക്കും. സർക്കാർ ജീവനക്കാർ സ്ത്രീധനം ആവശ്യപ്പെടുകയോ, വാങ്ങുകയോ, കൊടുക്കുകയോ ചെയ്യുന്നുണ്ടോ എന്നു നിരീക്ഷിക്കുന്നുണ്ട്. സ്ത്രീ സുരക്ഷ ഉറപ്പാക്കുന്നതിനും, ലിംഗ അസമത്വം, സ്ത്രീധന-ഗാർഹിക പീഡനം എന്നിവയ്ക്കെതിരായി പൊതുജനങ്ങളെ ബോധവത്കരിക്കുന്നതിനും അവയുമായി ബന്ധപ്പെട്ട നിയമങ്ങളുടെ ലംഘനം ശിക്ഷാർഹമാണ് എന്നറിയിക്കുന്നതിനുമായി വലിയതോതിൽ പ്രചാരണം നടത്താനാണ് തീരുമാനിച്ചിട്ടുള്ളത്.

കഴിഞ്ഞ സർക്കാരിന്റെ കാലത്ത് ജെൻഡർ ബജറ്റിങ്ങിനു തുടക്കമിട്ടുകൊണ്ട് സംസ്ഥാന ബജറ്റിന്റെ 16 ശതമാനം വനിതാപദ്ധതികൾക്കു നീക്കിവച്ചു. പൊതു സ്കീമുകളിൽ സ്ത്രീകൾക്കുള്ള പ്രത്യേക വിഹിതം കൂടി കണക്കിലെടുക്കുമ്പോൾ സ്ത്രീകളുടെ വിഹിതം ഇപ്പോൾ 19 ശതമാനമാണ്. അത് 25 ശതമാനമായെങ്കിലും ഉയർത്തും.

ലൈംഗികാതിക്രമം നടത്തുന്നവരുടെ രജിസ്ട്രിക്ക് തുടക്കംകുറിച്ച ആദ്യസംസ്ഥാനം നമ്മുടേതാണ്. ഇവയുടെ തുടർച്ചയെന്നോണം സ്ത്രീകൾക്കു നേരെയുള്ള അതിക്രമങ്ങൾ പരമാവധി കുറയ്ക്കുന്നതിനു

ക്രൈം മാപ്പിംഗ് നടത്തും. കേരളത്തെ സമ്പൂർണ്ണ സ്ത്രീ സൗഹൃദമാക്കാനാണ് ഉദ്ദേശിക്കുന്നത്.

സ്ത്രീയുടെ സ്വാതന്ത്ര്യത്തിനു വിഘാതമായി നിൽക്കുന്ന പ്രത്യയശാസ്ത്ര പ്രവണതകളെ മൊത്തത്തിൽ എതിർക്കുന്നതോടൊപ്പം അവയുടെ സവിശേഷ രൂപങ്ങളായ ഭൂരിപക്ഷ, ന്യൂനപക്ഷ വർഗീയതകളെയും വിട്ടുവീഴ്ച കൂടാതെ എതിർക്കണം. ആ നിലയ്ക്കു സ്വതന്ത്രമായും ജനാധിപത്യപരമായും ചിന്തിക്കുന്നതും പ്രവർത്തിക്കുന്നതുമായ പ്രസ്ഥാനമായി മാറാൻ കുടുംബശ്രീക്ക് സാധിക്കണം. ജാതി–മത–വർഗ ഭേദങ്ങൾക്കതീതമായി സ്ത്രീകളെ ഒന്നിപ്പിച്ച് അണിനിരത്തുക എന്നതാണ് പ്രധാനം. എല്ലാ തലങ്ങളിലുമുള്ള സ്ത്രീ പീഡനങ്ങൾക്കെതിരെ പുരോഗമന ജനാധിപത്യ ശക്തികളെയാകെ ഉൾക്കൊള്ളുന്ന സ്ത്രീപക്ഷ പ്രസ്ഥാനം കെട്ടിപ്പടുക്കണം.

കേരളത്തിന്റെ വികസന മുന്നേറ്റത്തിൽ കുടുംബശ്രീ പ്രസ്ഥാനം വഹിച്ച പങ്ക് നിർണ്ണായകമാണ്. സമൂഹത്തിന്റെ നാനാ തുറകളിലുമുള്ള സ്ത്രീകൾ നയിക്കുന്ന, പ്രാദേശിക വികസന പ്രക്രിയയ്ക്ക് ആക്കം കൂട്ടുന്ന ചാലകശക്തിയായ കുടുംബശ്രീ ഏറ്റവും പ്രധാനപ്പെട്ട പ്രചാരണ പ്രവർത്തനത്തിന് തുടക്കം കുറിച്ചിട്ടുണ്ട്. സ്ത്രീകളുടെ പ്രശ്നങ്ങൾ അവരുടെ മാത്രം പ്രശ്നവും പുരുഷൻമാരുടെ പ്രശ്നങ്ങൾ സമൂഹത്തിന്റെയാകെ പ്രശ്നവും എന്ന സമീപനം ചില ഭാഗങ്ങളിൽ നിന്നുണ്ടാവാറുണ്ട്. സ്ത്രീകൾ സമൂഹത്തിന്റെ ഭാഗമാണെന്നും അവർക്ക് സമൂഹത്തിൽ തുല്യ പങ്കാളിത്തം ഉണ്ടെന്നുമുള്ള തിരിച്ചറിവ് സൃഷ്ടിക്കാൻ സ്ത്രീധനത്തിനും സ്ത്രീപീഡനത്തിനും എതിരെ 'സ്ത്രീപക്ഷ നവകേരള''മെന്ന പ്രചരണ പരിപാടി വിജയിപ്പിക്കാൻ സമൂഹത്തിന്റെ എല്ലാ ഭാഗത്തുനിന്നും സഹായ സഹകരണങ്ങൾ ഉണ്ടാകണം.

സ്ത്രീസുരക്ഷയോട് പ്രതിബദ്ധതയുള്ള സർക്കാർ

അസമത്വങ്ങളില്ലാത്ത ഒരു ലോകത്തു മാത്രമാണ് സ്വാതന്ത്ര്യം പൂർണമായും അർത്ഥവത്താകുന്നത്. അതിനാൽ സമഗ്രവും സുസ്ഥിരവുമായ പുരോഗതിയിലേക്കുള്ള യാത്ര സമത്വസുന്ദരമായ ലോകത്തിന്റെ സൃഷ്ടിക്കായുള്ള പോരാട്ടം കൂടിയായി മാറുകയാണ്. ആ പോരാട്ടത്തിന്റെ ഏറ്റവും പ്രധാന ധർമ്മങ്ങളിലൊന്നാണ് സ്ത്രീകൾ നേരിടുന്ന അസമത്വം അവസാനിപ്പിക്കുക എന്നത്. ലിംഗ സമത്വം കൈവരിക്കാതെ മാനവരാശിക്ക് സാമൂഹിക നീതിയിൽ അധിഷ്ഠിതമായ സുസ്ഥിര ഭാവി കൈവരിക്കാനാവില്ല എന്നാണ് ഐക്യരാഷ്ട്ര സഭയുൾപ്പെടെ നടത്തിയ പഠനങ്ങൾ വ്യക്തമാക്കുന്നത്. അതുകൊണ്ടു തന്നെ നവകേരളത്തിനായി നമ്മൾ പ്രയത്നിക്കുന്ന ഈ ഘട്ടത്തിൽ ലിംഗനീതിയിൽ അധിഷ്ഠിതമായ സമൂഹത്തെ വാർത്തെടുക്കുന്നതിനു പ്രത്യേക ഊന്നൽ നൽകേണ്ടതുണ്ട്. ആ പ്രാധാന്യം ഉൾക്കൊണ്ടുകൊണ്ടാണ് ഇടതുപക്ഷ ജനാധിപത്യ മുന്നണി സർക്കാർ പ്രവർത്തിച്ചു വരുന്നത്.

സ്ത്രീകൾക്കെതിരെ നടക്കുന്ന അതിക്രമങ്ങൾക്കെതിരായി ശക്തമായ നിയമനടപടികൾ സ്വീകരിക്കാനും നീതി ലഭ്യമാക്കാനും വിട്ടുവീഴ്ചയില്ലാത്ത നിയമനിർവഹണം സർക്കാർ നടപ്പാക്കുന്നുണ്ട്. അതിന്റെ തെളിവാണ് സ്ത്രീധനവുമായി ബന്ധപ്പെട്ടു നടന്ന ഭർത്തൃപീഡനത്തെ തുടർന്ന് യുവതി ആത്മഹത്യ ചെയ്ത കേസിൽ വിജയകരമായി അന്വേഷണം പൂർത്തിയാക്കി കുറ്റം തെളിയിക്കാൻ സാധിച്ചത്. അന്വേഷണം കുറ്റമറ്റ രീതിയിൽ വളരെ വേഗത്തിൽ നടപ്പാക്കാൻ സാധിച്ചു എന്നത് അഭിമാനകരമാണ്. സമാനമായ നിരവധി കേസുകളിലും നീതിപൂർണ്ണമായ അന്വേഷണം നടത്താനും കുറ്റം ചെയ്തവരെ നിയമത്തിന്റെ മുന്നിൽ കൊണ്ടുവരാനും സാധിച്ചു. പൊലീസിന്റെ അന്വേഷണ മി

കവും സർക്കാരിന്റെ ഈ വിഷയത്തിലുള്ള അടിയുറച്ച പ്രതിബദ്ധതയുമാണ് ഇതിനു കാരണം.

നിയമപരമായ കരാറുകൾ പാലിച്ച് ഒരുമിച്ച് ജീവിതം പങ്കിടാമെന്ന മുതിർന്ന രണ്ടു വ്യക്തികളുടെ തീരുമാനമാണ് വിവാഹം. അതിനെ പണമിടപാടാക്കി അവഹേളിക്കുകയും സ്ത്രീകളുടെ സാമൂഹിക പദവി ഇടിക്കുകയും ചെയ്യുന്ന സ്ത്രീധന സമ്പ്രദായമെന്ന അനാചാരം ഇന്നും നിലനിൽക്കുന്നു എന്നത് അപമാനകരമാണ്. നിയമവിരുദ്ധമായ ഈ സമ്പ്രദായത്തിന്റെ പേരിൽ സ്ത്രീകൾ പീഡനം നേരിടേണ്ടി വരുന്നത് അവസാനിപ്പിക്കാൻ വലിയ തോതിലുള്ള സാമൂഹിക ഇടപെടൽ ഉണ്ടാകേണ്ടതുണ്ട്. അതോടൊപ്പം തന്നെ നിയമപരമായി കൂടുതൽ ഫലപ്രദമായി അതിനെ നേരിടാൻ സാധിക്കുക എന്നതും അനിവാര്യമാണ്.

ഈ ലക്ഷ്യം മുൻനിർത്തിയാണ് സ്ത്രീധനത്തിനെതിരെയുള്ള പരാതികൾ റിപ്പോർട്ട് ചെയ്യുന്നതിനുള്ള വെബ് പോർട്ടൽ സർക്കാർ ആരംഭിച്ചിരിക്കുന്നത്. ഈ പോർട്ടൽ മുഖേന വ്യക്തികൾക്കോ, പൊതുജനങ്ങൾക്കോ, സംഘടനകൾക്കോ സ്ത്രീധനം വാങ്ങുന്നതിനും നൽകുന്നതിനും എതിരെ പരാതി സമർപ്പിക്കാവുന്നതാണ്. ജില്ല സ്ത്രീധന നിരോധന ഓഫീസർക്ക് ലഭിക്കുന്ന പരാതിയിന്മേൽ തുടർനടപടിക്കായി ബന്ധപ്പെട്ട ഉദ്യോഗസ്ഥർക്ക് നിർദേശം നൽകാനും മുഖ്യ സ്ത്രീധന നിരോധന ഓഫീസർക്ക് പരാതി തീർപ്പാക്കുന്നതിന്റെ പുരോഗതി വിലയിരുത്താനും ഈ പോർട്ടൽ വഴി സാധിക്കും. സ്ത്രീധനമെന്ന സാമൂഹ്യവിപത്തിനെ തുടച്ചു നീക്കാനുള്ള ശ്രമങ്ങൾക്ക് പുതിയ ഊർജ്ജം നൽകാൻ ഈ സംവിധാനത്തിലൂടെ സാധിക്കും. ഈ സംവിധാനം ഏറ്റവും മികച്ച രീതിയിൽ ഉപയോഗപ്പെടുത്താനും സ്ത്രീധന സമ്പ്രദായം തുടച്ചുനീക്കാൻ മുന്നിട്ടിറങ്ങാനും ഏവരും തയ്യാറാകേണ്ടതുണ്ട്.

സ്ത്രീകളുടെ സുരക്ഷയ്ക്കായി ഇതുപോലെ നിരവധി പദ്ധതികൾ സർക്കാർ ആവിഷ്കരിച്ച് നടപ്പാക്കി വരികയാണ്. സ്ത്രീസൗഹൃദ പൊതുയിടം സൃഷ്ടിക്കാനും, സ്ത്രീകൾക്കു നേരെയുള്ള അതിക്രമങ്ങൾ കുറയ്ക്കാനും ക്രൈം മാപ്പിങ് പദ്ധതി ആവിഷ്ക്കരിച്ചത് ഇതിന്റെ ഭാഗമായാണ്. സ്ത്രീകൾക്കെതിരെയുള്ള അതിക്രമങ്ങൾ അന്വേഷിക്കുന്നതിനും മേൽനടപടികൾ സ്വീകരിക്കുന്നതിനുമായി സംസ്ഥാനതലത്തിൽ സ്റ്റേറ്റ് വനിതാ സെൽ പ്രവർത്തിച്ചുവരുന്നു. ഇതേ ലക്ഷ്യത്തോടുകൂടി ജില്ലകളിലും വനിതാസെൽ ഉണ്ട്. കൂടാതെ എല്ലാ ജില്ലകളിലും ഒരു വനിതാ പൊലീസ് സ്റ്റേഷൻ വീതവും സ്ഥാപിച്ചിട്ടുണ്ട്. സാധാരണ ലോക്കൽ പൊലീസ് സ്റ്റേഷനുള്ള അധികാരങ്ങൾ തന്നെയാണ് വനിതാ പൊലീസ് സ്റ്റേഷനും നൽകിയിരിക്കുന്നത്. വനിതാ ബറ്റാലിയൻ, അപരാജിത, പിങ്ക് പൊലീസ്, നിഴൽ, വനിതാ സ്വയം പ്രതിരോധ സംഘം, വനിതാ ബീറ്റ് എന്നിവയെല്ലാം സ്ത്രീസുരക്ഷ മുൻനിർത്തി കേരളാ പൊലീസ് നടപ്പിലാക്കിയ പദ്ധതികളാണ്.

കുട്ടികൾക്കും സ്ത്രീകൾക്കും എതിരെയുള്ള അതിക്രമങ്ങൾ തട

യുന്നതിന് അവരെ പ്രാപ്തരാക്കുകയെന്ന ലക്ഷ്യത്തോടെ കേരളാ പൊലീസ് ആവിഷ്ക്കരിച്ച പദ്ധതിയാണ് വനിതാ സ്വയം പ്രതിരോധ സംഘം. സ്കൂൾ, കോളേജ്, റെസിഡൻസ് അസോസിയേഷൻ, കുടുംബശ്രീ യൂണിറ്റുകൾ മുതലായ സ്ഥലങ്ങളിൽ കേരളാ പൊലീസിന്റെ വനിതാ സ്വയം പ്രതിരോധ സംഘം സൗജന്യ ക്ലാസുകൾ ലഭ്യമാക്കുന്നു. കേരളത്തിലെ 19 പൊലീസ് ജില്ലകളിലും വനിതാ പൊലീസ് ഉദ്യോഗസ്ഥരുടെ സേവനം ഇത്തരം പരിശീലനങ്ങൾക്ക് പൂർണമായും സൗജന്യമായി ലഭ്യമാക്കിയിട്ടുണ്ട്.

പാഠപുസ്തകങ്ങളിലെ ജെൻഡർ പ്രതിപാദനത്തെക്കുറിച്ച് വിലയിരുത്തൽ പൂർത്തിയാക്കി കഴിഞ്ഞു. അങ്കണവാടി പ്രീ സ്കൂൾ എഡ്യൂക്കേഷനുള്ള പാഠപുസ്തകങ്ങളുടെ ജെൻഡർ ഓഡിറ്റിംഗ് പൂർത്തീകരിച്ചിട്ടുണ്ട്. സ്ത്രീകളുടെ വീട്ടുജോലി ഭാരം ലഘൂകരിക്കാൻ സ്മാർട്ട് കിച്ചൺ പദ്ധതി നടപ്പാക്കാനുള്ള പ്രാരംഭഘട്ടത്തിലാണ് സർക്കാർ. ഇതിനായി, എല്ലാ വീടുകളിലും ആദ്യം വാഷിംഗ് മെഷീനും പിന്നീട് ഗ്രൈൻഡറും പിന്നെ റഫ്രിജറേറ്ററും ഉള്ള ആദ്യ സംസ്ഥാനമാക്കി കേരളത്തെ മാറ്റാനാണ് ഉദ്ദേശിക്കുന്നത്.

സ്ത്രീ പീഡനം, പോക്സോ കേസുകൾ എന്നിവ ശാസ്ത്രീയമായി കൈകാര്യം ചെയ്യുന്നതിനും പരാതിക്കാരോടുള്ള സമീപനം അനുഭാവ പൂർണ്ണമാക്കുന്നതിനുമായി വനിത വികസന കോർപറേഷന്റെ ആഭിമുഖ്യത്തിൽ 3400 പൊലീസ് ഉദ്യോഗസ്ഥർക്ക് ഇതുവരെ പരിശീലനം നൽകിക്കഴിഞ്ഞു. കേരളത്തിലെ വനിതകൾക്ക് 181 എന്ന ടോൾ ഫ്രീ നമ്പരിലൂടെ എല്ലാ മേഖലകളിലെയും വിവര അന്വേഷണവും, അത്യാവശ്യ സേവനങ്ങളും എളുപ്പത്തിൽ ലഭ്യമാക്കുന്ന 181 മിത്ര വിമൻസ് ഹെൽപ്പ് ലൈൻ സംവിധാനം മികച്ച രീതിയിൽ പ്രവർത്തിക്കുന്നു. അതിക്രമങ്ങൾ നേരിടുന്ന സ്ത്രീകൾക്കുള്ള രണ്ട് സുപ്രധാന പിന്തുണാ സംവിധാനങ്ങളാണ് നിർഭയ ഷോർട്ട്സ്റ്റേ ഹോമുകളും കുടുംബശ്രീയുടെ ആഭിമുഖ്യത്തിലുള്ള സ്നേഹിത ജെൻഡർ ഹെൽപ്പ് ഡെസ്ക്കും. സ്ത്രീകൾക്കും കുട്ടികൾക്കും വേണ്ടി 24 മണിക്കൂർ പ്രവർത്തിക്കുന്ന സ്നേഹിത ജെൻഡർ ഹെൽപ്പ് ഡെസ്ക് 14 ജില്ലകളിലും പ്രവർത്തനം നടത്തിവരുന്നു.

സുരക്ഷയൊരുക്കുന്നതിനൊപ്പം തന്നെ സ്ത്രീകളുടെ സാമൂഹ്യപദവി ഉയർത്താൻ ആവശ്യമായ നടപടികളും സർക്കാർ കൈക്കൊള്ളുന്നുണ്ട്. സ്ത്രീകളുടെ തൊഴിൽ പങ്കാളിത്തം ഉയർത്തുക എന്നത് ഈ ലക്ഷ്യം കൈവരിക്കാൻ അനിവാര്യമായ ഘടകമാണ്. സ്ത്രീകളുടെ തൊഴിൽ പങ്കാളിത്തം 18 ശതമാനമായി ഉയർത്തുമെന്നായിരുന്നു 2016 പ്രകടനപത്രികയിലെ പ്രഖ്യാപനം. എന്നാൽ അഞ്ചുവർഷം കൊണ്ട് സ്ത്രീകളുടെ തൊഴിൽ പങ്കാളിത്തം 24 ശതമാനമാക്കാൻ കഴിഞ്ഞു.

സ്ത്രീകളുടെ തൊഴിൽ പങ്കാളിത്തം 24 ശതമാനത്തിൽ നിന്ന് 50 ശതമാനമായി ഉയർത്താനാണ് 2021 ലെ പ്രകടനപത്രിക ലക്ഷ്യമിട്ടത്.

കഴിഞ്ഞ ഒരു വർഷത്തിനിടെ സ്ത്രീകളുടെ തൊഴിൽ പങ്കാളിത്തം സംസ്ഥാനത്ത് വർധിപ്പിക്കുന്നതിനായി വനിതാ വികസന കോർപറേഷൻ മുഖേന 30,000 തൊഴിൽ അവസരം പുതുതായി സൃഷ്ടിക്കാൻ കഴിഞ്ഞു. വനിത ശിശു വികസന വകുപ്പ് മുഖേന 6241 തൊഴിലവസരങ്ങളാണ് സൃഷ്ടിച്ചത്.

സ്ത്രീകളുടെ സ്വയംതൊഴിൽ സംരംഭപദ്ധതി വർദ്ധിപ്പിക്കുന്നതിന്റെ ഭാഗമായി വനിതാ വികസന കോർപ്പേഷൻ മുഖേന കൂടുതൽ വായ്പകൾ നൽകാൻ കഴിഞ്ഞു. കഴിഞ്ഞ ഒരു വർഷം 165.5 കോടി രൂപ വായ്പ 11866 പേർക്ക് വിതരണം ചെയ്തു. പൊതുഇടങ്ങൾ സ്ത്രീ സൗഹൃദമാക്കുന്നതിന് വനിതാ വികസന കോർപ്പറേഷൻ ഷീടോയ്‌ലറ്റുകൾ, ഹ്രസ്വകാല താമസത്തിന് സെയ്ഫ് സ്റ്റേ പദ്ധതി പ്രകാരം 27 നഗരങ്ങളിലായി 137 ബെഡ്സ്റ്റുകൾ എന്നിവ സജ്ജീകരിച്ചിട്ടുണ്ട്.

കേരള നോളജ് എക്കണോമി മിഷന്റെ നേതൃത്വത്തിൽ അഭ്യസ്തവിദ്യരായ യുവതീ യുവാക്കളെ കണ്ടെത്തുന്നതിനുള്ള സർവ്വേ പൂർത്തീകരിച്ചപ്പോൾ ഇതിനകം എഴുപത്തിയൊന്നു ലക്ഷത്തി അൻപത്തി ഏഴായിരത്തി നാല്പത്തിരണ്ട് തൊഴിലന്വേഷകർ രജിസ്റ്റർ ചെയ്തതിൽ 58% (ഇരുപത്തേഴു ലക്ഷത്തി തൊണ്ണൂറായിരത്തി ഇരുപത്തെട്ടു പേർ) സ്ത്രീകളാണ്.

കുടുംബശ്രീയുടെ നേതൃത്വത്തിൽ ഡിഗ്രി യോഗ്യതയുള്ള ആയിരം സ്ത്രീകളെ തൊഴിലന്വേഷണ പ്രക്രിയയിൽ സഹായിക്കുന്നതിനായി നിയോഗിക്കുന്നതാണ്. ഇവരെ സഹായിക്കാനും ഉദ്യോഗാർത്ഥികൾക്ക് മാർഗ്ഗനിർദ്ദേശം നൽകുന്നതിനും കൗൺസിലംഗിനുമായി കുടുംബശ്രീ ആയിരം 'ഷി' കോച്ചുമാരെ ഈ വർഷം നിയോഗിക്കുകയും അവരെ പിന്നീട് അയ്യായിരം ആയി വർദ്ധിപ്പിക്കുകയും ചെയ്യും.

ഉദ്യോഗാർത്ഥികളെ സഹായിക്കുന്നതിന് വേണ്ടി പരിശീലനം നേടിയ അയ്യായിരം ഡിഗ്രി/പിജി വിദ്യാർത്ഥികളെ കരിയർ കൗൺസലിംഗ് ഇന്റേണ്മാരായി നിയോഗിക്കാൻ കേരള നോളജ് എക്കണോമി മിഷൻ ഉദ്ദേശിക്കുന്നുണ്ട്. ഇതിൽ 60% പേർ പെൺ കുട്ടികളായിരിക്കണം എന്ന് നിഷ്ക്കർഷിച്ചിട്ടുണ്ട്.

ജെൻഡർ ബജറ്റിംഗിലൂടെ നടത്തിയ വികസന പ്രവർത്തനങ്ങൾ സ്ത്രീ പരിഗണന ഗണ്യമായി ഉയർത്താൻ സഹായിച്ചു. 2016–17ൽ പൂർണ്ണമായും സ്ത്രീകൾക്കുള്ള സ്കീമുകളുടെ അടങ്കൽ 760 കോടി രൂപയും പദ്ധതി അടങ്കലിന്റെ 4 ശതമാനവുമായിരുന്നു. 2021–22ലെ ബജറ്റിൽ ഈ തുക 1347 കോടി രൂപയാണ്. പദ്ധതി വിഹിതം 6.54 ശതമാനമായി ഉയർന്നു.

അഞ്ചു വർഷംകൊണ്ട് വനിതാവിഹിതം 10 ശതമാനമായി ഉയർത്തുവാനാണ് സർക്കാർ ലക്ഷ്യമിടുന്നത്. പൊതു സ്കീമുകളിൽ സ്ത്രീകൾക്കുള്ള പ്രത്യേക വിഹിതംകൂടി കണക്കിലെടുക്കുകയാണെങ്കിൽ സ്ത്രീകളുടെ വിഹിതം ഇപ്പോൾ 19 ശതമാനമായിരിക്കുന്നത് 25 ശതമാനമായെങ്കിലും ഉയർത്തുക എന്നതാണ് വരും വർഷങ്ങളിലെ ലക്ഷ്യം.

ഇത്തരത്തിൽ സ്ത്രീ സമത്വത്തിലേയ്ക്ക് നാടിനെ നയിക്കാൻ പര്യാപ്തമായ, നാനാതലങ്ങളേയും സ്പർശിക്കുന്ന പദ്ധതികളാണ് സർക്കാർ വിജയകരമായി നടപ്പാക്കി വരുന്നത്. ഏവർക്കും തുല്യ അവകാശങ്ങൾ അനുവദിക്കപ്പെട്ടിട്ടുള്ള ഈ സമൂഹത്തിൽ സ്ത്രീകൾ അനീതിക്കും അക്രമത്തിനും ഇരയാകുന്നത് നാം ഉയർത്തിപ്പിടിക്കുന്ന ജനാധിപത്യ മൂല്യങ്ങൾക്ക് വിരുദ്ധമാണ്. ലിംഗനീതിയും തുല്യതയും ഉറപ്പു വരുത്തുന്ന വിശാല ലക്ഷ്യങ്ങൾ നേടണമെങ്കിൽ സ്ത്രീധനം പോലുള്ള സാമൂഹ്യ തിൻമകളെ നാം ഇല്ലായ്മ ചെയ്യേണ്ടതുണ്ട്. അത് ഈ കാലഘട്ടം ആവശ്യപ്പെടുന്ന മഹത്തായ കർത്തവ്യം കൂടിയാണ്. ആ കർത്തവ്യം ഏറ്റെടുത്ത് തുല്യനീതിയിൽ അധിഷ്ഠിതമായ നവകേരളം കെട്ടിപ്പടുക്കുമെന്ന് നമുക്ക് പ്രതിജ്ഞ ചെയ്യാം.

ഭരണ നിർവഹണം

കേരള അഡ്മിനിസ്ട്രേറ്റീവ് സർവീസ് സഫലമാകുന്ന കാത്തിരിപ്പ്

ആറു പതിറ്റാണ്ടു നീണ്ട കാത്തിരിപ്പിനൊടുവിൽ കേരള അഡ്മിനിസ്ട്രേറ്റീവ് സർവീസ് (കെ എ എസ്) യാഥാർത്ഥ്യമായിരിക്കുന്നു. 2021 ഒക്ടോബർ 8 ന് ആദ്യ റാങ്ക് ലിസ്റ്റ് പ്രസിദ്ധീകരിച്ചു. മൂന്ന് സ്ട്രീമുകളിലായി ആകെ 553 ഉദ്യോഗാർത്ഥികളെ റാങ്ക് ലിസ്റ്റിൽ ഉൾപ്പെടുത്തിയിട്ടുണ്ട്. സ്ട്രീം 1 ൽ 168 ഉം, സ്ട്രീം 2 ൽ 183 ഉം, സ്ട്രീം 3 ൽ 182 ഉം ഉദ്യോഗാർത്ഥികളാണ് യോഗ്യത നേടിയിരിക്കുന്നത്. ഇതുവരെ റിപ്പോർട്ട് ചെയ്ത 105 ഒഴിവുകളിലേക്കുള്ള അഡ്വൈസ് മെമ്മൊ നവംബർ 1 ന് വിതരണം ചെയ്യും. ഓരോ സ്ട്രീമിൽ നിന്നും 35 ഉദ്യോഗാർത്ഥികളെയായിരിക്കും നിയമിക്കുക. റാങ്ക് ലിസ്റ്റിന്റെ സാധുത ഒരു വർഷമാണ്.

കേരളത്തിന്റെ സ്വന്തം അഡ്മിനിസ്ട്രേറ്റീവ് സർവീസ് (കെ എ എസ്) രൂപീകരിക്കുമെന്ന വാഗ്ദാനം നിറവേറ്റാൻ ഇടതുപക്ഷ ജനാധിപത്യ മുന്നണിക്ക് നിരവധി തടസ്സങ്ങൾ മറികടക്കേണ്ടി വന്നു. അഖിലേന്ത്യാ സിവിൽ സർവീസിന് സമാനമായ ഒരു ഭരണസംവിധാനം സംസ്ഥാനത്ത് രൂപീകരിക്കുന്നതിന്റെ പ്രധാന ലക്ഷ്യം ഭരണനിർവഹണത്തിന്റെ കാര്യക്ഷമതയും ഗുണനിലവാരവും മെച്ചപ്പെടുത്തുക എന്നതാണ്. കഴിവുള്ളവരും സാമൂഹിക പ്രതിബദ്ധതയുള്ളവരുമായ യുവാക്കളെ സംസ്ഥാന ഭരണനിർവഹണത്തിലേക്ക് കൊണ്ടു വരുന്നതിനും സേവനങ്ങളുടെ ഗുണനിലവാരം മെച്ചപ്പെടുത്തുന്നതിൽ അവരുടെ വൈദഗ്ധ്യവും അറിവും ഉപയോഗിക്കുന്നതിനും കെഎഎസിന് സാധിക്കും.

എന്നിരുന്നാലും, പ്രതിപക്ഷമോ അവരെ പിന്തുണയ്ക്കുന്ന ഉദ്യോഗസ്ഥ വിഭാഗമോ എൽഡിഎഫ് സർക്കാരിന്റെ തീരുമാനം അംഗീകരിക്കാൻ തയ്യാറായില്ല. രാഷ്ട്രീയപരവും നിയമപരവുമായ തടസ്സങ്ങളും സൃഷ്ടിക്കുകയുണ്ടായി. എങ്കിലും ഈ എതിർപ്പുകളും തടസ്സങ്ങളുമെല്ലാം

വിജയകരമായി മറികടന്ന് കെ എ എസ് യാഥാർഥ്യമാക്കാൻ എൽ ഡി എഫ് സർക്കാരിനു സാധിച്ചു. അക്കാര്യത്തിൽ സർക്കാരിനുണ്ടായിരുന്ന നിശ്ചയദാർഢ്യവും സുതാര്യതയും മനസ്സിലാക്കി പൊതുജനവും പിന്തുണ നൽകി.

സംസ്ഥാനത്തിനായി ഒരു അഡ്മിനിസ്ട്രേഷണൽ സർവീസ് എന്ന ആശയം ആദ്യമായി മുന്നോട്ടു വയ്ക്കുന്നത് ഇടതുപക്ഷമാണ്. 1957ൽ ഇ എം എസ് അധ്യക്ഷനായ ഭരണപരിഷ്കാര കമ്മീഷൻ ആണ് ഈ ആശയം ആദ്യമായി അവതരിപ്പിച്ചത്. എം കെ വെള്ളോടി, ഇ കെ നായനാർ എന്നിവരുടെ നേതൃത്വത്തിലുള്ള കമ്മീഷനുകളും ഈ നിർദ്ദേശം വീണ്ടും സമർപ്പിച്ചുവെങ്കിലും ഇടതുപക്ഷ സർക്കാരുകൾ മാത്രമാണ് അനുകൂല സമീപനം സ്വീകരിച്ചത്. ഇത്തരത്തിൽ വലതുപക്ഷ സർക്കാരുകളുടെ അവഗണനയും എതിർപ്പും കാരണം നീണ്ടുപോയ ഈ സ്വപ്നം സാക്ഷാൽക്കരിക്കപ്പെടാൻ ഏഴു പതിറ്റാണ്ടുകൾ കഴിയേണ്ടി വന്നു.

കെ എ എസുമായി ബന്ധപ്പെട്ടുയർന്ന ആശങ്കകൾ പരിഹരിക്കാനും പരാതികളില്ലാതെ ആദ്യത്തെ റാങ്ക് ലിസ്റ്റ് പ്രസിദ്ധീകരിക്കാനും സർക്കാരിനായി എന്നത് അഭിമാനകരമായ കാര്യമാണ്. നിലവിൽ സർവീസിലുള്ളവരുടെ സ്ഥാനക്കയറ്റത്തിനുള്ള സാധ്യത ഉൾപ്പെടെയുള്ള പരാതികൾക്ക് ന്യായമായ പരിഹാരങ്ങൾ കണ്ടെത്താൻ സാധിച്ചിട്ടുണ്ട്.

നേരിട്ടുള്ള നിയമനങ്ങൾക്ക് പുറമേ, പൊതുവിഭാഗത്തിലെ ഗസറ്റഡ് ഓഫീസർമാർക്കും തസ്തികകൾ കൈമാറുന്നതിലൂടെ നിയമനങ്ങൾ നേടാനുള്ള അവസരം ഒരുക്കിയിട്ടുണ്ട്. മൂന്ന് സ്ട്രീമുകളിലും സംവരണം ഉറപ്പാക്കുകയും. നാലു ശതമാനം ഭിന്നശേഷിക്കാർക്കായി നീക്കിവയ്ക്കുകയും ചെയ്തിട്ടുണ്ട്. ഭരണഭാഷ മാതൃഭാഷയായിരിക്കണമെന്ന പ്രഖ്യാപിത നയത്തോട് നീതി പുലർത്തുന്നതിന്റെ ഭാഗമായി മലയാളത്തിൽ ഉത്തരങ്ങൾ എഴുതാൻ അവസരമൊരുക്കുകയും പ്രാഥമിക പരീക്ഷയിൽ മുപ്പതു മാർക്ക് മലയാളത്തിനോ മറ്റു ന്യൂനപക്ഷ ഭാഷകൾക്കോ ആയി മാറ്റിവയ്ക്കുകയും ചെയ്തിട്ടുണ്ട്.

കോവിഡ് പ്രതിസന്ധിക്കിടയിലും മികച്ച രീതിയിൽ പരീക്ഷകൾ നടത്താനും കാലതാമസം കൂടാതെ ഫലം പ്രഖ്യാപിക്കാനും കേരളാ പിഎസ്സിക്ക് കഴിഞ്ഞത് അഭിമാനകരമായ നേട്ടമാണ്. അഖിലേന്ത്യാ സിവിൽ സർവീസ് പരീക്ഷയ്ക്ക് സമാനമായ ഒരു ദൗത്യം കേരള പി എസ് സി ഏറ്റെടുത്തപ്പോൾ പലരും അതിന്റെ ഫലപ്രാപ്തിയെക്കുറിച്ച് സംശയങ്ങൾ ഉന്നയിച്ചിരുന്നു. എന്നാൽ ആ ആശങ്കകളെല്ലാം അസ്ഥാനത്താണെന്ന് തെളിയിക്കുന്ന പ്രവർത്തന മികവാണ് പിഎസ്സി കാഴ്ചവച്ചത്. ഏകദേശം നാല് ലക്ഷം ഉദ്യോഗാർത്ഥികൾക്ക് 1534 പരീക്ഷാകേന്ദ്രങ്ങൾ ഒരുക്കുന്നതിനും മറ്റ് തയ്യാറെടുപ്പുകൾ പൂർത്തിയാക്കുന്നതിനും യുദ്ധകാലാടിസ്ഥാനത്തിൽ പ്രവർത്തിച്ചു. പരീക്ഷയുടെ നടത്തിപ്പുമായി ബന്ധപ്പെട്ട് പരാതികൾ ഉയർന്നില്ല എന്നതും ശ്രദ്ധേയമായ നേ

ട്ടമാണ്. പരീക്ഷയുടെ ഘടനയും ചോദ്യങ്ങളുടെ മികവും കെ എ എസ് വിഭാവനം ചെയ്യുന്ന ഉയർന്ന നിലവാരത്തിന് അനുസൃതമായിരുന്നു എന്നത് പരക്കെ അംഗീകരിക്കപ്പെടുകയും ചെയ്തു.

ഇതോടൊപ്പം ക്രമക്കേടുകൾ കണ്ടെത്തുന്നതിനും ഒഴിവാക്കുന്നതിനും സർക്കാരും പി എസ് സിയും വലിയ മുൻകരുതലുകൾ ആണ് സ്വീകരിച്ചത്. പി എസ് സി പരീക്ഷാ പരിശീലന കേന്ദ്രങ്ങൾ നടത്തുകയും ക്ലാസെടുക്കുകയും ചെയ്യുന്ന സർക്കാർ ഉദ്യോഗസ്ഥർക്കെതിരെ കർശന നടപടി സ്വീകരിച്ചു. കണ്ടെത്തിയ എല്ലാ ക്രമക്കേടുകളിലും പി എസ് സി വിജിലൻസ് തന്നെ ഫലപ്രദമായ നടപടി സ്വീകരിച്ചിട്ടുണ്ട്.

സർക്കാർ സേവനങ്ങൾ ആധുനികവൽക്കരിക്കുന്നതിനും ഫലപ്രദമാക്കുന്നതിനുമുള്ള എൽ ഡി എഫ് ഗവൺമെന്റിന്റെ ശ്രമങ്ങൾക്ക് പുതിയ ഊർജ്ജം പകരാൻ കെ എ എസിനു സാധിക്കും. സേവനങ്ങൾ പൊതുജനത്തിന് എളുപ്പത്തിൽ ലഭ്യമാവുക, കൂടുതൽ സുതാര്യവും കാര്യക്ഷമവുമാവുക എന്നീ ലക്ഷ്യങ്ങൾ മുൻനിർത്തി നിരവധി പരിഷ്കാരങ്ങൾ കഴിഞ്ഞ 5 വർഷക്കാലയളവിൽ നടപ്പാക്കുകയുണ്ടായി. എല്ലാ സേവനങ്ങളും ഓൺലൈനിൽ ലഭ്യമാക്കുന്ന സംവിധാനങ്ങൾ ആരംഭിച്ചത് ആ പ്രവർത്തനങ്ങളുടെ ഭാഗമായാണ്. അതോടൊപ്പം മനുഷ്യവിഭവങ്ങളുടെ ഗുണനിലവാരം മെച്ചപ്പെടുത്തുക എന്നതും വളരെ പ്രാധാന്യമുള്ള കാര്യമാണ്. കഴിവും സാമൂഹിക പ്രതിബദ്ധതയുമുള്ള യുവാക്കൾക്ക് അവസരം നൽകാൻ സാധിക്കുന്നതു വഴി ആ ദിശയിൽ വലിയ പരിവർത്തനം കൊണ്ടുവരാൻ കെ എ എസിനു സാധിക്കും.

എന്നിരുന്നാലും, ആ മാറ്റം കൊണ്ടുവരാൻ കേരള അഡ്മിനിസ്ട്രേറ്റീവ് സർവീസിൽ ചേരുന്ന എല്ലാ ഉദ്യോഗാർത്ഥികളിൽ നിന്നും സമർപ്പിത ശ്രമം ഉണ്ടാകണം. കേരളത്തിലെ ജനങ്ങളോടുള്ള പ്രതിബദ്ധത ഉയർത്തിപ്പിടിച്ചുകൊണ്ട് അവർ വെല്ലുവിളികൾ ഏറ്റെടുക്കുകയും കടമകൾ നിറവേറ്റുകയും വേണം. അവർ അത് വീഴ്ച കൂടാതെ ചെയ്യുമെന്നും സമ്പന്നമായ ഭാവി കെട്ടിപ്പടുക്കാൻ സംസ്ഥാനത്തെ സഹായിക്കാൻ കഠിനമായി പരിശ്രമിക്കുമെന്നും നമുക്ക് പ്രതീക്ഷിക്കാം. മികച്ച തൊഴിൽ സാഹചര്യം സൃഷ്ടിച്ച് കെ എ എസിന്റെ വിജയത്തിനായി സർവ്വപിന്തുണയും സർക്കാർ ഉറപ്പു വരുത്തും.

സർക്കാർ സേവനങ്ങളെ ശക്തിപ്പെടുത്താൻ നൂതന സാങ്കേതികവിദ്യ

ഡിജിറ്റൽ സാങ്കേതിക വിദ്യയുടെ വികാസം മനുഷ്യജീവിതത്തിന്റെ സകല മേഖലകളേയും അടിമുടി മാറ്റി മറിച്ചുകൊണ്ടിരിക്കുന്ന ഒരു കാലഘട്ടത്തിലൂടെയാണ് നമ്മളിപ്പോൾ കടന്നു പോകുന്നത്. ശാസ്ത്രത്തെയും സാങ്കേതിക വിദ്യയെയും വികസനത്തിനും സാമൂഹ്യ പുരോഗതിക്കുമായി ഉപയോഗപ്പെടുത്തണം എന്ന ഇടതുപക്ഷ നയം മുറുകെപ്പിടിച്ച് ഡിജിറ്റൽ വിപ്ലവത്തിന്റെ ഗുണകരമായ വശങ്ങൾ സർക്കാർ സംവിധാനങ്ങളുടെ കാര്യക്ഷമതയെ വർദ്ധിപ്പിക്കുന്നതിനായി ഉപയോഗിക്കാനുള്ള ശ്രമങ്ങളാണ് കഴിഞ്ഞ അഞ്ചു വർഷങ്ങളായി എൽ ഡി എഫ് സർക്കാർ നടത്തി വരുന്നത്.

അതിന്റെ ഭാഗമായി സർക്കാർ സംവിധാനങ്ങൾ കൂടുതൽ വേഗത്തിലും കാര്യക്ഷമവുമായി നവീകരിക്കാൻ ഓൺലൈൻ സേവനങ്ങൾ ആരംഭിച്ചു. സർക്കാർ സേവനങ്ങൾ ജനങ്ങളുടെ അവകാശമാണ് എന്ന എൽഡിഎഫിന്റെ കാഴ്ചപ്പാട് കൂടുതൽ ഫലപ്രദമായി നടപ്പാക്കാൻ സാധിക്കുന്നു എന്നതാണ് ഇതിന്റെ മറ്റൊരു വശം. ഓഫീസുകൾ കയറിയിറങ്ങാതെയും ഉദ്യോഗസ്ഥരെ മാറിമാറി കാണാതെയും ജനങ്ങൾക്ക് അവർ അവകാശപ്പെട്ട സേവനങ്ങൾ ലഭ്യമാക്കണം. അത്തരത്തിൽ സേവനങ്ങൾ ലഭ്യമാക്കാൻ കഴിയുന്ന സാഹചര്യമാണ് ഡിജിറ്റൽ സാങ്കേതിക വിദ്യകളുടെ സഹായത്തോടെ ഇപ്പോൾ ഉരുത്തിരിഞ്ഞിരിക്കുന്നത്. അതിന്റെ ഭാഗമായി സർക്കാർ സംവിധാനങ്ങളെ മെച്ചപ്പെടുത്താൻ കൂടി സാങ്കേതിക വിദ്യകളെ പ്രയോജനപ്പെടുത്തുകയാണ്.

കഴിഞ്ഞ എൽഡിഎഫ് സർക്കാരിന്റെ കാലത്തുതന്നെ സാങ്കേതിക വിദ്യയിലെ മുന്നേറ്റത്തെ സിവിൽ സർവീസിന്റെ നവീകരണത്തിനായി ഉപയോഗിക്കാനുള്ള നടപടികൾ ആരംഭിച്ചിരുന്നു. അതിന്റെ തുടർച്ചയാ

യുള്ള നടപടികളാണ് ഈ സർക്കാർ ഇപ്പോൾ പ്രാവർത്തികമാക്കി വരുന്നത്.

ഇ-ഓഫീസ് കാര്യക്ഷമമായി നടപ്പാക്കിയത് കഴിഞ്ഞ എൽഡിഎഫ് സർക്കാരിന്റെ കാലത്താണ്. സെക്രട്ടേറിയറ്റിലെ എല്ലാ വകുപ്പുകളിലും ഇ-ഓഫീസ് നടപ്പാക്കി. അങ്ങനെ ഫയൽ നീക്കം ത്വരിതപ്പെടുത്താനും കാര്യക്ഷമമാക്കാനും സാധിച്ചു. അതിലുപരി സുതാര്യതയും ഉറപ്പു വരുത്താൻ സാധിച്ചു. പൊതുജനങ്ങൾക്കു സെക്രട്ടേറിയറ്റിൽ എത്താതെതന്നെ അവരുടെ ഫയൽ സംബന്ധിച്ച വിവരങ്ങൾ ലഭ്യമാകുന്ന സ്ഥിതി സംജാതമായി.

ഇലക്ട്രോണിക് നമ്പർ ഉപയോഗിച്ച് എവിടെ നിന്നും ഫയലിന്റെ നിജസ്ഥിതി അറിയാവുന്ന വിധം ഇ-ഓഫീസ് നവീകരിച്ചു. മറ്റ് ഓഫീസുകളിൽ കൂടി ഇ-ഓഫീസ് നടപ്പാക്കുന്നതിനുള്ള നടപടികൾ അന്തിമ ഘട്ടത്തിലാണ്. ഇതോടെ സർക്കാർ തലത്തിലെ ഫയൽ നീക്കത്തെയാകെ കൂടുതൽ കാര്യക്ഷമമാക്കാൻ കഴിയുമെന്നാണ് പ്രതീക്ഷിക്കുന്നത്.

കേരളാ സ്റ്റേറ്റ് പോർട്ടലിനെ നവീകരിച്ചും ഇ-സേവനങ്ങൾക്കായി പ്രത്യേക പോർട്ടൽ സജ്ജമാക്കിയും മൊബൈൽ സേവനങ്ങൾക്കായുള്ള 'എം-സേവനം' ആപ്പ് വികസിപ്പിച്ചും സേവനങ്ങൾ ജനങ്ങളിലേക്കെത്തിക്കാൻ സർക്കാരിനു സാധിച്ചു. സാധാരണ പൗരർക്ക് സർക്കാർ നൽകുന്ന സേവനങ്ങളും ആനുകൂല്യങ്ങളും, നടപ്പാക്കുന്ന പദ്ധതികളും, പുറത്തിറക്കുന്ന പ്രസിദ്ധീകരണങ്ങളും അറിയിപ്പുകളും ഉൾപ്പെടെയെല്ലാം ഒരൊറ്റ പ്ലാറ്റ്ഫോം മുഖാന്തരം ലഭ്യമാക്കുക എന്ന ഉദ്ദേശ്യത്തോടുകൂടി കേരള സ്റ്റേറ്റ് പോർട്ടൽ നവീകരിക്കുകയും ചെയ്തു.

കേരള സർക്കാർ വിവിധ വകുപ്പുകൾ മുഖേന നിരവധി സേവനങ്ങളാണ് പൊതുജനങ്ങൾക്ക് നൽകി വരുന്നത്. ഇവയിൽ പലതും നേരിട്ട് ഓഫീസുകളിലെത്തി അപേക്ഷിക്കേണ്ടവയും ഉദ്യോഗസ്ഥർ വീടുകളിൽ എത്തി ഫിസിക്കൽ വെരിഫിക്കേഷൻ നടത്തി ലഭ്യമാക്കേണ്ടവയുമാണ്. ഓരോ വകുപ്പിന്റെയും സേവനം ലഭ്യമാകണമെങ്കിൽ അതാത് വകുപ്പുകളുടെ വെബ്സൈറ്റ് മുഖേനയായിരുന്നു പൊതുജനങ്ങൾ അപേക്ഷ നൽകേണ്ടിയിരുന്നത്. എന്നാൽ എല്ലാ വകുപ്പുകളുടെയും സേവനങ്ങൾ ഒരു ഏകീകൃത പോർട്ടൽ വഴി ലഭ്യമാക്കുക എന്ന ലക്ഷ്യം മുൻനിർത്തിയാണ് ഇ-സേവനം പോർട്ടൽ സജ്ജമാക്കിയത്. അതുവഴി അഞ്ഞൂറിലധികം സേവനങ്ങൾ ഒറ്റ പ്ളാറ്റ് ഫോം വഴി നൽകാൻ ഇപ്പോൾ സാധിക്കുന്നു.

വെബ് പോർട്ടൽ അധിഷ്ഠിത സേവനങ്ങളെപ്പോലെ തന്നെ പ്രധാനമാണ് മൊബൈൽ അധിഷ്ഠിത സേവനങ്ങളും. ഭൂരിഭാഗം ആളുകളും ഇന്റർനെറ്റ് ഉപയോഗിക്കുന്നത് മൊബൈൽ ഫോൺ മുഖാന്തരമാണ്. അതു കണക്കിലെടുത്താണ് ഐടി വകുപ്പിന്റെ ആഭിമുഖ്യത്തിൽ 'എം-സേവനം' എന്ന മൊബൈൽ ആപ്പ് പ്രവർത്തന സജ്ജമാക്കിയിട്ടുള്ളത്. ഇതൊരു തുടക്കം മാത്രമാണ്. ഓരോ പൗരനും സ്വന്തം ഐഡി ഉപ

യോഗിച്ച് ലോഗിൻ ചെയ്ത് മുഴുവൻ സർക്കാർ സേവനങ്ങളും ഉപയോഗിക്കാനുള്ള സാങ്കേതികവിദ്യ ഒരുക്കുകയാണ് സർക്കാരിന്റെ അടുത്ത ലക്ഷ്യം. ഇതോടുകൂടി എല്ലാ സേവനങ്ങളും ഒരൊറ്റ തവണത്തെ രജിസ്ട്രേഷനിലൂടെ ലഭ്യമാക്കാൻ കഴിയും എന്നാണ് ഗവൺമെന്റ് പ്രതീക്ഷിക്കുന്നത്.

സർക്കാർ സേവനങ്ങൾക്കായി ജനങ്ങൾ ഓഫീസുകളിലേക്ക് എത്തുകയല്ല, മറിച്ച് ഈ സേവനങ്ങൾ ജനങ്ങളെ തേടിയെത്തണം എന്നതാണ് ഇടതുപക്ഷ ജനാധിപത്യ മുന്നണിയുടെ പ്രഖ്യാപിത നയം. അതുറപ്പുവരുത്താൻ ഇടതുപക്ഷ സർക്കാർ പ്രതിജ്ഞാബദ്ധമാണ്. അതിനായാണ് ഓൺലൈൻ സേവനങ്ങൾ ഒരുക്കുന്നതിനു പുറമേ, സേവനങ്ങൾ വീട്ടുപടിക്കൽ എത്തിക്കാനുള്ള പദ്ധതികൾ ആവിഷ്കരിച്ചിരിക്കുന്നത്. ഇത്തരത്തിൽ വാതിൽപ്പടി സേവനങ്ങൾ ആദ്യഘട്ടത്തിൽ ഭിന്നശേഷിക്കാർ, വയോജനങ്ങൾ മറ്റ് അവശതകൾ അനുഭവിക്കുന്നവർ എന്നീ വിഭാഗം ജനങ്ങൾക്ക് ലഭ്യമാക്കിക്കഴിഞ്ഞു. ഘട്ടം ഘട്ടമായി വാതിൽപ്പടി സേവനം എല്ലാ വിഭാഗങ്ങളിലേക്കും എത്തിക്കണം എന്നാണ് സർക്കാർ ആഗ്രഹിക്കുന്നത്.

സേവനങ്ങൾ മെച്ചപ്പെട്ട രീതിയിൽ ലഭ്യമാക്കിയാൽ മാത്രം പോരാ, സർക്കാരിന്റെ പ്രവർത്തനങ്ങളും മെച്ചപ്പെടുത്തേണ്ടതുണ്ട്. അതുകൂടി കണക്കിലെടുത്ത് ഡിജിറ്റൽ സാങ്കേതിക വിദ്യ ഉപയോഗിച്ച് സർക്കാരിന്റെ പ്രവർത്തനങ്ങളെ നവീകരിക്കാനാണ് സർക്കാർ ശ്രമിച്ചു വരുന്നത്. ഡിജിറ്റൽ റീ സർവേ അപ്രകാരമൊരു മുൻകൈയാണ്. ആധുനിക സാങ്കേതികവിദ്യയായ കോർസ് സംവിധാനം ഉപയോഗിച്ച് ഡിജിറ്റൽ റീസർവേ നടന്നു വരികയാണ്. ഡ്രോൺ, ലിഡാർ, ഇ ടി എസ് എന്നീ സാങ്കേതികവിദ്യകൾ ഭൂമിയുടെ പ്രത്യേകതകൾ അനുസരിച്ച് അവശ്യാനുസരണം ഉപയോഗിക്കും. നാലു ഘട്ടങ്ങളിലായി നാലു വർഷം കൊണ്ട് ഡിജിറ്റൽ സർവേ പൂർത്തീകരിക്കാനാണ് ലക്ഷ്യമിട്ടിരിക്കുന്നത്.

ഡിജിറ്റൽ സർവേ നടപ്പിലാവുന്നതോടുകൂടി ഇന്റഗ്രേറ്റഡ് ഭൂരേഖാ പോർട്ടൽ പ്രാവർത്തികമാക്കാനും അതുവഴി സർവേ, റവന്യൂ, രജിസ്ട്രേഷൻ എന്നീ വകുപ്പുകൾ നൽകുന്ന സേവനങ്ങൾ ഒറ്റ പോർട്ടലിൽ ലഭ്യമാക്കാനും കഴിയും. അങ്ങനെ എല്ലാവർക്കും ഭൂമി, എല്ലാ ഭൂമിക്കും രേഖ, എല്ലാ സേവനങ്ങളും സ്മാർട്ട് എന്ന സർക്കാരിന്റെ പ്രഖ്യാപിത ലക്ഷ്യത്തിലേക്ക് നാം എത്തിച്ചേരും.

നമ്മുടെ ഭൂമിയെ അളന്നു തിട്ടപ്പെടുത്തുന്നതിനു ഡിജിറ്റൽ സങ്കേതങ്ങളെ പ്രയോജനപ്പെടുത്തുന്നതുവഴിതെറ്റുകളും കാലതാമസവും ഉണ്ടാവുന്നില്ല എന്ന് ഉറപ്പു വരുത്തും. അതോടൊപ്പം ഭൂമിയുമായി ബന്ധപ്പെട്ട സേവനങ്ങൾ ജനങ്ങൾക്ക് എളുപ്പത്തിൽ ലഭിക്കുന്നു എന്നും സർക്കാരിന്റെ ഭൂവിനിയോഗവും ഭൂമിയിൽ നിന്നുള്ള വരുമാനവും കുറ്റമറ്റതായിരിക്കും എന്നും ഉറപ്പുവരുത്താനും ശ്രമിക്കും.

വില്ലേജ് ഓഫീസുകളെ സ്മാർട്ട് ആക്കുന്നതും റേഷൻ കടകളെ സ്മാർട്ട് ആക്കുന്നതുമെല്ലാം ഇപ്രകാരം സാങ്കേതിക വിദ്യ ഉപയോഗിച്ച് സർക്കാർ സംവിധാനങ്ങളെ മെച്ചപ്പെടുത്തുന്നതിന്റെ ഉദാഹരണങ്ങളാണ്. മറ്റൊന്ന്, ആധാർ നമ്പരുമായി തണ്ടപ്പേരുകളെ ബന്ധിപ്പിച്ച്, യുണീക്ക് തണ്ടപ്പേർ സംവിധാനം യാഥാർത്ഥ്യമാക്കുന്ന പ്രവർത്തനമാണ്. അതിന്റെ ഫലമായി ഒരു യുണീക്ക് തണ്ടപ്പേരിൽ ഉള്ള വസ്തുക്കളെല്ലാം യാതൊരു ബുദ്ധിമുട്ടുമില്ലാതെ തിരിച്ചറിയാൻ കഴിയും. ഇതു വസ്തുവിന്റെ പോക്കു വരവിൽ ഉൾപ്പെടെ ഉണ്ടാകുന്ന നൂലാമാലകൾ ഇല്ലാതാക്കും.

ഇത്തരത്തിൽ സർക്കാർ സംവിധാനത്തിന്റെ ഓരോ മേഖലയും ഡിജിറ്റൽ സാങ്കേതികവിദ്യയുടെ സഹായത്തോടെ ആധുനികവൽക്കരിച്ച് ഏറ്റവും സുതാര്യവും കാര്യക്ഷമവുമായ പ്രവർത്തനമികവുനേടുക എന്ന ലക്ഷ്യത്തോട് കേരളം അടുത്തുകൊണ്ടിരിക്കുകയാണ്. ഈ ലക്ഷ്യം കൈവരിക്കുന്നതിനായി അടിസ്ഥാനസൗകര്യത്തിലും വളർച്ച അനിവാര്യമാണ്. അതിന്റെ ഭാഗമായാണ് പൊതു ഇടങ്ങളിൽ വൈഫൈ ഹോട്ട്സ്പോട്ട് ഒരുക്കിയതും കെ-ഫോൺ ഉൾപ്പെടെയുള്ള പദ്ധതികൾ നടപ്പാക്കി വരുന്നതും. കെ-ഫോൺ പദ്ധതി പൂർണ്ണമാകുന്നതോടു കൂടി ഇക്കാര്യത്തിൽ വലിയ മുന്നേറ്റമാകും സൃഷ്ടിക്കപ്പെടുക. കേരളത്തിന്റെ സമഗ്രവും സുസ്ഥിരവുമായ പുരോഗതിക്കായി സർക്കാരും ജനങ്ങളും തമ്മിലുള്ള വിടവു നികത്തപ്പെടേണ്ടത് അത്യന്താപേക്ഷിതമാണ്. ഡിജിറ്റൽ സാങ്കേതികവിദ്യയിലൂടെ ആ ലക്ഷ്യത്തിനു വിഘാതമാകുന്ന പ്രശ്നങ്ങൾ വലിയ തോതിൽ പരിഹരിച്ചു മികച്ച രീതിയിൽ മുന്നോട്ടു പോകാൻ നമുക്കു സാധിക്കും.

കാര്യക്ഷമവും അഴിമതിരഹിതവുമായ സിവിൽ സർവീസിലേക്ക്

സർക്കാരിന്റെ നയങ്ങളും പരിപാടികളും ജനങ്ങളിലേക്ക് എത്തിക്കുന്ന പ്രധാന ദൗത്യമാണ് സർക്കാർ ജീവനക്കാരിൽ നിക്ഷിപ്തമായിരിക്കുന്നത്. ഭരണ നിർവഹണം ജനോപകാരപ്രദവും ജനങ്ങളോട് സൗഹൃദം പുലർത്തുന്നതുമാക്കാൻ കാര്യക്ഷമവും അഴിമതിരഹിതവുമായ ഒരു സിവിൽ സർവീസ് അത്യന്താപേക്ഷിതമാണ്. അതിലേക്കുള്ള വലിയ ചുവടുവെപ്പാണ് ഇടതുപക്ഷ ജനാധിപത്യ മുന്നണി സർക്കാരിന്റെ ഫയൽ തീർപ്പാക്കൽ പരിപാടി. കേരളത്തിലെ മുഴുവൻ സർക്കാർ ഓഫീസുകളിലും ജൂൺ 15 മുതൽ സെപ്തംബർ 30 വരെ തീവ്രയജ്ഞ പരിപാടിയായാണ് ഇത് നടപ്പിലാക്കാൻ ഉദ്ദേശിക്കുന്നത്. ഇക്കാര്യത്തിൽ എല്ലാ തലത്തിലുമുള്ള ഉദ്യോഗസ്ഥരുടെയും സർവീസ് സംഘടനകളുടെയും സഹകരണം സർക്കാർ പ്രതീക്ഷിക്കുകയാണ്.

സിവിൽ സർവീസ്: ചരിത്ര പശ്ചാത്തലം

ചരിത്രപരമായി പരിശോധിച്ചാൽ നമ്മുടെ സിവിൽ സർവീസ് ജനാധിപത്യപൂർവ കാലഘട്ടത്തിലാണ് രൂപീകൃതമായത്. കാലാനുസൃതമായി നമ്മുടെ സമൂഹത്തിൽ വന്ന മാറ്റങ്ങൾ ഉൾക്കൊണ്ടുകൊണ്ട് സർക്കാർ ജീവനക്കാരുടെ പങ്കിൽ സമഗ്രമായ പുനർനിർവചനം ആവശ്യമാണെന്ന് തോന്നുകയും അതിനാൽ കേരള സംസ്ഥാന രൂപീകരണത്തിനുശേഷം നാളിതുവരെ നാല് ഭരണപരിഷ്കാര കമ്മീഷനുകളെ നിയമിക്കുകയും അവ സമഗ്രപഠനത്തിനുശേഷം വിശദമായ റിപ്പോർട്ടുകൾ സമർപ്പിക്കുകയും ചെയ്തിട്ടുണ്ട്.

ആസൂത്രണ പ്രക്രിയയും ഭരണ നിർവഹണവും ജനപങ്കാളിത്തത്തോടെ നടപ്പാക്കുന്നതിന്റെ ഭാഗമായി സമഗ്രമായ അധികാരവികേന്ദ്രീ

കരണം നടപ്പാക്കിയ സംസ്ഥാനമാണ് കേരളം. അതിന്റെ നേട്ടങ്ങൾ കേരളത്തിൽ നാം കാണുന്നുമുണ്ട്. സിവിൽ സർവീസിന് പുതിയ ഊർജം പകരുവാനായി സംസ്ഥാനത്ത് കേരള അഡ്മിനിസ്ട്രേറ്റീവ് സർവീസ് (കെ.എ.എസ്) രൂപീകരിക്കുകയും അതിലേക്ക് ആദ്യ ബാച്ചിന്റെ നിയമനം പൂർത്തിയാവുകയും ചെയ്തിട്ടുണ്ട്.

ഇത്തരത്തിലുള്ള മാറ്റങ്ങളൊക്കെ നടന്നിട്ടും നമ്മുടെ സിവിൽ സർവീസിലും അതിന്റെ സമീപനത്തിലും അതിനനുസൃതമായ മാറ്റങ്ങൾ ഉണ്ടായിട്ടുണ്ടോ എന്ന കാര്യം സർക്കാർ ജീവനക്കാർ വസ്തുനിഷ്ഠമായിത്തന്നെ പരിശോധിക്കേണ്ടതുണ്ട്. ഈ പരിശോധനയുടെ ഭാഗമായി ജീവനക്കാരുടെ മുന്നിൽ വരുന്ന ഫയലുകളും നിവേദനങ്ങളും കൈകാര്യം ചെയ്യുന്നതിൽ സ്വീകരിക്കേണ്ട സമീപനം എങ്ങനെ ആയിരിക്കണമെന്നുകൂടി വ്യക്തമായി കാണേണ്ടതുണ്ട്.

സംസ്ഥാനത്തിലെ ഭരണ മികവ്

ഈ ആഴ്ച പുറത്തിറങ്ങിയ, കേന്ദ്ര സർക്കാരിന്റെ ദേശീയ ഇ ഗവേണൻസ് സേവന റിപ്പോർട്ടുപ്രകാരം നമ്മുടെ സംസ്ഥാനം രാജ്യത്ത് ഒന്നാം സ്ഥാനത്താണ്. സംസ്ഥാന സർക്കാർ പോർട്ടലുകളുടെ കാര്യക്ഷമതയിലും കേരളം ഒന്നാമതാണ്. വിവരസാങ്കേതികവിദ്യ ഉപയോഗിച്ചുള്ള സർക്കാർ സേവനങ്ങളുടെ കൂടുതൽ മെച്ചപ്പെട്ട നിർവഹണം സാദ്ധ്യമാക്കാൻ കഴിഞ്ഞതുകൊണ്ടാണ് ഈ നേട്ടം സംസ്ഥാന സർക്കാരിനെ തേടിയെത്തിയത്. സർക്കാർ ജീവനക്കാരുടെ പരിശ്രമഫലത്തിനുള്ള അംഗീകാരമാണിത്.

സിവിൽ സർവീസിന്റെ പ്രാധാന്യം

സർക്കാർ അതിന്റെ നയപരിപാടികൾ നടപ്പാക്കുന്നത് ജീവനക്കാരിലൂടെയാണ്. കാര്യക്ഷമവും ശുഷ്കാന്തിയുള്ളതുമായ സിവിൽ സർവീസ് ഏതൊരു ഭരണത്തിന്റെയും പ്രതിച്ഛായ നിശ്ചയിക്കുന്നതിൽ നിർണ്ണായക പങ്കുവഹിക്കുന്നു. ജീവനക്കാരുടെ പ്രവൃത്തികളാണ് സർക്കാറിനോടുള്ള ജനങ്ങളുടെ കാഴ്ചപ്പാടിന്റെ അടിസ്ഥാനം.

ജനങ്ങളുടെ അവകാശങ്ങളും ആനുകൂല്യങ്ങളും ലഭ്യമാക്കുന്നതിന് സർക്കാർ ഓഫീസുകളിലെ ഫയലുകളിലെ തീരുമാനം നീതിപൂർവവും സുതാര്യവും വേഗത്തിലും ആക്കേണ്ടതുണ്ട്. കോവിഡിന്റെ പ്രത്യാഘാതം സർക്കാർ ഓഫീസുകളുടെ പ്രവർത്തനത്തെ ഗണ്യമായ രീതിയിൽ ബാധിച്ചിട്ടുണ്ട്. ഇപ്പോൾ സാധാരണ നിലയിലേക്ക് നാം തിരിച്ചുവരികയാണ്. ഈ ഘട്ടത്തിലാണ് സംസ്ഥാന സർക്കാർ ഫയൽ തീർപ്പാക്കൽ പദ്ധതി ആസൂത്രണം ചെയ്തിട്ടുള്ളത്. നിലവിൽ സർക്കാർ ഓഫീസുകളിലെ ഫയലുകളിൽ ഭൂരിഭാഗവും ഇ ഓഫീസ് സംവിധാനത്തിലാണ് പ്രവർത്തിക്കുന്നത്. അതുകൊണ്ടുതന്നെ, ജീവനക്കാരുടെ സഹകരണമുണ്ടായാൽ ഇത് നടപ്പാക്കാനാവുമെന്നുറപ്പാണ്.

ഫയൽ തീർപ്പാക്കൽ പരിപാടി

സെക്രട്ടേറിയറ്റ് മുതൽ വില്ലേജ് ഓഫീസ് വരെയുള്ള മുഴുവൻ സർക്കാർ ഓഫീസുകളിലും അതത് ഓഫീസ് മേധാവിമാരുടെ ചുമതലയിൽ ഫയൽ തീർപ്പാക്കൽ ഫലപ്രദമായി നടക്കേണ്ടതുണ്ട്. പ്രാദേശികമായ ഓഫീസുകളുടെ പ്രവർത്തന പുരോഗതി ജില്ല, റീജിയണൽ ഓഫീസുകൾ വിലയിരുത്തണം. വകുപ്പിന്റെ മൊത്തത്തിലുള്ള പുരോഗതി വകുപ്പ് മേധാവി ഓരോ ഇടവേളകൾ നിശ്ചയിച്ച് വിലയിരുത്തണം. സെക്രട്ടേറിയറ്റിലെ തീർപ്പാക്കലിന്റെ ചുമതല ബന്ധപ്പെട്ട വകുപ്പ് സെക്രട്ടറിമാർക്കായിരിക്കും. സംസ്ഥാനതലത്തിൽ എല്ലാ വകുപ്പുകളുടെയും പ്രവർത്തനത്തിന്റെ മേൽനോട്ടം ഉദ്യോഗസ്ഥ ഭരണപരിഷ്കാര വകുപ്പിനായിരിക്കും. ഇക്കാര്യം ചീഫ് സെക്രട്ടറിയും വകുപ്പ് മന്ത്രിമാരും മുൻകൂട്ടി നിശ്ചയിച്ചതനുസരിച്ച് അവലോകനം ചെയ്യും. മന്ത്രിസഭയിൽ ഇത് വിലയിരുത്തും. സർക്കാർ ഇതിനെ വളരെ പ്രാധാന്യത്തോടെയാണ് കാണുന്നത്. വീഴ്ച വരുത്താതിരിക്കുന്നതിനൊപ്പം ഗൗരവമായി ഫയൽ തീർപ്പാക്കൽ വിജയിപ്പിക്കുന്നതിന് ശ്രദ്ധിക്കുകയും വേണം.

വകുപ്പുതലത്തിലുള്ള തീർപ്പാക്കലിനോടൊപ്പം, ജില്ലാതലത്തിലും ഇതിന് മേൽനോട്ട സംവിധാനമുണ്ടാകും. എല്ലാ വകുപ്പുകളിലെയും പ്രവർത്തനം ശരിയായ രീതിയിൽ നടക്കുന്നുണ്ടോ എന്ന് ജില്ലാ കളക്ടറുടെ നേതൃത്വത്തിൽ ജില്ല/ റീജിയണൽ ഉദ്യോഗസ്ഥരുടെ നേതൃത്വത്തിൽ പരിശോധിക്കും. ഓരോ ജില്ലയ്ക്കും മന്ത്രിമാർക്ക് ചുമതലയുണ്ടാകും. ചുരുക്കിപ്പറഞ്ഞാൽ, ജില്ലാതല അവലോകനവും വകുപ്പുതല അവലോകനവും സംസ്ഥാനതല അവലോകനവും ഇതിന്റെ ഭാഗമായുണ്ടാകും.

ഫയലുകൾ യാന്ത്രികമായി തീർപ്പാക്കുന്ന സ്ഥിതി ഉണ്ടാവരുത്. ഓരോ ഓഫീസിലും നിലവിലുള്ള പെന്റിംഗ് ഫയലുകളുടെ എണ്ണം ആദ്യം തയ്യാറാക്കണം. ഓരോ മാസവും കൂട്ടിച്ചേർക്കുന്ന ഫയലുകളുടെ എണ്ണവും തീർപ്പാക്കുന്ന ഫയലുകളുടെ എണ്ണവും കണക്കെടുത്ത് ഓരോ മാസവും വിലയിരുത്തണം. ഇതിനായി, ഒരു പദ്ധതിയും ആക്ഷൻ പ്ലാനും ഉൾപ്പെടെ തയ്യാറാക്കി ഉദ്യോഗസ്ഥ ഭരണപരിഷ്കാര വകുപ്പ് 04.06.2022 ന് ഉത്തരവ് പുറപ്പെടുവിച്ചിട്ടുണ്ട്. ഇത് എല്ലാ ഓഫീസുകളും കൃത്യമായി പാലിക്കണം.

നിലവിലുള്ള ചട്ടങ്ങളുടെയോ നടപടിക്രമങ്ങളുടെയോ സങ്കീർണ്ണത കാരണം ജനകീയ പ്രശ്നങ്ങൾ പരിഹരിക്കുന്നതിന് കാലതാമസമോ തടസ്സമോ ഉണ്ടാകുന്നുണ്ടെങ്കിൽ അവ വകുപ്പുതലത്തിൽ തയ്യാറാക്കി സമാഹരിച്ച് ചീഫ് സെക്രട്ടറിയുടെ ശ്രദ്ധയിൽപ്പെടുത്തണം. ഭരണം മെച്ചപ്പെടുത്തുന്നതിന്റെ ഭാഗമായി ജീവനക്കാരുടെ ഭാഗത്തുനിന്നും ഇത്തരം നിർദ്ദേശങ്ങൾ ഉരുത്തിരിഞ്ഞുവരുന്നത് സർക്കാർ പ്രോത്സാഹിപ്പിക്കും. ജനങ്ങൾക്ക് സേവനം വേഗത്തിൽ ലഭ്യമാക്കാനാണ് സർ

ക്കാർ മുൻഗണന നൽകുന്നത്. ഒരു മാസത്തിൽ ഒരു അവധി ദിവസം പൂർണ്ണമായി ഫയൽ തീർപ്പാക്കലിനായി മാറ്റിവയ്ക്കുന്നതും ഗൗരവമായി ആലോചിക്കാവുന്നതാണ്.

നിയമസഭ സംബന്ധിച്ച ഫയലുകൾ

നിയമസഭാ ചോദ്യങ്ങൾക്കുള്ള മറുപടിയും നിയമസഭാ സമിതി ആവശ്യപ്പെടുന്ന റിപ്പോർട്ടുകളും സമയത്ത് ലഭ്യമാകാത്ത സ്ഥിതി നിലവിലുണ്ടായിരുന്നു. ഇപ്പോൾ അതിന് കുറച്ച് മാറ്റം വന്നിട്ടുണ്ട്. ഓരോ നിയമസഭയിലും നിയമസഭാ സമ്മേളനത്തിനു മുമ്പ് നൽകേണ്ട മറുപടികൾ ആ സമയപരിധിക്കുള്ളിൽ തന്നെ നൽകേണ്ടത് അനിവാര്യമാണ്. നിയമസഭയുമായി ബന്ധപ്പെട്ട വിഷയങ്ങൾ ഇലക്ട്രോണിക് ഫയലുകളായി തന്നെ കൈകാര്യം ചെയ്യാൻ ശ്രദ്ധിക്കണം. അക്കാര്യത്തിലും ജീവനക്കാരുടെ സഹകരണം ഉണ്ടാവണം.

കോടതി വ്യവഹാരം സംബന്ധിച്ച ഫയലുകൾ

ഹൈക്കോടതിയിലും മറ്റു കോടതികളിലും ഉണ്ടാകുന്ന കേസുകളിലെ വിധിന്യായങ്ങൾ സമയപരിധിക്കകത്ത് നടപ്പാക്കാത്ത സ്ഥിതി ചിലപ്പോൾ ഉണ്ടാകുന്നുണ്ട്. ഇത് ഒഴിവാക്കേണ്ട വീഴ്ചയായാണ് കാണുന്നത്. കോടതിക്കേസുകളുടെ നടത്തിപ്പിലും വിധി നടപ്പാക്കലിലും മേൽനോട്ടത്തിലും ഉള്ള കാര്യക്ഷമത ഉറപ്പാക്കാൻ വകുപ്പിലും ഓരോ വകുപ്പ് മേധാവികളുടെ ഓഫീസിലും പ്രത്യേക സംവിധാനമൊരുക്കണം. ഇക്കാര്യത്തിൽ വകുപ്പ് സെക്രട്ടറിമാരും ചീഫ് സെക്രട്ടറിയും അടിയന്തര നടപടി സ്വീകരിക്കും. കേസ് നടത്തിപ്പിലെ പോരായ്മയോ, സർക്കാർ വക്കീലന്മാരുടെ അനാസ്ഥയോ ശ്രദ്ധയിൽപ്പെട്ടാൽ അത് ബന്ധപ്പെട്ട സെക്രട്ടറിമാരെ സമയബന്ധിതമായി അറിയിക്കണം. സെക്രട്ടറിമാർ ഇക്കാര്യം അഡ്വക്കേറ്റ് ജനറലിന്റെ ശ്രദ്ധയിൽ പെടുത്തേണ്ടതാണ്. കോടതിയലക്ഷ്യ നടപടികളിലേക്ക് നീങ്ങുന്ന സാഹചര്യം ഒഴിവാക്കപ്പെടേണ്ടതാണ്. അക്കൗണ്ടന്റ് ജനറലിന്റെ ആഡിറ്റ് റിപ്പോർട്ടുകൾക്ക് സമയത്തിന് മറുപടി നൽകാത്ത അവസ്ഥ ഉണ്ടാകരുത്.

ജീവനക്കാരുടെ വിന്യാസവും ജോലിഭാരവും

സർക്കാർ സംവിധാനം മുഴുവനായി എടുത്താൽ ജീവനക്കാരുടെ എണ്ണം ആവശ്യത്തിനുണ്ട് എന്നാണ് കാണുന്നത്. ചില സീറ്റുകളിൽ ജോലി കൂടുതലും ചില സീറ്റുകളിൽ ജോലി കുറവുമുള്ള അവസ്ഥയുണ്ട്. ഇങ്ങനെയൊരു അസന്തുലിതാവസ്ഥ നിലനിൽക്കുന്നുണ്ട്. ഇത് വകുപ്പുതലത്തിൽ പരിശോധിച്ച് ആവശ്യമായ ക്രമീകരണങ്ങൾ വരുത്തേണ്ടതുണ്ട്. സെക്രട്ടേറിയറ്റിൽ പൊതുഭരണ വകുപ്പ് ഇത്തരമൊരു പഠനം നടത്തി നടപടി സ്വീകരിച്ചിട്ടുണ്ട്. ധനകാര്യവകുപ്പിലും നിയമവകു

പ്പിലും ഇത്തരത്തിലൊരു പഠനം നടന്നുവരികയാണ്. ഇത് എല്ലാ വകുപ്പുതലത്തിലും നടപ്പാക്കേണ്ടതുണ്ട്. സർവീസിന് ആവശ്യമായ തസ്തികകൾ കൂട്ടുന്നതിനും അനിവാര്യമല്ലാത്ത തസ്തികകൾ കുറവു വരുത്തി ക്രമീകരിക്കുന്നതിനും ഇത് സഹായിക്കും. ജീവനക്കാരുടെ എണ്ണം കുറയ്ക്കുക എന്നുള്ളത് സർക്കാരിന്റെ നയമല്ല.

കാര്യക്ഷമത

ജീവനക്കാരുടെ കാര്യക്ഷമത പ്രധാനപ്പെട്ട വിഷയമാണ്. സർക്കാർ വകുപ്പുകളിൽ കാര്യക്ഷമത നിശ്ചയിക്കുന്നത് അത്ര എളുപ്പമല്ല. ഉൽപ്പാദനമേഖലകളിൽ ഉൽപ്പാദനത്തിൽ പങ്കാളികളാകുന്നവരുടെ ആളോഹരിയാണ് കാര്യക്ഷമതയായി കണക്കാക്കപ്പെടുന്നത്. എന്നാൽ, സർക്കാർ വകുപ്പുകളിൽ ഒരു ഉദ്യോഗസ്ഥൻ എത്ര ഫയലുകൾ തീർപ്പാക്കി എന്നതു മാത്രം കാര്യക്ഷമതയുടെ മാനദണ്ഡമാവില്ല. ഉദാഹരണത്തിന്, സങ്കീർണ്ണമായ വിഷയങ്ങൾ അടങ്ങുന്ന ഫയലുകൾ യാന്ത്രികമായ ചോദ്യങ്ങളോ സംശയങ്ങളോ ഉന്നയിച്ച് കീഴ്ത്തട്ടിലേക്കോ മുകൾത്തട്ടിലേക്കോ അയയ്ക്കുന്നത് അനഭിലഷണീയമായ പ്രവണതയാണ്. ഉദ്യോഗസ്ഥ ശ്രേണിയിലുള്ള ഒരാൾ ഇങ്ങനെ ചെയ്താൽ ഫയലിൽ തീരുമാനമെടുക്കുന്നതിനെ പ്രതികൂലമായി ബാധിക്കും.

ഫയലുകളെ പല ഇനങ്ങളായി തരംതിരിച്ച് ഒരു പട്ടിക ഉണ്ടാക്കുന്നത് കാര്യക്ഷമമായ ഫയൽ തീർപ്പാക്കലിന് സഹായകരമാവും. ഇത് ഓരോ വകുപ്പിന്റെയും സ്വഭാവവും പ്രവർത്തനരീതിയുമനുസരിച്ച് അതത് വകുപ്പുകളിൽ ചെയ്യേണ്ടതാണ്. കാലപ്പഴക്കം, ഉൾപ്പെട്ടിട്ടുള്ള പ്രശ്നങ്ങളുടെ സങ്കീർണ്ണത എന്നിവ ഈ തരംതിരിക്കലിന്റെ പ്രധാന ഘടകങ്ങളാകേണ്ടതാണ്. ഇതിനു പുറമെ, ഫയലുകളെ താഴെ പറയുന്ന രീതിയിലും തരംതിരിക്കാവുന്നതാണ്.

1. സർക്കാർ/ വകുപ്പുതല തീരുമാനങ്ങൾ/ നിർദ്ദേശങ്ങൾ പുറപ്പെടുവിക്കേണ്ട ഫയലുകൾ.
2. പദ്ധതികൾ (സാമൂഹ്യക്ഷേമം, പശ്ചാത്തല സൗകര്യ വികസനം എന്നിങ്ങനെ) മുന്നോട്ടുകൊണ്ടുപോകലിന്റെയും പുരോഗതി വിലയിരുത്തലിന്റെയും ഫയലുകൾ.
3. ക്ഷേമ ആനുകൂല്യങ്ങളുടെ വിതരണം സംബന്ധിച്ച ഫയലുകൾ.
4. ഭൂമി സംബന്ധമായും റവന്യൂ വകുപ്പുമായും ബന്ധപ്പെട്ടവ (നിലവിലെ സാഹചര്യത്തിൽ ഭൂമി തരംമാറ്റൽ സംബന്ധിച്ച് വളരെയധികം അപേക്ഷകൾ നിലനിൽക്കുന്നുണ്ട്.)
5. വിവിധ ആവശ്യങ്ങൾക്കായുള്ള സർട്ടിഫിക്കറ്റുകളുടെ അപേക്ഷകൾ.
6. കൃഷിക്കാർ, ചെറുകിട വ്യവസായ സംരംഭകർ എന്നിവർക്ക് ആനുകൂല്യങ്ങൾ ലഭിക്കുന്നതിനും ആനുകൂല്യങ്ങൾ ലഭിക്കാനായി രേഖകൾ നൽകുന്നതിനുമുള്ള അപേക്ഷകൾ സംബന്ധിച്ച ഫയലുകൾ.

7. സ്ത്രീകൾ, കുട്ടികൾ, പട്ടികജാതി–പട്ടികവർഗ വിഭാഗങ്ങൾ എന്നിവരുടെ പ്രശ്നങ്ങൾ അടങ്ങുന്ന ഫയലുകൾ.
8. പൊതുജനങ്ങളുടെ സങ്കടഹർജികൾ.
9. ജീവനക്കാരുടെയും പെൻഷൻകാരുടെയും ആനുകൂല്യങ്ങൾ സംബന്ധിച്ചവ.

ഇത്തരത്തിലുള്ള ഒരു തരംതിരിവ് നടത്തി മുൻഗണന നിശ്ചയിക്കുന്നത് ഫയൽ തീർപ്പാക്കൽ യജ്ഞത്തെ ഫലപ്രദമാക്കാൻ വളരെ സഹായിക്കും. സർക്കാർ ഇന്ന് വിവിധതരം സേവനങ്ങൾ ജനങ്ങൾക്ക് ലഭ്യമാക്കുന്ന ഒരു സംവിധാനമാണ്. സേവനങ്ങൾക്കായി ജനങ്ങൾ സർക്കാർ ഉദ്യോഗസ്ഥരെ തേടി ഓഫീസുകളിൽ എത്തുന്നതിനു പകരം സേവനങ്ങൾ ജനങ്ങളിലേക്ക് എത്തിക്കണമെന്ന സുവ്യക്തമായ നയമാണ് സർക്കാരിനുള്ളത്. ഇവിടെ പ്രത്യേകം ഓർമ്മിക്കേണ്ട കാര്യം സർക്കാർ ലഭ്യമാക്കുന്ന സേവനങ്ങളും ആനുകൂല്യങ്ങളും പൊതുജനങ്ങളുടെ അവകാശമാണ്. സർക്കാരോ ജീവനക്കാരോ നൽകുന്ന ഔദാര്യമല്ല. അതിന്റെ ഭാഗമായാണ് ഇപ്പോഴത്തെ സർക്കാർ അധികാരത്തിൽ വന്നശേഷം സേവനലഭ്യതയ്ക്കായി മുമ്പ് നിഷ്കർഷിച്ചിരുന്ന വിവിധ സർട്ടിഫിക്കറ്റുകൾ ഒഴിവാക്കുകയും സ്വയം സാക്ഷ്യപ്പെടുത്തൽ ഏർപ്പെടുത്തുകയും ചെയ്തത്. ഇത് സമ്പൂർണ്ണമായി നടപ്പായില്ലെങ്കിൽ ബന്ധപ്പെട്ട സെക്രട്ടറിമാർ അത് വേഗത്തിലാക്കാൻ നടപടി കൈക്കൊള്ളേണ്ടതുണ്ട്.

നടപടിക്രമങ്ങളുടെ ലഘൂകരണത്തിന്റെ കാര്യത്തിൽ സർക്കാർ തീരുമാനമുണ്ടായാൽ പോലും നടപ്പിലാക്കുന്നതിൽ കാലതാമസമുണ്ടാകുന്നത് വീഴ്ചയാണ്. ഇത്തരം കാര്യങ്ങളിൽ പ്രത്യേക ശ്രദ്ധ പതിപ്പിച്ച് ആവശ്യമായ നടപടിക്രമങ്ങൾ പൂർത്തീകരിക്കേണ്ടതാണ്. ബന്ധപ്പെട്ട വകുപ്പ് സെക്രട്ടറിമാർ ഇക്കാര്യം ഉറപ്പുവരുത്തി ചീഫ് സെക്രട്ടറിയെ അറിയിക്കേണ്ടതാണ്.

സർക്കാർ സേവനങ്ങൾ വേഗത്തിലും കാര്യക്ഷമമായും സുതാര്യമായും ലഭ്യമാക്കുന്നതിന് ലക്ഷ്യമിട്ടിട്ടുള്ള ഓൺലൈൻ സംവിധാനമാണ് ഇ–സേവനം/ എം – സേവനം. ഇവ കാര്യക്ഷമമായി പ്രവർത്തിക്കുന്നുവെന്ന് ഉറപ്പുവരുത്തേണ്ടതുണ്ട്.

സിവിൽ സർവീസിന്റെ കാര്യക്ഷമതയെപ്പറ്റി പറയുമ്പോൾ അഴിമതിരഹിത സർവീസ് എന്ന ലക്ഷ്യം പരമപ്രധാനമാണ്. കാലതാമസവും പ്രശ്നപരിഹാരം മാറ്റിവയ്ക്കുന്നതും ഒരർത്ഥത്തിൽ ചെയ്യുന്ന ജോലിയോടുള്ള നീതികേടും അഴിമതിയും തന്നെയാണ്. സർക്കാർ സേവനങ്ങൾക്ക് വില നിശ്ചയിക്കുന്ന ഏർപ്പാടിനോട് ഒരുതരത്തിലും പൊരുത്തപ്പെടാനാവില്ല. പൊതുസേവനത്തിലെ അഴിമതി തുടച്ചുനീക്കാൻ സർക്കാർ പ്രതിജ്ഞാബദ്ധമാണ്.

പൊതുസമൂഹത്തിന്റെയും സർക്കാർ സംവിധാനത്തിന്റെയും പ്രതിനിധികൾ എന്ന നിലയിൽ സർക്കാർ ജീവനക്കാർക്ക് ഭാരിച്ച ഉത്തര

വാദിത്വമാണ് സമൂഹത്തോടുള്ളത്. ഭരണഘടനാ പ്രകാരവും നിയമപ്രകാരവും ജീവനക്കാരുടെ ചുമതലകൾ കാര്യക്ഷമമായി നിർവഹിക്കാൻ കഴിയണം. ഈ ഫയൽ തീർപ്പാക്കൽ യജ്ഞം വിജയകരമാക്കുന്നതിന് ജീവനക്കാരുടെ വ്യക്തിപരമായ സഹകരണവും സംഘടന എന്ന നിലയിലുള്ള കൂട്ടായ സഹകരണവും അഭ്യർത്ഥിക്കുകയാണ്. സമയബന്ധിതമായും കാര്യക്ഷമമായും ഫയൽ തീർപ്പാക്കുന്നത് നമ്മുടെ സേവനത്തിന്റെ അവിഭാജ്യഘടകമാണ്. ഇനിയും ഫയൽ തീർപ്പാക്കൽ യജ്ഞങ്ങൾ ആവശ്യമായി വരരുത് എന്നതുകൂടി ഈ അവസരത്തിൽ നമ്മുടെ ചിന്തയിൽ ഉണ്ടാവേണ്ടതുണ്ട്.

പരിസ്ഥിതി, വനം

പരിസ്ഥിതി സൗഹൃദ കേരളത്തിനായി

കാലാവസ്ഥാവ്യതിയാനം സൃഷ്ടിക്കുന്ന പ്രത്യാഘാതങ്ങളെക്കുറിച്ച് ലോകരാഷ്ട്രങ്ങൾ ചർച്ച ചെയ്യുന്ന സന്ദർഭമാണിത്. ഇംഗ്ലണ്ടിലെ ഗ്ലാസ്ഗോയിൽ ലോകരാഷ്ട്രങ്ങളുടെ ഉന്നതതല യോഗം നടക്കുകയാണ്. കാലാവസ്ഥാ വ്യതിയാനവുമായി ബന്ധപ്പെട്ട് നിരവധി പഠനങ്ങളാണ് ലോകമെമ്പാടും നടന്നുകൊണ്ടിരിക്കുന്നത്. അതിൽ വളരെ പ്രധാനമാണ് ഐക്യരാഷ്ട്രസഭയുമായി ബന്ധപ്പെട്ട് പ്രവർത്തിക്കുന്ന ഒരു വിദഗ്ധ സമിതിയായ ഇന്റർ ഗവൺമെന്റൽ പാനൽ ഫോർ ക്ലൈമറ്റ് ചേഞ്ച് പ്രസിദ്ധികരിക്കുന്ന റിപ്പോർട്ടുകൾ. ആഗോളതാപനില ഉയരുന്നതിനെപ്പറ്റിയും അതിന്റെ പരിണതഫലങ്ങളെയും പറ്റി ഗവേഷകർ നടത്തുന്ന കണ്ടെത്തലുകൾ ക്രോഡീകരിച്ചാണ് വിശദമായ ഈ റിപ്പോർട്ടുകൾ പ്രസിദ്ധീകരിക്കുന്നത്.

ആഗോളതാപനില ഉയരുന്നതിന്റെ തോത് വർദ്ധിക്കുന്നതായി 2021 ആഗസ്തിൽ പ്രസിദ്ധീകരിച്ച റിപ്പോർട്ടിൽ പരാമാർശമുണ്ട്. പ്രസ്തുത റിപ്പോർട്ടിലെ പരാമർശങ്ങൾ അടിസ്ഥാനപ്പെടുത്തി യു എസ് എ യിലെ നാസ ചില നിരീക്ഷണങ്ങൾ നടത്തിയിട്ടുണ്ട്. അതിന്റെ അടിസ്ഥാനത്തിലാണ് ചില ശാസ്ത്രജ്ഞർ കേരളത്തിലെ തീരദേശ ജില്ലകളുടെ ചില ഭാഗങ്ങൾ 2050 ഓടെ ജലനിരപ്പ് ഉയരുന്നതുവഴി നഷ്ടമാകാൻ സാധ്യതയുണ്ടെന്ന് അഭിപ്രായം പറഞ്ഞിട്ടുള്ളത്.

2011 – 2020 കാലഘട്ടത്തിൽ 1850 – 1900 കാലഘട്ടത്തിൽ ഉണ്ടായിരുന്നതിനേക്കാൾ ശരാശരി 1.09 ഡിഗ്രി കൂടുതലാണ്. കടലിലെ താപനില 0.88 ഡിഗ്രിയും കരയിലെ താപനില 1.95 ഡിഗ്രിയുമാണ് കൂടിയിട്ടുള്ളത്. ഇതിന്റെ ഗൗരവം എല്ലാ സർക്കാരുകളും ഉൾക്കൊള്ളേണ്ടതാ

ണ്. സംസ്ഥാന സർക്കാർ എന്ന നിലയിൽ ഇത് വളരെ ഗൗരവത്തോടെയാണ് കേരള സർക്കാർ സമീപിക്കുന്നതും നടപടികൾ സ്വീകരിക്കുന്നതും.

ആഗോളതലത്തിൽ ഉണ്ടാകുന്ന കാലാവസ്ഥാ വ്യതിയാനവും അതിന്റെ ഭാഗമായുള്ള ഭാരിച്ച മഴയുമെല്ലാം കേരളത്തിന്റെ പരിസ്ഥിതിയെ ഗുരുതരമായി ബാധിക്കുന്നതാണ്. സമുദ്രനിരപ്പിൽ നിന്ന് 75 മീറ്റർ ഉയരത്തിലുള്ള മലനാട് കേരളത്തിന്റെ 48 ശതമാനത്തോളം വരും.

താഴ്വാരങ്ങളും സമതലങ്ങളുമടങ്ങിയ 7.5 മീറ്റർ മുതൽ 75 മീറ്റർ ഉയരത്തിലുള്ള ഇടനാട് 10 ശതമാനത്തോളം വരും. പശ്ചിമ ഘട്ടത്തിൽ നിന്നും ഉത്ഭവിക്കുന്ന 41 നദികൾ പടിഞ്ഞാറോട്ട് ഒഴുകി സമുദ്രത്തിൽ പതിക്കുകയും ചെയ്യും. പശ്ചിമഘട്ടത്തിൽ പെയ്യുന്ന മഴ മണിക്കൂറുകൾകൊണ്ട് സമുദ്രത്തിലേക്ക് പതിക്കുകയും ചെയ്യുന്ന സ്ഥിതിവിശേഷമുണ്ട്. കാലാവസ്ഥാ വ്യതിയാനം കേരളത്തിന്റെ സവിശേഷമായ ഈ പരിസ്ഥിതിയിൽ ഗൗരവമായ പ്രശ്നങ്ങളുണ്ടാക്കുന്നു എന്നതാണ് നമ്മൾ അഭിമുഖീകരിക്കുന്ന പ്രധാനപ്പെട്ട ഒരു പ്രശ്നം.

ഇതു സൃഷ്ടിക്കുന്ന പ്രളയവും അതുപോലുള്ള പ്രകൃതിദുരന്തങ്ങളും അടിയന്തരമായി പരിഹരിക്കുന്നതിനുള്ള ഇടപെടലുകൾ അതാതു ഘട്ടത്തിൽ സംസ്ഥാന സർക്കാർ ചെയ്തിട്ടുണ്ട്. പ്രളയദുരന്തം പരിഹരിക്കുന്നതിന് നാം നടത്തിയ രക്ഷാപ്രവർത്തനവും ജീവനോപാധികൾ തിരിച്ചുനൽകുന്നതിനുവേണ്ടി നടത്തിയ ഇടപെടലുകളും വലിയ ലോകശ്രദ്ധ നേടുകയും ചെയ്തിട്ടുണ്ട്.

പരിസ്ഥിതി സംരക്ഷിക്കുന്നതിന് പ്രതിജ്ഞാബദ്ധമായ നിലപാടുകളാണ് ഇടതുപക്ഷം എക്കാലവും കൈക്കൊണ്ടിട്ടുള്ളത്. ആ നിലപാടുകൾക്കനുസൃതമായ നയങ്ങളുമായാണ് ഇപ്പോഴത്തെ എൽ ഡി എഫ് സർക്കാർ മുന്നോട്ടു പോകുന്നത്. കേരളത്തിന്റെ വികസനപരിപ്രേക്ഷ്യം എങ്ങനെയായിരിക്കണം എന്ന കാഴ്ചപ്പാടാണ് ഇവിടെ പ്രധാനം. സാമ്പത്തികവളർച്ചയും പരിസ്ഥിതി സംരക്ഷണവും സന്തുലിതമാകുന്ന ഒരു വികസന പരിപ്രേക്ഷ്യമാണ് സർക്കാരിനുള്ളത്.

വികസനപ്രവർത്തനങ്ങൾ നടത്തുമ്പോൾ തന്നെ പാരിസ്ഥിതിക സംരക്ഷണവും പ്രധാനമായി കാണുന്നു എന്നതുകൊണ്ടാണ് കേരളത്തിന്റെ പരിസ്ഥിതിയെ സംബന്ധിച്ചുള്ള ഒരു ധവളപത്രം എൽ ഡി എഫ് സർക്കാർ പുറപ്പെടുവിച്ചിട്ടുള്ളത്. നേരത്തെതന്നെ പാരിസ്ഥിതിക പ്രശ്നത്തെ ഗൗരവമായി കാണുകയും തുടർന്ന് ഓരോ ഘട്ടത്തിലും ഉയർന്നുവരുന്ന പ്രശ്നത്തെ കണ്ട് പരിഹരിക്കുന്നതിനുമുള്ള നടപടികളാണ് സർക്കാർ സ്വീകരിച്ചുവരുന്നത്.

ആഗോള താപനില ഉയരുന്നതിന്റെ മുഖ്യ കാരണം ഗ്രീൻ ഹൗസ് വാതകങ്ങളുടെ (കാർബൺഡൈ ഓക്സൈഡ്, മീഥൈൻ, നൈട്രസ് ഓക്സൈഡ് തുടങ്ങിയവ) ബഹിർഗമനമാണ്. ഇവ കുറയ്ക്കാനും പൂർണ്ണമായി നിർമാർജനം ചെയ്യാനുമാണ് ആഗോളതലത്തിൽ ലോകരാഷ്ട്രങ്ങളുടെ സമ്മേളനങ്ങൾ ലക്ഷ്യമിടുന്നത്. കേരളം സമയബന്ധിതമായി

ഗ്രീൻഹൗസ് ഗ്യാസുകളുടെ ബഹിർഗമനം ഗണ്യമായി കുറച്ചുകൊണ്ടു വരാനുള്ള പദ്ധതി വിഭാവനം ചെയ്തിട്ടുണ്ട്.

ഓരോ മേഖലയിലും ഉണ്ടാകുന്ന ഗ്രീൻഹൗസ് വാതകങ്ങളുടെ ബഹിർഗമനത്തിന്റെ കണക്ക് ചർച്ചക്കായുള്ള രേഖയിൽ ഉൾപ്പെടുത്തി ലക്ഷ്യം എങ്ങനെ നിറവേറ്റാമെന്നാണ് സർക്കാർ പരിഗണിച്ചുവരുന്നത്. ഇത് നടപ്പിൽ വരുത്താനായി പരിസ്ഥിതി വകുപ്പ് അഡീഷണൽ ചീഫ് സെക്രട്ടറിയുടെ അധ്യക്ഷതയിൽ ഒരു സമിതി രൂപീകരിച്ചിട്ടുണ്ട്. ഈ സമിതിയിൽ ഊർജ്ജ, തദ്ദേശസ്വയംഭരണ, വനം, ശാസ്ത്രസാങ്കേതിക വകുപ്പ് എന്നിവയുടെ ചുമതലുള്ള സെക്രട്ടറിമാരും അംഗങ്ങളാണ്. സമയബന്ധിതമായി സംസ്ഥാനത്തെ കാർബൺ ന്യൂട്രൽ ആക്കാനുള്ള കർമ്മപദ്ധതി തയ്യാറാക്കുകയാണ് സമിതിയുടെ ദൗത്യം. ഇതിന്റെ ആദ്യയോഗം 2021 നവംബർ 19 ന് ചേരുന്നുണ്ട്.

ഇതിനു പുറമെ ദുരന്താഘാത പ്രതിരോധ ശേഷിയുള്ള കേരള നിർമ്മിതിക്കുള്ള നടപടികൾ സ്വീകരിക്കാൻ ചീഫ് സെക്രട്ടറി അധ്യക്ഷനായി പരിസ്ഥിതി കാലാവസ്ഥാ വ്യതിയാനം, ജലവിഭവം, തദ്ദേശസ്വയംഭരണം, റവന്യൂ, കൃഷി, ഗതാഗതം, ശാസ്ത്രസാങ്കേതികം എന്നീ വകുപ്പുകളുടെ സെക്രട്ടറിമാർ ഉൾപ്പെടുന്ന ഉന്നതാധികാര സമിതിയും രൂപീകരിച്ചിട്ടുണ്ട്. പരിസ്ഥിതികാലാവസ്ഥാ വ്യതിയാന വകുപ്പ് ഇക്കാര്യത്തിൽ ഒന്നും ചെയ്യുന്നില്ല എന്ന അടിസ്ഥാനരഹിതമായ ആരോപണങ്ങളെ ഈ വസ്തുതകൾ അപ്രസക്തമാക്കുന്നു. ഇക്കാര്യത്തിൽ സംസ്ഥാന സർക്കാരിന്റെ സമീപനം സമഗ്രതയുള്ളതാണ്.

ദുരന്താഘാതം താങ്ങാൻ ശേഷിയുള്ള നവകേരള നിർമ്മിതിയാണ് സർക്കാരിന്റെ പ്രഖ്യാപിത ലക്ഷ്യം. ഇതിനായി രൂപീകരിക്കപ്പെട്ടതാണ് റിബിൽഡ് കേരള ഇനീഷ്യേറ്റീവ് (ആർ കെ ഐ). ഇതിന്റെ ഭാഗമായി സ്വീകരിക്കുന്ന നടപടികൾ ഈ സഭയിൽ തന്നെ ഒന്നിലധികം തവണ വിശദീകരിച്ചിട്ടുണ്ട്. 12 വകുപ്പുകളിലായി 7791.14 കോടി രൂപയുടെ പദ്ധതികൾക്ക് ഭരണാനുമതി നൽകിയിട്ടുണ്ട്. ഇവ നിർവഹണത്തിന്റെ വിവിധ ഘട്ടങ്ങളിലാണ്. 5,271.88 കോടി രൂപയുടെ പദ്ധതികൾ ടെണ്ടർ ചെയ്തിട്ടുമുണ്ട്. ആർ കെ ഐ പദ്ധതികൾ കേവലം നിർമ്മാണ പദ്ധതികളല്ല. മേൽപ്പറഞ്ഞതുപോലെ ദുരന്തപ്രതിരോധ ശേഷിയുള്ളവയായാണ് വിഭാവനം ചെയ്തിരിക്കുന്നത്.

സംസ്ഥാന സർക്കാരിന്റെ ഭവനനിർമ്മാണ പദ്ധതിയായ ലൈഫ് പ്രി ഫാബ് സാങ്കേതികവിദ്യ സ്വീകരിച്ചിട്ടുണ്ട്. പ്രകൃതിവിഭവ ചൂഷണം പരമാവധി കുറയ്ക്കാൻ ലക്ഷ്യമിട്ടുള്ളതാണ് ഈ സാങ്കേതികവിദ്യ.

നമ്മുടെ നെൽപ്പാടങ്ങളും തണ്ണീർത്തടങ്ങളും പ്രകൃതിദുരന്തങ്ങളിൽ നിന്നും നമ്മെ സംരക്ഷിക്കുന്നതിൽ വലിയ പങ്കാണ് വഹിക്കുന്നത്. ഇക്കാര്യം കണക്കിലെടുത്താണ് 2006–2011 ലെ ഇടതുപക്ഷ സർക്കാർ 2008 ൽ തണ്ണീർത്തട – നെൽവയൽ സംരക്ഷണ നിയമനിർമ്മാണം നട

ത്തിയതും ഇത് കഴിഞ്ഞ എൽ ഡി എഫ് സർക്കാരും ഈ സർക്കാരും ഫലപ്രദമായി നടപ്പിലാക്കി വരുന്നതും.

വർഷകാലത്ത് ഒഴുകിയെത്തുന്ന ജലം മണ്ണിലൂർന്നിറങ്ങാൻ നെൽ കൃഷിക്കുള്ള പങ്ക് ചെറുതല്ല. 2016 – 21 കാലഘട്ടത്തിൽ സർക്കാരിന്റെയും തദ്ദേശസ്വയംഭരണ സ്ഥാപനങ്ങളുടെയും നേതൃപരമായ പങ്കോടെയാണ് നെൽകൃഷി വ്യാപനം നടന്നുവരുന്നത്. ഇതിനു പുറമേ നദികളുടെ സ്വാ ഭാവികമായ ഒഴുക്ക് ഉറപ്പാക്കാൻ ഹരിതകേരളം മിഷന്റെ ആഭിമുഖ്യ ത്തിൽ 'ഇനി ഞാൻ ഒഴുകട്ടെ' എന്ന പദ്ധതി നടപ്പാക്കിയിട്ടുണ്ട്. നവകേ രളം മിഷന്റെ നേതൃത്വത്തിൽ ഇത്തരം പദ്ധതികൾ കൂടുതൽ മികവോടെ തുടരും. നദികളിലും ഡാമിലും അടിഞ്ഞുകൂടിയിട്ടുള്ള എക്കൽ നീക്കം ചെയ്യാനുള്ള പരിപാടിയും സർക്കാർ നടപ്പാക്കിവരുന്നുണ്ട്. ഇവയെല്ലാം തന്നെ പ്രളയാഘാതം കുറയ്ക്കാൻ ഗണ്യമായി സഹായിക്കുന്നതാണ്.

പരമ്പരാഗത ഊർജ ഉത്പാദനം ഹരിതഗൃഹ വാതകങ്ങളുടെ ബ ഹിർഗമനത്തിനു കാരണമാകുന്ന ഒരു പ്രവർത്തനമാണ്. അതുകൊണ്ട് പാരമ്പര്യേതര ഊർജ ഉത്പാദനത്തിന് സർക്കാർ വലിയ പ്രാധാന്യമാ ണ് നൽകുന്നത്. സൗരോർജത്തിൽ നിന്നും കാറ്റിൽ നിന്നും വൈദ്യുതി ഉത്പാദിപ്പിക്കുന്നതിനുള്ള പദ്ധതികൾ ആവിഷ്ക്കരിക്കുകയാണ്. അതോ ടൊപ്പം പരമ്പരാഗതമായ ഊർജസ്രോതസ്സുകൾ ഉപയോഗിച്ച് ചെറുഗ്രാ മങ്ങൾക്കും ഊർജം പ്രദാനം ചെയ്യുന്ന മൈക്രോ പവർ ഗ്രിഡുകൾ സ്ഥാ പിക്കുന്ന കാര്യവും സർക്കാർ ആലോചിക്കുന്നുണ്ട്. സൗരോർജോത്പാ ദനത്തിനായി കെട്ടിട നിർമ്മാണ ചട്ടങ്ങളിൽ ആവശ്യമായ ഭേദഗതിക ളും വരുത്തിയിട്ടുണ്ട്. കാർബൺ ന്യൂട്രാലിറ്റിക്കായി ഏറ്റവും ഫലപ്രദ മായ നടപടി വൃക്ഷങ്ങൾ വെച്ചുപിടിപ്പിക്കലാണ്. വനദിനത്തിനു വൃക്ഷ ങ്ങൾ വെച്ചുപിടിപ്പിക്കുന്നതിനു പുറമെ ഒരു കോടി വൃക്ഷത്തൈകൾ വെച്ചുപിടിപ്പിക്കുന്നതിനുള്ള നടപടികൾ സ്വീകരിച്ചിട്ടുണ്ട്.

വെള്ളപ്പൊക്കത്തിന്റെയും മണ്ണിടിച്ചിലിന്റെയും കാരണങ്ങൾ പരി ശോധിക്കാനും സമഗ്രമായ റിപ്പോർട്ട് സമർപ്പിക്കാനും സംസ്ഥാന സാ ങ്കേതിക പരിസ്ഥിതി കൗൺസിൽ മുൻകൈ എടുത്തിട്ടുണ്ട്. ഇതിനെ അടിസ്ഥാനമാക്കിയുള്ള നടപടിയും സ്വീകരിച്ചു വരികയാണ്. റി ബിൽഡ് കേരളയുടെ ഭാഗമായി അന്താരാഷ്ട്ര ധനകാര്യ സ്ഥാപനങ്ങളിൽ നിന്നും വായ്പ എടുക്കുന്നത് കാലാവസ്ഥാ വ്യതിയാനം തടയാനും ദുരന്തപ്ര തിരോധ ശേഷിയുള്ള കേരള നിർമ്മിതി ലക്ഷ്യമിട്ടു കൂടിയാണ്.

കാർബൺ ന്യൂട്രാലിറ്റിക്ക് അനിവാര്യമായ മറ്റൊരു പരിഷ്കരണം ഗതാഗത മേഖലയിലാണ്. പരമ്പരാഗത ഇന്ധനങ്ങൾ ഉപയോഗിക്കുന്ന തുവഴി ഉണ്ടാകുന്ന ഗ്രീൻഹൗസ് വാതക ബഹിർഗമനവും അന്തരീക്ഷ മലിനീകരണവും തടയാൻ ലക്ഷ്യമിട്ട് സംസ്ഥാന സർക്കാർ ഇ–വെഹി ക്കിൾ നയം രൂപീകരിക്കുകയും ആവശ്യമായ നടപടികൾ മുന്നോട്ടുനീ ക്കാനുള്ള പരിശ്രമങ്ങൾ നടത്തിവരികയുമാണ്. പലവിധ തടസ്സങ്ങൾ നേരിട്ടെങ്കിലും ഇത് മുന്നോട്ടുകൊണ്ടുപോകാനാണ് സർക്കാരിന്റെ തീ

രുമാനം. ഇതോടൊപ്പം സിഎൻജി / ഹൈഡ്രജൻ പവർ / ബയോ ഫ്യുവൽ എന്നിവയുടെ ഉപഭോഗം വർദ്ധിപ്പിക്കുന്നതിനുള്ള നടപടികളും സ്വീകരിക്കും.

ഗ്രീൻഹൗസ് വാതകങ്ങളുടെ ബഹിർഗമനത്തിനുള്ള മറ്റൊരു കാരണം ഖരമാലിന്യങ്ങളും മെഡിക്കൽ വേസ്റ്റും അടിഞ്ഞുകൂടുന്നതാണ്. മാലിന്യസംസ്കരണത്തിനും നിർമാർജനത്തിനും സംസ്ഥാന സർക്കാർ ഫലപ്രദമായ നടപടികളാണ് സ്വീകരിക്കുന്നത്. തദ്ദേശസ്വയംഭരണ സ്ഥാപനങ്ങളാണ് നേതൃത്വം വഹിക്കുന്നത്. ഇതിനായി അന്താരാഷ്ട്ര വിദഗ്ധരുടെ സഹായവും സർക്കാർ ലഭ്യമാക്കുന്നുണ്ട്. വേസ്റ്റ് ടു എനർജി പദ്ധതിയും ഇതിന്റെ ഭാഗമായാണ് നടപ്പാക്കുന്നത്.

പരിസ്ഥിതി വകുപ്പ് സ്റ്റേറ്റ് ആക്ഷൻ പ്ലാൻ ഫോർ ക്ലൈമറ്റ് ചേഞ്ചിന്റെ പരിഷ്കരണം നടത്തിവരികയാണ്. പ്രതിസന്ധികളുടെ സാധ്യതകളെല്ലാം പരിഗണിച്ചുകൊണ്ടായിരിക്കും പരിഷ്ക്കരിച്ച നയം ആവിഷ്കരിക്കുക. സംസ്ഥാനത്ത് പ്രവർത്തിക്കുന്ന കാലാവസ്ഥാ വ്യതിയാന പഠന ഇൻസ്റ്റിറ്റ്യൂട്ട് ഐ പി സി സി കണ്ടെത്തലുകൾ കണക്കിലെടുത്തുകൊണ്ട് സംസ്ഥാന സാഹചര്യങ്ങൾ പരിഗണിച്ചുകൊണ്ട് ഒരു വിശദമായ പഠനം നടത്തിവരികയാണ്. ഇത് നല്ല പുരോഗതി കൈവരിച്ചിട്ടുണ്ട്. 2021 ഡിസംബറിൽ ഇത് പൂർത്തിയാകുമെന്നാണ് ശാസ്ത്ര-സാങ്കേതിക വകുപ്പിന്റെ നിഗമനം.

മേൽപ്പറഞ്ഞ കാര്യങ്ങളിൽ നിന്നും വ്യക്തമാകുന്നത് സർക്കാർ ഈ വിഷയത്തെ അതീവഗൗരവത്തോടെ കാണുന്നു എന്നതാണ്. സാധ്യമായ എല്ലാ നടപടികളും സ്വീകരിക്കുന്നുമുണ്ട്. നമ്മുടെ വികസന പ്രക്രിയ ദീർഘകാലം പ്രകൃതി വിഭവങ്ങളെ പല രീതിയിലും ചൂഷണം ചെയ്തിട്ടുണ്ട്. നിലവിലുണ്ടായിരുന്ന ഈ രീതിയിൽ ഘടനാപരമായ മാറ്റം വരുത്താനാണ് സർക്കാർ സമഗ്രസമീപനം സ്വീകരിച്ചു വരുന്നത്.

അതോടൊപ്പം തന്നെ പാരിസ്ഥിതിക വ്യതിയാനവും കേരളത്തിന്റെ ഭൂമിശാസ്ത്രപരമായ സവിശേഷതയും കണക്കിലെടുത്ത് ദുരന്തങ്ങളിൽ നിന്ന് മാറിനിൽക്കാൻ പ്രാപ്തമാകുന്ന ദീർഘകാല പദ്ധതികളും സർക്കാർ ആസൂത്രണം ചെയ്യുന്നുണ്ട്. റിബിൽഡ് കേരള ലക്ഷ്യം വെയ്ക്കുന്നത് ഇത്തരത്തിലുള്ള ഇടപെടലാണ്. പുതിയ നിർമ്മാണപ്രവർത്തനങ്ങൾ ഗ്രീൻ പ്രോട്ടോകോളിനു അനുസൃതമാക്കാനുള്ള നടപടികൾ സ്വീകരിക്കും. തെരുവുവിളക്കുകൾ എൽ ഇ ഡി യിലാക്കി മാറ്റുന്നതിനുള്ള നടപടികൾ ഊർജ്ജിതപ്പെടുത്തും.

ഇന്നത്തെ പ്രത്യേക സാഹചര്യത്തിൽ നമ്മുടെ സംസ്ഥാനത്തെ ജനങ്ങളെ പാരിസ്ഥിതിക സവിശേഷതകൾ മനസ്സിലാക്കി ജീവിതം ക്രമപ്പെടുത്തുന്നതിനുള്ള സമഗ്രമായ നടപടികളാണ് സംസ്ഥാന സർക്കാർ ലക്ഷ്യം വെയ്ക്കുന്നത്. ഇക്കാര്യത്തിൽ വിവിധ കമ്മിറ്റികളും ദീർഘകാല പദ്ധതികളും സംസ്ഥാന സർക്കാർ ആസൂത്രണം ചെയ്തിട്ടുണ്ട്.

പരിസ്ഥിതിയെ സംരക്ഷിക്കുന്നതിനും എന്നും പ്രതിജ്ഞാബദ്ധമായ

നിലപാടാണ് ഇടതുപക്ഷം സ്വീകരിച്ചിട്ടുള്ളത്. തണ്ണീർത്തട – നെൽവയൽ സംരക്ഷണ നിയമം നടപ്പിലാക്കിയത് ഈ കാഴ്ചപ്പാടിന്റെ അടിസ്ഥാനത്തിലാണ്. ധവളപത്രം പുറത്തിറക്കിയും അതിന്റെകൂടി അടിസ്ഥാനത്തിൽ വികസനകാഴ്ചപ്പാടുകൾ രൂപീകരിച്ചതും ഇതിന്റെ അടിസ്ഥാനത്തിലാണ്. റീബിൽഡ് കേരളയും ദീർഘകാല പദ്ധതി എന്ന നിലയിൽ ആസൂത്രണം ചെയ്തത് മേൽപ്പറഞ്ഞ പ്രശ്നങ്ങളെ മുൻകൂട്ടി കണ്ടുകൊണ്ടുള്ള സർക്കാരിന്റെ നിലപാടാണ്. കേരളത്തിന്റെ പാരിസ്ഥികമായ ആരോഗ്യവും ജനങ്ങളുടെ സുരക്ഷയും ഉറപ്പുവരുത്തുന്ന ഈ നയങ്ങൾ നടപ്പിലാക്കുമെന്ന നിശ്ചയദാർഢ്യത്തോടെ ഈ സർക്കാർ മുന്നോട്ടു പോകും.

www.ingramcontent.com/pod-product-compliance
Lightning Source LLC
LaVergne TN
LVHW100254051026
849517LV00006B/2081